வெயில் நீர்

வெயில் நீர்

பொ. கருணாகரமூர்த்தி (பி. 1954)

இலங்கை, புத்தூரில் பிறந்தவர். 1980இல் பெர்லினுக்குப் புலம்பெயர்ந்தார்.

1985இல் *கணையாழி*யில் வெளிவந்த 'ஒரு அகதி உருவாகும் நேரம்' குறுநாவல் மூலம் சிறுபத்திரிகை வாசகர்களுக்கு அறிமுகமானார். காருண்யன், கொன்ஃபூசியஸ், புதுவை நிலவன், அழகுமுருகேசு முதலிய பெயர்களில் கவிதைகள் எழுதிவருகிறார். கனடா தமிழ் இலக்கியத் தோட்டத்தின் 2010ஆம் ஆண்டுக்கான சிறந்த சிறுகதைத் தொகுப்பாக இவரது 'பதுங்கு குழி' தேர்ந்தெடுக்கப்பட்டது.

மனைவி: ரஞ்ஜினி, பெர்லின் தமிழாலயத்தில் தன்னார்வத் தமிழாசிரியை. குழந்தைகள்: காருண்யா, அச்சுதன், ஜெகதா, பூமிகா.

தொடர்புக்கு: P. Karunaharamoorthy,
Skalitzerstr.142
10999 Berlin, Germany

மின்னஞ்சல்: karunah08@yahoo.com
karunah08@gmail.com

ஆசிரியரின் பிற நூல்கள்

சிறுகதை
- கிழக்கு நோக்கிச் சில மேகங்கள்
- அவர்களுக்கென்று ஒரு குடில்
- கூடு கலைதல்
- பதுங்கு குழி
- வனம் திரும்புதல்

நாவல்
- அனந்தியின் டயறி

குறுநாவல்
- ஒரு அகதி உருவாகும் நேரம்

நினைவோடை
- பெர்லின் இரவுகள்
- பெர்லின் நினைவுகள்

பொ. கருணாகரமூர்த்தி

வெயில் நீர்

காலச்சுவடு பதிப்பகம்

அன்பார்ந்த வாசகருக்கு,

வணக்கம்.

காலச்சுவடு நூலை வாங்கியமைக்கு நன்றி.

நூலின் உள்ளடக்கம், உருவாக்கம், அட்டைப்படம் இன்ன பிற அம்சங்கள் பற்றிய உங்கள் கருத்துகளையும் ஆலோசனைகளையும் காலச்சுவடு வரவேற்கிறது. தகவல், எழுத்து, வாக்கியப் பிழைகள் தென்பட்டால் கட்டாயம் தெரிவித்து உதவுங்கள். நூல் தயாரிப்பில் கடும் குறைபாடு இருப்பின் மாற்றுப் பிரதி உங்களுக்குக் கிடைக்கக் காலச்சுவடு ஏற்பாடு செய்யும்.

மின்னஞ்சல்: publisher@kalachuvadu.com

காலச்சுவடு நாகர்கோவில் தலைமையகத்துக்கும் கடிதம் அனுப்பலாம்.

தங்கள்
எஸ்.ஆர். சுந்தரம் *(கண்ணன்)*
பதிப்பாளர் — நிர்வாக இயக்குநர்

வெயில் நீர் ✦ குறுநாவல்கள் ✦ ஆசிரியர்: பொ. கருணாகரமூர்த்தி ✦ © பொ. கருணாகரமூர்த்தி ✦ முதல் பதிப்பு: நவம்பர் 2021, மூன்றாம் (குறும்) பதிப்பு: அக்டோபர் 2022 ✦ வெளியீடு: காலச்சுவடு பப்ளிகேஷன்ஸ் (பி) லிட்., 669 கே.பி. சாலை, நாகர்கோவில் 629001

veyil niir ✦ A Collection of Novellas ✦ Author: P. Karunakaramoorthi ✦ © P. Karunakaramoorthi ✦ Language: Tamil ✦ First Edition: November 2021, Third (Short) Edition: October 2022 ✦ Size: Demy 1 x 8 ✦ Paper: 18.6 kg maplitho ✦ Pages: 192

Published by Kalachuvadu Publications Pvt. Ltd., 669, K.P. Road, Nagercoil 629001, India ✦ Phone: 91-4652-278525 ✦ mail: publications @kalachuvadu.com ✦ Printed at Adyar Students xerox Pvt. Ltd., No. 275 Habibullah Road, Triplicane high Road, Opp Triplicane Post Office, Triplicane, Chennai 600005

ISBN: 978-93-91093-27-3

10/2022/S.No. 998, kcp 3870, 18.6 (3) lk

பொருளடக்கம்

1. சூரியனிலிருந்து வந்தவர்கள் — 9
2. பச்சைத்தேவதையின் கொலுசுகள் — 48
3. வித்தகன் — 70
4. வெயில் நீர் — 99
5. பிறகு மழை பெய்தது — 157
6. கொட்டுத்தனை — 177

1

சூரியனிலிருந்து வந்தவர்கள்

இக்கதை என்னுடைய பிறிதொரு பரிசோதனை முயற்சி. இது கதை மாதிரி இல்லையே என்பவர்களுடன் குஸ்திபோடும் எண்ணம் எதுவுமில்லை.

1983–2000 காலவரையிலான மக்கள் மனதிலிருந்து உதிர்த்த கருத்துக்கள், பேச்சுக்கள், அனுமானங்கள், அவதானங்களின் வாய்மொழி நறுக்குகளை மட்டும் கொண்டு அவற்றை உதிர்த்தவர்களின் அடையாளம் இன்றியும் அவை உதிர்க்கப்பட்ட காலங்களை ஆவர்த்தனப்படுத்தாமலும் ஒரு கற்றுக்குட்டிக் கலைஞனாக கொலாஜ் ஓவியமொன்று பண்ணும் சிறு முயற்சி. அவ்வளவுதான்.

1

இந்தச் சிறிய தேசத்தில் அனைத்துச் சமூக மக்களும் அமைதியாகவும் சமாதானமாகவும் கௌரவத்துடனும் சமவாய்ப்புகளுடனும் வாழ வேண்டுமென்பதே எனது அவா, இலட்சியம், கனவு எல்லாம். எல்லா மக்களின் அபிலாஷைகள் ஈடேறும்படி இங்கு பிரச்சனைகளுக்குத் தீர்வு காணப்பட வேண்டும்.

'ரூபவாகினி' மே தின உரையில் ஜனாதிபதி
சந்திரிகா குமாரதுங்க, மே 1998

போர்விமானங்கள் தேர்வுசெய்யவும் மற்றும் கனரக ஆயுதங்கள் கொள்வனவு செய்யவும் இலங்கை தரை மற்றும் விமானப்படை அதிகாரிகள் உக்ரெயின் விரைவு.

ஒப்சேவர், மே 1998

1988, கோடை. யாழ் முற்றவெளி முனீஸ்வரன் கோவில் முன்றிலில் காசியின் பேருரை

"இந்த உலகத்தை ஒரு கோணத்தில் பார்த்தோ மென்றால் இங்கு நடக்கிற ஒவ்வொரு விஷயமும் விந்தைதாம்... இவற்றையே பிறிதொரு கோணத்தில் நோக்கின் இவைகள் எதுவுமே விந்தையில்லை.

சில பாதங்களுக்குக் கண்ணிவெடிகளை விதைப்பது, சில பாதங்களுக்குக் கம்பளத்தை விரிப்பது போன்ற வினைகள், எதிர்வினைகள் உலகில் ஆதியிலிருந்தே உண்டென்கிறேன். உண்டு உண்டு உண்டு.

சமூகத்தில் ஒரு விஷயம், இது இப்படித்தான் நடக்கும் அல்லது இது இப்படி நடக்காது என்கிற பொதுக் கருத்தியல் தளத்திலிருக்கும் நம்பிக்கைக்கு முரணாக ஒரு சம்பவம் நடந்தேறும்போது அங்கே அது விந்தையாகிறது. அமாவாசையைத் தொடர்ந்து அட்டமி வாறதொன்றும் அதிசயமில்லை, அனாதியிலிருந்து அது அப்படித்தான்.

ஆனால், பிரகதீஸ்வரசர்மா பெண்சாதி அவர்களிட்ட எரு வாங்க வந்துபோன குத்தியனோட ஓடிப்போனால் அது விந்தை.

இது இப்படித்தான் நடக்கும் என்று நினைப்பவர்கள் யார்? நாங்கள்.

இது இப்படி நடக்காது என்று எண்ணிக்கொண்டிருப்பவர்கள் எவரோ? அவர்களும் நாங்களேதான்.

ஆதலாலே மகா மகாஜனங்களே இப்பிரபஞ்சத்தில் எதையும் பார்த்து அதிசயிக்காதீர்கள். அதிசயம் ஒன்று நடக்கிற தென்றால் அது நடக்க வல்ல சாத்தியம் ஒன்று நாங்கள் அறியாவண்ணம் இருக்கின்றது என்கிறபடியால்தான் நடக்கிறது.

எனவே, நடப்பொன்றை விந்தையென்பதுவும், ப்பூ... ஒன்றுமில்லையென்பதுவும் அவரவர் ஞானோவிலாசத்தைப் பொறுத்த விஷயம்.

எமது அறியாமை உடைபடும் கணங்களைப் பாருங்கள். அங்கதம் நிறைந்திருக்கும். வாழைப்பழத்தோலில் வழுக்கி விழுகிறோமா. விழுந்ததும் அட இந்தக் கோதாரி இதில் இருந்தது எனக்குத் தெரிந்திருக்கவில்லையே என்பதை உணர்கையில் வலியையும் மீறி எமக்கொரு சிரிப்பு வருகுதில்லையா?.

பாற்கடலில் யாதவன் பள்ளிகொள்கிறான் என்கிறார்களா?

கொஞ்சம் பூவையோ வில்வத்தையோ காதுகளில் வைத்துக்கொண்டு நம்பிவிடுங்கள்.

பொ. கருணாகரமூர்த்தி

கடல் பிரிந்து யேசுவுக்கு வழிவிட்டதென்கிறார்களா... மெய் மெய் என்று சொல்லுங்கள். பிரிந்திருக்கலாம். வை நொட்?

நாங்களே சூரியனிலிருந்து வந்தவர்களில்லையா? நமக்குப் பாற்கடலிலே பள்ளி கொள்வதா விந்தை?

உலகத்தின் இரசாயனங்கள் எதையும் மாற்றி அமைக்க முடியும். ஆதலால் விந்தையோ இல்லையோ உலகில் எதுவும் நடைபெறும் என்றும் அப்பிரபஞ்ச நடப்புகள் அவ்வவற்றின் பௌதீக இரசாயன ஊடியக்கங்களும் விளக்கப்படுமென்றே உள்ளது. பிரபஞ்சத்தின் ஆதிக்கருமங்கள் எப்படி நடந்தன வென்று சரியாகச் சொல்வார் எவருமில்லை. ஆனால் பாருங்கோ! இங்கே மனுஷனை தகனபஸ்பம் பண்ண முதல்ல பண்ற காரியங்ளைக் கருமாதி என்கிறோம். இந்த வார்த்தை எப்படி இடம் மாறினதென்று தெரியவில்லை, இருக்கட்டும். பிரபஞ்ச காரியங்கள் ஆதியிலிருந்து இதுவரையில் இப்படி இப்பிடியெல்லாம் நடைபெற்று இயங்கியபடியால்தான் எல்லாமிங்கே இப்பிடி இப்பிடியிருக்கு. இப்பிடி நடந்திராமல் எல்லாமே வேறுமாதிரியாகவும் நடந்திருக்க வாய்ப்பிருக்கு. இப்பிடி நடந்திருக்கிறபடியால்தான் நீங்களும் நானும் இப்படி ஆகிவந்து ஏன், எதற்கு, எப்பிடி, எதனால், எதற்காக, அறம், மறம், ஆவி, பிண்டம், சூன்யவெளி, ஆய்வு என்று கேள்விகள் எழுப்பிறம். எல்லாவற்றுக்கும் விளக்கம் எல்லோருக்கும் கிட்டும்.

அதனால உலகத்து நடப்புகளெதையும் பார்த்து ஆகா இது அதிசயமென்று நாம் வாயைப் பிளக்க வேண்டியதில்லை. என்ன மசிருக்கென்றேன்?

அட மசிரெண்டு அவையில சொல்லப்படாதாக்கும். வாபஸ்! வாபஸ்! வாபஸ்!

இந்த மசிரெண்டது மெய்யாலும் கெட்டவார்த்தை தானோ? ஒரு நாளுமில்லை. காலத்துடன் வார்த்தைகளின் பொருள்களும் மாறுபடும். ஆதிக்கருமம் கருமாதிபோல.

மனதால கெட்டுப்போன மனுஷன் மசிரெண்டதும் தான் கெட்டதென்று நினைக்கிற கருதுகிற ஏதோவொன்றோடை அதை அவனாய்ப் பொருத்திப் பார்க்கிறான். அப்போ அங்கு மசிர் கெட்டதாய் தெரியுது.

மசிர் குளிரில இருந்து எங்களைக் காக்குது, அழகைத் தருகுது, அப்பிடியிருக்க அதொரு கெட்ட சாமானென்றால் நெஞ்சில முகத்தில கையில கால்லயெல்லாம் எதுக்கு முளைக்குதென்கிறேன்? அததது்வும் அததன் இருப்பையும் தேவையும் பொறுத்து முக்கியம் வாய்ந்தவைதான்.

இங்கே மயிர்தான் கெட்டதா அல்லது அத்துடன் அவனாகப் பொருத்திப் பார்க்கும் பொருள்தான் கெட்டதா அல்லது மனிதனின் சிந்தனையே கெட்டதா அல்லது மனிதனே எல்லாவற்றைவிடவும் கெட்டவனா என்பதைக் கொஞ்சம் பகுத்துச் சிந்தித்துப் பார்க்க வேணும். ஒரு பொருள் கெட்டதென்றால் அதைக் கழற்றிவைத்துவிட வேண்டியதுதானே? ஆனால், முடியாமலிருக்கு. ஆக எதுவுமே கெட்டதில்லையென்பது தெரியுது புரியுது. ஒரு வஸ்து கெட்டதுதானென்றால் ஏன் கெட்டது, எதனால் கெட்டதென்றதை நிறுவத் தெரிந்திருக்க வேணும். வாழ்க்கை நெறிகள் பற்றியும், பகுமுறைகள் பற்றியும் யாம் வள்ளுவன் கூறியதையும் தீர்த்தங்கரர்கள், சூபிக்கள் கூறமுயன்றதையும் தொகுத்து நோக்கினோமாயின் யாதொரு குழப்பமும் நமக்கிரா...”

2

“இப்படி சேர்ட்டும் போடாமல் நீர்க்காவி ஏறிய வேஷ்டியோட சால்வையால் உடம்பைப்போர்த்தி அதன் விடுதலைகளை முன்னுக்கு முடிஞ்சுகொண்டு பரதேசிக் கோலத்தில திரிகிற மனுஷன்ர கால் பரவாத ஒரு சிற்றூர்தானும் யாழ்க்குடாவில இருக்குமோ தெரியாது. மனுஷன் ஞானப்போக்கில போய்க் கொண்டிருக்கும். எந்தவூரிலாயினும் வெட்டையளையோ கோயில் பிரகாரங்களையோ கண்டிட்டால் போதும். அறுப்பும் முடிப்புமின்றிச் சங்கிலித்தொடராகச் சிந்தனைகள் ஜனித்துப் பிரவகித்துக் கபாலம் நிறைக்க அவரது கால்கள் அதிலேயே நின்றுவிடும். அவருக்குள்ளாகப் பொங்கிப் பிரவகிக்கும் அச்சொல்லாழியை அதிலேயே வழிந்தோடவிட்டாலே அவருக்குச் சுகம் விடுதலை சாபல்யம். அல்லது மனுஷனுக்கு மண்டை உள்ளாகச் சிதறிக் கபாலத்தை முட்டி நெருக்கிச் சிதைந்து போகும்.”

“வெள்ளிக்கிழமை இண்டைக்கு கோயிலுக்கு வாற சனம் கூடிக்கொண்டே போகும். பேச்சிண்டைக்கு முடியாதென்றன்.”

“இல்லைக்காணும் அப்பிடியில்லை. சனம் கூடுதோ குறையுதோ கேட்குதோ போகுதோ அவருக்குக் கவலையில்லை. சனத்தைப் பார்த்துத்தான் பேசுவாரென்றால் பஸ் ஸ்டாண்ட், திருவிழாக்கள் கூட்டங்களில வந்தல்லோ ஊன்றுவார். அப்பிடிச் சனக்கூட்டமுள்ள இடத்திலும் தொடங்கமாட்டார். வெட்டையள்தான் அவற்றை முதல் விருப்புக்குரிய இடங்கள். எப்போ பேசத் தொடங்குவார், எப்போ முடிப்பாரென்று யாரும் கூறமுடியாது. போன ஞாயிறுக்கு முந்தின ஞாயிறு யாழ் மத்திய கல்லூரி விளையாட்டு மைதானத்தில மத்தியான வெயில் ஒரு சனஞ்சாவட்டை இல்லை. நான் சென். ஜோன்சுக்குச் சில

பிரத்தியேக வகுப்புகளுக்காகப் போய்க்கொண்டிருக்கும்போது கிறிக்கெட் பிட்சுக்குக் கிட்ட ஊண்டிப்போட்டு நிண்டு கைகளைக் காற்றில் வீசிக் பேசிக்கொண்டிருந்தவர், நான் வகுப்பெல்லாம் முடிந்து மாலை ஏழுமணிபோல செக்கல்ல வாறன் சாவாரைப்போல வாயால நுரை கக்கக்கக்க வைக்கல் லொறி றிவேர்ஸ் எடுத்த மாதிரிக்குரல் கேரி சத்தமே வெளியில வருகுதில்லை மனுஷன் உணர்ச்சிவசப்பட்டுச் சும்மா நுனிக் கால்ல நம்ப ஆலாலசுந்தரம் மாதிரிக் கெம்பிக்கொண்டு நிக்கிறாரெண்டிறன்."

"இதையேன் கின்னஸ் புத்தகத்தில இடம்பெற வைக்கப்படாது?"

"மேடைப் பேச்சாளனாக வரவேண்டுமென்ற பால்ய வயது ஆசையோ அரசியல் கட்சி ஊழியமோ ஆளை இப்படி ஆக்கிப்போட்டுது."

"அவரது தோற்ற அமைப்பை வைத்து மதிப்பீடுகளைத் தரும் பேர்வழிகள் இவரை விசர்க்காசி என்பார்கள். அவர் சுட்டும் வித்தியாசமான கருத்துக்கோணங்களை வியப்பவர்கள் காசி மாஸ்டரென்று சற்றே கௌரவமாகவும் சொல்வர். அநேகமாய் காசி மாஸ்டரென்றாலும் சரி விசர்க்காசியென்றாலும் சரி யாழ்ப்பாணம் மாவட்டம் ஏகலுக்கும் அவரைத் தெரியாத ஆட்களிராது. சுவாதீனம் குறைந்த நிலையிலும் அவரைப்போல இத்தனை வாசிப்பும் தேடலுள்ள மனிதனை வேறெங்கும் பாக்கேலா. ஆட்களில்லாமல் ஆரம்பிக்கிற அவருடைய கூட்டங்கள் பெருஞ்சொற்பெருக்குகள் அனேகமானவை கோட்டை முற்றவெளி மைதானத்தில்தான் இடம்பெற்றிருக்கு. கோவிலுக்கு வாற சனத்தோட அங்கின காற்றுவாங்க வந்த சனம் சுப்பிரமணியம் பூங்காவுக்குப்போகிற ஆட்களென்று கூடியிருக்கிற சனத்தைப் பார்க்க

திருவிழாக்களில் கவிதை பாட
கவிஞர் வருவர்
நான் கவிதை பாடத் திருவிழாக்கள் வரும்

என்ற மேத்தாவின் கவிதையைக் காசி நிரூபணமாக்குகிறார் போலயிருக்கு.

யார் காதிலும் விழாமலேயே காற்றிலே கலக்கும் அவர் கருத்துகள், அவதானிப்புகள், அனுமானங்கள், விமர்சனங்கள் பரிந்துரைகளுக்குக் கணக்கில்லை. என்னதான் கடுகியே விரையும் உலகென்றாலும் காசியினது ஒரு சர்றியலிஸ்டிக் படைப்பைப்போலும் மடிந்தும் முறிந்தும், தாவித்தாவியும் கொலாஜ் சித்திரம்போல அறுந்தும் தொடர்பற்றும் வரும்.

பேச்சுகளுக்குக் காதுகொடுக்கும் நிதானமிக்க மக்களும் இங்கு இல்லாமலில்லை. ஊர்மனைக்குள் எங்கேதான் அவர் பேச ஆரம்பித்தாலும் இப்படித்தான் ஒன்று இரண்டாகச் சனம் கூடி முடிவில பெரிய கூட்டமாகிவிடும்."

3

நவாலி தேவாலயத்தின்மீது குண்டுவீச்சு. அங்கு அகதிகளாகத் தங்கியிருந்தோரில் 233 பேர் கோரப் பலி

வீரகேசரி, ஜூலை 1995

1983 கோடை. நல்லூர் வீரமாகாளி அம்மன் கோவில் தீர்த்தக் கிணத்துப் பள்ளம். காலை பஸ்ஸில் யாழ்ப்பாணம் போகும்போது சொற்பெருக்கை அவதானித்த பல கச்சேரி உத்தியோகத்தர்கள், மாலை நாலு மணிக்கு வீடு திரும்புகையிலும நெஞ்சால் வியர்வை வழியவழியத் தயாரிப்புக்கள் ஏதுமற்ற அவரது நீண்ட பேச்சு தொடர்ந்துகொண்டிருப்பதைக் கண்டு வியக்கிறார்கள்.

"சூனியம், பிரபஞ்சம், பிரம்மம், சராசரமென்பதையோ... சக்தித்திணிவு, பெருவெடிப்புக் காலம், பதினாறாவது பரிமாணமென்பதையோ அல்லது சூழலைப் பிரபஞ்சத் தொடரை அதிலுள்ள இத்தனை கோடி விந்தைகளை அறிவதும் அர்த்தப்படுத்துவதும் முடியாமற்போவதும் எல்லாம் எமது புரிதலில்தான் உள்ளது. விந்தைகளின் விளக்கங்களும் இன்டபிறிட்டேசன்களின் குறைகளும் நிறைகளும் எம்மிடந்தான், எமது புரிதலில்தான், பிரபஞ்சத்தில் இல்லை.

பல ஆண்டுகளாக மனதோடு கொண்டுதிரியும் ஒரு கணிதப் பிரச்சனைக்குச் சிக்கலுக்குக் கள்ளருந்திக்கொண் டிருக்கும் ஒரு செக்கலில், குளிக்கையில் சோப்புப்போடுகையில் திடீரென விடை கிடைத்துவிடுவதுபோல எமது வியப்புகள், தேடல்கள் அனைவற்றுக்குமே திடீரென எமக்குள் விரவும் ஒரு பேரொளியின் துலக்கத்தில் விடை கிடைக்கும். நாம் செய்யவேண்டியதெல்லாம் எமது தேடலை விடாது இலக்கை நோக்கி விரட்டிக்கொண்டிருப்பதுதான். தன் தேடல்களில் ஒருவர் தான் போகவேண்டிய பாதையில் பாதிக்குமேல் கடந்துவிட்டாராயின் அவர் மனது சாந்தத்தின் பக்கம் விரைந்து சாயும். சரணாகதி அடைந்துவிடுபவனுக்குப் பாரிய ஞானோவிலாசம் வேண்டியதில்லை. நமது மண்டைக் குள்ளான ஞானம் எல்லாருக்கும் ஒரு அளவுக்குமேல எழும்பிப் பறக்கவிடாது. தேடலில் இலக்கை அடையமுடியாவிட்டால் சரணாகதி அடைந்துவிடலாம். சரணாகதி அடைந்துவிட்டவனின் முகத்திலுள்ள களையை அமைதியை தேஜஸைப் பாருங்கள்.

சரணாகதி அடைய முடியாதிருப்பதுதான் சிந்திப்பவனது பிரச்சனை. சிந்திப்பவனுக்குச் சிக்கல்களும் மன அழுத்தங்களும் அதிகம். அப்போ தொடர்ந்த சிந்தனையில் தேடலில் விடையை அடையாத மனம் எப்படித்தான் சமாதானம் அடையும்?

இந்த உலகத்து மனிதர்களிலே நாலு வர்ணங்கள் இருக்கிறதாச் சொன்னது மெய்தானெங்கிறேன். முதற்பிரிவு அவ்வை சொன்ன ஆண் பெண்ணெங்கிற பெரும் பிரிவு. பின்னர் அவற்றுக்குள் உள்ள சிந்திக்கிற ஜாதி, சிந்திக்காத ஜாதி என்று இரண்டு உப பிரிவுகள். 'இதனை இதனால் இவன் முடிக்கும்' என்பது இன்னொன்று. ஆண்கள் என்னதான் ஒற்றைக் கம்பத்தில கைபிடிக்காமல் நின்று வித்தைகள் காட்டினாலும், உலகத்தை மாற்றி அமைக்கக்கூடிய ஆற்றலும் சக்தியும் பெண்களிடந்தானிருக்கு தெரியுமோ? அவர்கள் நினைத்தால் உலகத்தின்ரை எல்லாப் பிரச்சனைகளையும் விரட்டியே விடலாம். உதாரணத்துக்குப் பொருளாதாரப் பிரச்சனையை எப்பிடி விரட்டலாமெண்டதைப் பறையட்டா?"

"பறையும் பறையும்!"

"உலகத்துப் பெண்கள் எல்லாருமொத்து நின்று ஒரு இருபத்தைந்து வருஷத்துக்கு பிள்ளைகளே பெத்துக்கிறதில்லையென்று ஒரு ஒத்தத் தீர்மானத்துக்கு வந்து பணிமறுப்புப் பண்ணினால்..."

மோவாயில் சுட்டுவிரலால் தட்டிக்கொண்டு பத்து செகன்ட்ஸ் மௌனமாக இருந்தார்.

"பின் கிழடுகட்டையெல்லாம் தம்பாட்டுக்குப்போய் மறைய உலகச் சனத்தொகை 'பக்'கென்று பாதியாகிடாதில்லை? அச்சுவேலிச்சந்தைத் திடலில தட்டிவான்காரன் கணக்கில ஸ்ரீலங்கன் எயர்லைன்ஸூம் லுஃப்தான்ஸாவும் ஃபிளைட்டுக்கு ஆள்பிடிக்க வந்துநிண்டு கூவுமில்லை? மனுஷர் பஸ்ஸில ரயிலில விட்டு வீதியாய் சாஞ்சிருந்து போகலாமில்லை? ஆஸூப்பத்தரியளெல்லாம் காலியாகிவிடுமில்லை? ரூபாய்க்கு நாலு கொத்தரிசி விக்குமில்லை. கொள்வாரில்லாமல் காய் பிஞ்சு சந்தையில காயுமில்லை?

தரப்படுத்தல் எல்லாம் மறைஞ்சுபோய் க.பொ.த. உயர்தரம் படித்தவனெல்லாருக்கும் பொறியியல் மருத்துவ வளாகங்களில் இடங்கள் காத்திருக்குமில்லை? பென்ஷன் எடுத்திருந்தாலும் பரவாயில்லை வாங்கடா வந்து படியுங்கடா வென்று பல்கலைக்கழகங்கள் தம் வாசல் கதவுகளை அகட்டி வைக்குமில்லை? வேலைக்கு வாங்கடா எம் தொழிலாளத் தோழர்களேயென்று முதலாளிமார் வீட்டுக்கே வந்து தோளில

கைபோட்டுக் கூட்டிப்போவாங்கலில்லை? கனக்கவேன் நாம கூப்பன் அரிசிக்கு கியூவில நிற்க வேண்டாமில்லை?

"ஆனால் அதைச் சாதித்து இம்முழு வையத்தையுமே குபேரபுரியாக்கும் அதிசயத்தையெல்லாம் செய்துவிடுவார்களா நம்மவர்கள்... மாட்டார்கள்! ஏனெனில் கெடுகிறோம் பந்தயம் பிடியென்று பந்தயம் கட்டி நிற்கும் மானிடர்களின் சமூகம் இது.

"இந்தப் பிள்ளைப்பெறுகிற அலுவலும் ஆயிரங்கன்று கடுவல்தரை கொத்துற மாதிரியொரு வில்லங்கமானவொரு விஷயமென்றால் எத்தினை பேர் இதிலை வினைக்கெடுவின மென்கிறன்?

"ஒரு தனிமனிதன் வளம்பெறுவதா எம் கனவு? யாம் பெற்ற இன்பம் இவ்வையம் பெற்றிடக் கனவு கண்டவனின் வாரிசுகளல்லவா நாங்கள்?

"நாம ஒற்றுமையாகவோ அடிச்சுக்கொண்டோ இந்தப் பிரபஞ்சத்தில வாழ்றதுக்கு ஒரேயொரு பூமிதான் இருக்கிறதால எம்மால் இங்கே அதிசயங்கள்தான் பண்ணமுடியா விட்டாலும் முடிந்தவற்றையெல்லாம் செய்து இவ்வுலகை செம்மையும் அழகும் சீருமாக்கலாம்.

"உண்ண உணவும் குடிக்க நீரும் உறங்க ஓர் இடமும் ஒவ்வொரு தமிழனுக்கும் சிங்களவனுக்கும் சோனகனுக்கும் சேர்த்தே கிடைக்க வேணும்.

"கிடைக்கும் கொஞ்ச உணவென்றாலும் நம் எல்லோருக்கும் பங்கிடப்பட வேண்டும், மீதமிருப்பது கவனமாகவும் நவீனமான முறையிலும் சேமிக்கப்பட வேண்டும்.

நாளைய மனிதனின் வளமான தரைகளிங்கு தரிசாகுது. கடலுக்குள் வீணாய் வடியும் மழை நீர் முழுவதும் தடுத்து நிறுத்திச் சேமிக்கப்பட்டுப் பயிர்ச்செய்கைக்குப் பயன்படுத்தப்பட வல்லவல்லபங்கள் பற்றிச் சிந்திக்க வேண்டும். குறைந்தபட்ஷம் மரவள்ளிக்கிழங்கு பயிராகவேண்டிய நிலத்தில் பீடிசிகரட்டுப் புகையிலை தேவைதானா என்று சிந்திக்க வேண்டுகிறேன்!"

4

முல்லைத்தீவு புதுக்குடியிருப்புச் சந்தைப்பகுதியில் இரு குண்டுவீச்சு கிபீர் விமானங்கள் குண்டுவீசித் தாக்கியதில் பாடசாலை மாணவர், பெண்கள் உட்பட 22 பொதுமக்கள் கொல்லப்பட 40க்கும் மேற்பட்டோர் காயமடைந்துள்ளனர்.

வீரகேசரி, ஒக்ரோபர் 1999

(எ)
போரின் பகைப்புலம் அறியாது
போர்ப்பரணி பாடும் பாட்டுக்காரர்கள்
எவரோ
அவரே ஈழம் இன்னமும்
எரிந்துகொண்டிருக்க
முதற் காரணி என்பேன் நான்.

"நிதி அமைச்சின் பொருளாதார மேம்பாட்டுச் சிறகத்தில் வேலை பார்த்துக்கொண்டிருந்தவர், தனிச்சிங்களச் சட்டம் வந்தபோது சிங்களம் படிக்க மறுத்து வேலையைத் தூக்கி எறிந்துவிட்டு வந்தவராம். பேச்சில பொருளாதார அக்கறைகள் சீர்திருத்தங்கள் தென்படுவது அதனாலாயிருக்கலாம். சதா சிந்தனைகளால் கருத்துக் கருவூலங்களால் ஓய்வு ஈவின்றி உந்தித் தள்ளப்பட்டுக்கொண்டிருக்கும் மனிதர் அவர். தெருவில் போகும்போதுகூட தீவிர சிந்தனையுடன்தான் நடந்துபோவார். எதிர்கொள்ளும் எவரையும் நேர்கொண்டு பார்ப்பதோ நின்று ஒரு வார்த்தை பேசமாட்டார். ஏதாவது கேட்டாலும் பதிலேதும் வராது. தனி ஒருவனுக்காக நின்றுவிடாத சூறாவளி. நெருக்கமான நண்பர்களோ உறவினர்களோ எவரும் எங்கும் இருப்பதாகவும் தெரியவில்லை. எதையும் பொருட்படுத்தாத எதிலும் நிலைகொள்ளாதவொரு வெள்ளாட்டுப் பார்வையுடன் அலையும் அவரை எந்த ஊரிலும் காணலாம். கண்களில் சுடரும் அதீத தீட்ஷண்யத்தையும் பிரகாசத்தையும் கூர்ந்து கவனிக்கும் எவருக்கும் அவரின் சித்தசுவாதீனத்தின் மேல் சந்தேகம் தோற்றலாம். அவர் சித்தரா அல்லது மூளையின் ஆணைகளை ஒருங்கிணைக்கும் மயூரோன் வேதிமங்களின் செவ்வியக்கமில்லா ஒருவராவென்று தீர்மானமாகக் கூறமுடியாது."

5

அம்பாறை மாவட்டம் புஞ்சி – சிகிரிய எல்லைக் கிராமத்தில் பெண்களும் குழந்தைகளுமுட்பட 56 சிங்களவர் வெட்டிக் கொல்லப்பட்டனர். விடுதலைப்புலிகள் இச்செயலுக்கு உரிமை கோராவிட்டாலும் சிங்கள மக்களும் ஊடகங்களும் சர்வதேச மன்னிப்புச்சபையும் இது விடுதலைப் புலிகளின் செயலேயெனக் குற்றஞ்சாட்டியுள்ளனர்.

வீரகேசரி, ஒக்ரோபர் 1999

1984. தீபாவளி, திருநெல்வேலி சனசமூக நிலையத்தின் கைப்பந்தாட்ட மைதானம்.

"பிரபஞ்சத்தில் அனைத்து இயக்கங்களும் நிகழ்வுகளும் ஏதோவொரு கணித இயற்பியல், வேதியியல் விதிகளுக்கமைய

நிகழ்கின்றன என்பது விந்தைதான். உயிர்த்திசுக்களில் நடைபெறும் பல இரசாயனங்கள்கூட உயிர் இரசாயனத்தின் கணித விதிகளுக்கு அமையத்தான் நடைபெறுகின்றன. இந்தக் கணித விதிகளும் சட்டங்களும் இப்படியிப்படி இருக்கின்றன என்ற இரகசியங்கள்கூட மனிதனாகக் கண்டுபிடித்ததுதான். கேள்வி என்னவன்றால் அந்த விதிகள் நித்தியமும் அநாதியுமானவையெனின் அவை கடவுளுக்குக்கூட வளைந்துகொடா. பரந்த பிரபஞ்சத்தின் பாட்டையும் படைப்பும் உற்பத்தியும் இயக்கமும் அதிசயங்களும் யாரோ ஒருவன் விருப்பத்தில்தான் நடைபெறுகின்றனவென்றால் அவன் தேவைக்கேற்ப விதிகளை வசைக்கவோ உடைக்கவோ வல்லவனாக இருப்பான். படைப்பில் உற்பத்தியில் இத்தனை கலைத்துவம் காணப்படுவது அதனாலாயிருக்கலாம். ஒரு ரோஜா மலர், ஒரு பெண், ஒரு கவிதை இதெல்லாம் சாதாரண சாதனங்களா? அச்சூக்குமச் சக்தியை அறிய இப்பிரபஞ்சத்தின் படைப்புக்குட்பட்ட எம் மூளையின் தகுதரம் போதாததாய்க்கூட இருக்கலாம். சேதன உடலின் ஆயுளுக்கும் மூப்புக்கும் மரிப்புக்குங்கூட ஏதும் கணிதவிதிகள் உளதோவென்று சந்தேகிக்க வேண்டியுள்ளது, ஒரு வேளை அதே விதிகள் பிரபஞ்ச இயக்கம் முழுவதுக்கும் சார்பும் ஏற்புமுடையதாயிருக்கலாம்.

அறிவியலில் வேடிக்கையாகச் சொல்வார்கள், மேற்கொண்டு அறிய முடியாதபோது விதிகள் செய்யப்படுமாம். தத்துவத்தில் மேலே பதில் தெரியாதபோது விளக்கந்தர இயலாதபோது ஆத்மீகப் பக்கத்துக்கு வந்திடறது அதாவது கடவுள் என்கிறது சரணாகதியடைகிறது எமக்கு வசதியாகிறது. சிந்தனை நின்றுபோகிறபோது பாமரத்தனம் வந்துசேர்கிறது.

நாம் உயிர்வாழ்வுளிகளாக இருப்பதால் நல்லதொன்றும் கெட்டதென்றும் சாதகமானதென்றும் பாதகமானதென்றும் நிகழ்வுகளை சிற்றறிவுக்கேற்றபடிக்கு நம் நலன்களை ஒட்டிப் பாகுபடுத்தி வைத்திருக்கிறோம். பிரபஞ்சத்தை ஒரு சூக்குமசக்திதான் வழிநடாத்துகின்றதென்றால் அதற்கு சுனாமி, போர், கொள்ளை, பூகம்பங்கள், பிரசவங்கள், கும்பாபிஷேகங்கள், பஜனைகள், மசூதியுடைப்புகள், மின்கம்பத் தண்டனைகள் எல்லாம் ஒன்றுதான். இப்பிரபஞ்சமே இயற்கை விதிகளைச் சதா மீறுகின்ற ஒரு கிளர்ச்சிக்காரனாய்க்கூட இருக்கலாம். ஆனா மனுஷன் தனக்குத்தானே கெட்டவனா மாறிக்கொண்டு வாறானே? காற்றில கரியைக் கக்கிறான் கந்தகத்தைக் கக்கிறான், வானத்தில ஓட்டை போடுறான். கடல்ல எண்ணையைக் கலக்கிறான், கதிர்வீசும் எச்சங்களைக் கொட்டுறான். இனிவரப்போகிற தலைமுறை மக்களும் வாழ ஏற்ற இடமாக இதைவிட்டுப் போகவேணுமே என்ற யோசனைதான்

கிஞ்சித்துமுண்டா? பூமியின் வெப்பநிலை ஒவ்வொரு நூற்றாண்டுக்கும் ஒரு டிகிரி ஏறிறதாம். இப்பவே கோடையில வெயில் நாறபத்தைஞ்சு ஐம்பது டிகிறிக்கு ஏறுது. சவூதிப்பக்கம் ஐம்பது அறுபது டிகிறி ஏற்கெனவே உண்டு.

கேத்தில்ல கொதிக்கிற தண்ணீரின் வெப்பநிலை நூறு டிகிறி. மனுஷன் தன் வாழ்க்கை முறையை மாற்றாமல் இந்த றேட்டில போய்க்கொண்டிருந்தானென்டால் தியறிப்படி இன்னும் ஐயாயிரம் ஆண்டுகளில அடுப்பேத்தாமலேயே பூமியில தண்ணி கொதிக்கும். அதுக்குள்ள இங்கை மனுஷன், பச்சை, பயிர்க்கொடி, மரமெல்லாம் பிழைச்சிருக்குமென்று எதிர்பார்க்கலாமா?"

6

1984 ஒரு பௌர்ணமி நாளின் மதியப்பொழுது.

அச்சுவேலி தொண்டைமானாறு வீதி அம்மன்கோவில் வெளிப்பிரகாரத்தில் இரண்டு மூன்று கல்லடுப்புகளில் பானைவைத்துப் பொங்கிக் கொண்டிருக்கிறார்கள் சிலர். உட்பிரகாரத்தில் மதியப்பூசைக்கு முன்னதாக இளம் பூசகர் ஒருவர் நவக்கிரகங்களுக்குப் பூசை செய்கிறார். அணில் அடிக்கப்போன நான்கைந்து உள்ளூர்ப்பையன்கள் மண்டபத் தூணருகில் பிரசாதத்துக்காகக் காத்திருக்கிறார்கள்.

வசந்தமண்டபத்தின் நிழல் விழும் பக்கமாக மைக்கை ஊன்றிய காசி அங்கு நடப்பவற்றை ஏளனம் கலந்தவொரு பார்வையால் நோக்கிவிட்டுத் தன் விரிவுரையை ஆரம்பிக்கிறார்.

(ஆ)

ஆதி பராசக்தி ஆளானது
ஆடிப்பூரத்திலாம்
அம்மா சொல்கிறாள்
ஆசிரியர் சொல்கிறார்
அம்மன்கோவில் ஐயர் சொல்கிறார்
அந்த அதிசயத்தை ஆர்வமாய்க் கவனித்து
உங்களுக்கறிவித்த அவ்
ஆதிமானுஷன்தான் யாரோ?

கல்யானைக்குக் கரும்பு குடுக்கிற மகாஜனங்களே... நீங்கள் படைச்சதெல்லாம் ஆச்சி அவுளும் விடாமல் தின்றாளே யென்றால் தினந்தினம் இப்படிப் போட்டி போட்டுக்கொண்டு பொங்கிப் படைப்பியளோ?

அல்லது சனியனுடைய படையலை நைவேத்தியத்தை வீட்டை கொண்டுபோகப்படாதெண்ட மாதிரி ஆச்சிக்குப்

படைச்சதை மானுடன் புசிக்கப்படாதென்றொரு வேதம் சொல்லிச்சென்டால் அப்பவும் டெய்லி நைவேத்தியம் படையல், பாயாசம், பஞ்சாமிர்தம், பூசை, புனஸ்காரமெண்டு சேட்டையள் விடுவியளோன்றன் ... என்ன பம்மாத்திது?

நீங்கள் படைக்கிறதைத் தின்று குடித்து உறங்கி விழிக்க கடவுளென்ன மனுஷனோ... அப்படியென்றால் அவன் ஒருநாள் இறந்தும் போகலாம். கடவுள் ஒரு நாள் இறந்திட்டானென்று சலங்கை கட்டாத ஒரு கீரி வந்து இரகசியமாய் உங்கள் காதில வந்து சொல்லுதெண்டு வைப்பமே அன்றைக்கு எத்தனை காரியங்களையெல்லாம் நீங்கள் செய்யலாம்.

இரவோடிரவாய் தோப்பு வாழைக்குலை அத்தினையும் வெட்டி நவற்கீரித்தோட்டத்து வெங்காயம் அத்தனையையும் கிளப்பிக் கொழும்புக்கு ஏத்தலாம். நல்லூர்க் காண்டாமணியைக் கழட்டிக்கொண்டுபோய் அரியாலை வார்ப்புப் பட்டறையிலை விக்கலாம்.

செல்லப்பாவின்ரை சவாரி மாடுகளை அவிட்டு இரவோடிரவாய் நாவாங்காளித் தரவையால சாய்ச்சுக்கொண்டு போய் சின்னக்கடையில இறைச்சிக்குத் தட்டலாம். நீங்க காசு கைமாத்துக் கடன் வாங்கின பேர்வழிகளெல்லாரையும் கை தட்டிக் கூப்பிட்டுவைச்சுக் காசு ஒண்டும் உங்களிட்ட நான் வாங்கேல்லை, திருப்பித்தரச் சரிப்படாதென்று சொல்லிவிடலாம்.

சிலசில விஷயங்களை நாங்கள் செய்யாமலும் விடலாம். 'பெரிசு'தானில்லையே?

இரவில பெரியப்பாவுக்கு முணுக்கிக்கொண்டுபோய் கால் அமுக்கிவிடுவாயில்லை. இனி அதுக்கெல்லாம் போகத் தேவையில்லை பார். நாட்டுச் சொத்தெல்லாம் இனி உங்கடை சொத்தென்று பிரகடனப்படுத்திவிட்டால் வேலை வெட்டிக்கெல்லாம் போய் மாயவேண்டாம் காண்...

வர்ணங்களைப் படைத்தவனும் நான், உயிர் சுமந்து திரியும் உடல்களைப் படைத்தவனும் நானே எனும்போது அந்தக் கூற்றுக்கொரு உள் நோக்கம் இருக்கல்லவா... அதாவது சக்தியுள்ளவன் எதையும் செய்வான், அற்பன் நீ சும்மா பார்த்துக்கொண்டிருக்க வேண்டியதுதான் என்கிற மமதை தெரிகிறல்லவா? ஜீவாத்மா பரமாத்வாவைப் பணியவேணும் அதாவது இன்னொருமாதிரிப் பார்த்தால் தன்னைத்தானே துதிக்க வேணும்.

கும்பிட்டால்தான் அருள் பாலிப்பேனென்று எந்தக் கடவுளாவது குந்தியிருப்பாரென்று நினைக்கிறீங்களோ... கடவுள்

ஒரு இலட்சிய ஆதர்ஷ புருஷன் என்றால்கூட சேவிச்சவன் துவேஷித்தவன் எல்லோருக்கும் நன்மை செய்யக்கூடிய மாபெரும் சோஷலிஸ்ட்டாக அல்லவா அவன் இருக்கமுடியும்?

கிரேக்க, எகிப்திய, இந்திய, சீனப் புராணக்கதைகளோ பைபிளிலோகூட அடக்கப்படுகிற மக்களின் கனவுகள்தான் அங்கு வெளிப்படுது. கஷ்டப்படறவன் கஷ்டப்படுவான் வானத்தி லிருந்து தேவதையோ தேவதூதனோ வந்து ரட்ஷிப்பார்களாம். அப்படி ரட்ஷிக்கப்படறதாகப் பிரசங்கிக்கிறதால ஒரு கனவு சுகத்தைத் தற்காலிகமாக வழங்குதல்.

மஜிகல் றியலிசத்தின் ஊற்றுக்கண் இவைகள்தான். இந்தக் கண்ணன் எவ்வளவொரு கனவு மனிதன். எத்தனை கோபியரை தொடுறான், கிள்ளுறான், தடவுறான், கொஞ்சுறான். எந்தப் பாத்திரமாவது ஒழுக்கத்தை மரபை எப்படி நீ மீறலாமென்று அவனைக் கேள்வி கேட்கிறதா பாருங்கள்.

மக்கள்தான் பாமரமென்றால் கடவுளென்று சுட்டப் படுபவர்களில்கூட அதைச் சமைத்தவர்களின் பாமரத்தனம்தான் வெளிப்படுகிறது.

அனைத்தும் அறிந்த கண்ணபரமாத்மா அந்தப் பாண்டவர் சேனாதிகளுக்காகத் துரியோதனன் பார்ட்டியிட்ட நாலு ஊரோ நாலு வீடோ கேட்டு ஊம்பி அலைந்தநேரம் பாஸ்போட்டுந் தேவையில்லை ஒரு புஷ்பகவிமானத்தில ஆட்களை அப்பிடியே குண்டுக்கட்டாய் தூக்கியேத்தி அமெரிக்காவுக்கோ அவுஸ்திரேலியாவுக்கோ கூட்டிக் கொண்டுபோய் மகுடஞ்சூட்டி விட்டிருக்கலாமில்லை? போரும் சூக்குமாய்த் தவிர்க்கப்பட்டிருக்கும் பின்னேபோன கொலம்பஸ் பார்ட்டிக்கு எங்க சனம் நமஸ்த்தே சொல்லிப் பூச்செண்டு கொடுத்து வரவேற்றிருக்குமில்லை?

சுத்திச்சுத்திக் கும்பிடுறியளே நவக்கிரகங்கள்... இதெல்லாம் வந்துதான் பூமியை ரட்ஷிக்கிறதா? சனி, ராகு, கேது, இது மூன்றுந்தான் இதுக்குள்ள மஹாதுஷ்ட நட்சத்திரங்களாக்கும். ராகு கேது பிரபஞ்சத்தில் மனித அறிவெல்லைக்குள் இல்லவே இல்லாத நட்ஷத்திரங்கள். எஞ்சியுள்ள சனீஸ்வரன்தான் புவியோரின் இத்தனை கஷ்டங்களுக்கும் காரணமென்பதை மனிதனால அறிவியல் ரீதியில் நிறுவமுடிந்தால் இன்றைக்குள்ள நவீன உயர்தொழில்நுட்ப வசதிகளால ஒருநூறு அணுகுண்டுகளை ஏவுகணைகளில வைச்சு ஒரே நேரத்தில் சனியனை அடிச்சமெண்டால் அவற்றை ஆட்டம் குளோஸ். பிறகென்ன பூமி அன்றைக்கே சொர்க்கமாவிடும்!

அதென்ன சூரியன், சந்திரன், செவ்வாய், புதன், வியாழன் சுக்கிரன், சனி, ராகு, கேது என்ற ஒன்பது கிரகங்களுந்தான் மனிதரைப் பாதிக்குதா?

பூமியும் பென்னாம் பெரியதொரு கிரகமாச்சே அது பாதிக்கிறதில்லையோ? பூமியும் மக்களைப் பாதிக்குதென்று எந்த சோதிடரும் சொல்றதில்லை. ஆனால், ஜப்பானில அடிக்கடி பாதிக்குதென்று பத்திரிகைகள் சொல்லுதே... அண்மையில குஜராத்திலயாம். இன்னும் கோடிக்கணக்கான கோள்கள் பிரபஞ்சத்தில இருக்கோய்..!"

7

(ஏ)

வாருங்கள் ஐயா... வந்திருந்து தாருங்கள்
தங்கள் வாக்குகளை
தந்தபின்னால்
பாருங்கள் நாம் படுகுஷியில்
'பஜேரோ'வில் போவதை
பசித்திருந்துதான்– ஓம்!

"கோயில்ல வந்து நாத்திகம் பேசிற பயலைக் கல்லாலை அடிச்சுக் கொல்ல வேணும்."

மாக்ஸியக் கொள்கைகள், கோட்பாடுகள் கொண்டதாகச் சொல்லப்படும் அரசியல் கட்சியொன்றில தமிழ்ப்பகுதியின் பிரதமப் பிரச்சாரகராகப் பணியாற்றியவர். ஆனால், தேர்தல், அரசியல் நாற்காலிகள், மந்திரிப் பதவிகளென்று பாராளுமன்றச் சகதியில் புரண்டுகொண்டிருந்த அக்கட்சியிடம் தமிழினப் பிரச்சனை தொடர்பான திட்டமான தீர்வுகளோ, அது தீர்க்கப்படவேண்டுமென்ற முனைப்போ இல்லாதது கண்டு தலைமையுடன் கருத்து முறுகல்கள் ஏற்பட்டுக் கழன்று வந்து ஏரிக்கரைப் பத்திரிகையில் செய்தி ஆசிரியரானவர். அரசு பத்திரிகையைக் கையகப்படுத்தியபோது வன்மையாக எதிர்த்ததோடு தொடர்ந்தும் அரசுக்கு ஊதுகுழலாயிருக்க மறுத்து வேலையை உதறிவிட்டு வந்தவர். அவருக்கு இத்தனை புரட்சிகரச் சிந்தனைகளும் துடிப்புமிருப்பது அதனால்தான்.

(ஆ)

அந்த மரம் வெகு அமைதியாக
நெடுங்காலமங்கே நின்றுகொண்டிருந்தது
தளிர்த்தும் துளிர்த்தும் ஓங்கி வளர்ந்து
கனிந்து நின்றது

பின்னர் யார்யாருக்கோ
குறிவைத்த குண்டுகள்
குறிப்பில் வீசிய ஷெல்கள்
அதன் உடலைத் துளைக்கத் தொடங்கின

தினமும் காயம்பல பட்டு
வலி சுமந்ததாயினும் உயிர்
பிழைத்து நின்றது அம்மாமரம்

பின்னர் வாழ்வு என்பது தினமும்
காயம் கண்டால் நோவு
குருதி குமுறல் என்றாச்சு

பழைய ரணங்கள் ஆறுமுன்னே
மீண்டும் புதியபுதிய ரணங்கள்
தலைமைக் கிளையும்
சிறுகிளைகளும் மடிந்து கருகி
பட்டுவிட மூலவேரில்
கொஞ்சம் உயிரைத்தாங்கி
நொந்து முனகிக்கொண்டே
கோமாவில் இருந்தது பலகாலம்

பின்னர் ஒருநாள் காலை
அதன் மரணம் அறிவிக்கப்பட்டது

அதன் உறவுகள் பல கோடி
அம் மாமரத்தின் பெயர்
மனிதம்.

இப்போதெல்லாம் கோவில் மதியபூசை முடிந்து ஐயரோ கோவில் முகாமையாளரோ பிரதான கதவைப் பூட்டிவிட்டு வீட்டுக்குப் போன பின்னால் மகாமண்டபத்தில் ஒரு பக்கமாகத் தமது அலுப்போடும் கவலைகளுடனும் முழங்கையைத் தலைக்கணைத்துத் தூங்கிக்கொண்டிருக்கும் மேளக்காரர், கோயில் சேவகம், பண்டாரம், பிச்சைக்காரர், பொழுதுபோகாத கிழடு கட்டைகளுக்கு நடுவில் காசியும் தன் துண்டை விரித்துப் படுத்திருக்கிறார்.

“கதிர்காமமென்றாலும் கால் நடையாய்ப் போற மனுஷனை அன்றைக்குச் சாவகச்சேரி சுன்னாகம் 759ஆம் நம்பர் பஸ்ஸூக்கை பார்த்ததும் ஆச்சரியமாய்ப் போச்சு. பஸ் நவற்கீரி, தோப்பு, ஈவினை, புன்னாலைக்கட்டுவன் தோட்டத்து வாழைக்குலைகள், கிழங்குச் சாக்குகள், வெங்காயப் பூப்பிடிகள் நிரம்பின பஸ்ஸூக்குள்ள குன்னக்குடி வைத்தியநாதனை மாதிரியொரு கோமாளித் தோற்றத்திலை செழிக்க வெத்திலை போட்டு கையில துவரங்கழியோடையிருந்த கோலத்தைப் பார்க்க கிழக்கூரிலிருந்துவந்த மாட்டுப் புறோக்கரைப் போலவுமிருக்கு.

சால்வை முடிச்சுக்குள்ளே இருந்த மில்க்வைற்சோப்பும் நிறையப் புதினப் பத்திரிகைகளும்.

பஸ் ஓடும்போது வெளியே பார்த்துச் சிறு குழந்தையைப் போலக் குதூகலித்தார். சிலவேளைகளில் யாரும் சற்றே காதைக் கூர்மைசெய்துகொண்டு கேட்டாலே புரியுமளவுக்கு மெல்லிய குரலில் தன் பாட்டுக்குப் பேசிக்கொண்டிருக்கிற மாதிரியிருக்க அவர் பின்னாலே போய் இருந்துகொண்டு காதை முன்னுக்கு எறிஞ்சன், சொல்றார்:

"மழைபெய்துதெண்டால் நாலு மரவள்ளிக்கிழங்கிழுக்கலாம்."

"கீரைக்கறியென்றால் நாலுவாய் கூடத் தின்னலாம்."

"ஐயா பச்சைச் சேட்டுப் போட்டிருக்கிறார். பச்சைச் சேட்டு இவரும் போடலாம் எவரும் போடலாம்."

"கடுவனென்றால் பின்னே மைனர் சங்கிலி வேணுந்தானே?"

"நாய்க்கு எங்கங்கத்தையான் செருப்பும் காப்பும், எல்லாம் சும்மாதானே போகுது?"

"நரைச்சாலும் மீசைவிடலாம்... பாதகமில்லை"

"நீர் உலக்கையாற்றான் கோமணங் கட்டுவேன் என்கில் யாமென் பறையும் பராபரமே?"

"பார்லிமென்டில நேத்து அமுதர் உந்த முக்கு முக்கியும், சுன்னாகச் சந்தையில இன்றைக்கு தேங்காய் விலை ஏறித்தானே காணும் போச்சு!"

கட்டைவிரலை ஆட்டிச் சொன்னார்

"ஒன்றுஞ் செய்ய முடியாதோய்!"

பஸ் ஒரு தரிப்பில நிற்கவும் இறங்குபவர்களையும் ஏறுபவர்களையும் சுவாரஸ்யத்துடன் பார்க்கிறார்.

'ஐயா சங்கையாய் வெளிக்கிட்டிட்டார்... இன்றைக்கு எங்கேயோ சொற்பெருக்கு இருக்குப்போல'

யாரோ இவர்மீது 'கொமன்ட்' அடித்துவிட்டுப் போனதை அவர் கண்டுகொள்ளவேயில்லை.

"காசி சொன்னது சரி, சொன்னது பிழை."

8

1987. நாட்டில் மா, அரிசி, சீனிக்குப் பெரும் தட்டுப்பாடு. மக்கள் எதற்கும் நீண்ட வரிசைகளில் நின்ற நாட்களில் அதிகாலையில் ஒரு வெதுப்பகத்திற்கு முன்னால்.

“பேரீஞ்சு எந்த நாட்டிலிருந்து வருகுது?”

“ஈரான் அன்ன மத்திய கிழக்கு நாடுகளிலிலேயிருந்து வருது.”

“மெத்தச் சரி மக்காள், அந்த அறிஞருக்கொருக்கால் கைதட்டுங்கோ. போதும் போதும்... நெஸ்பிறே என்றாலும் அதிலேயே பிட்டவிச்சுக் காட்டவல்ல என்னரும் தமிழினமே எங்கள் மண்டூச்சம் பழத்திலை ஜாம் செய்து நாங்கள் ஏன் அவங்களுக்குத் திருப்பி அனுப்பப்படாது? போகட்டும்... முட்கிழுவை பூவரசங்குழையை எத்தினைபேர் சப்பியிருக்கிறியள்? இதுகள் மனுசரும் சப்பக்கூடிய கசப்பில்லாத இலைகுழைகள். அதுகளிலை பாருங்கோ விலங்கினம் புசித்துப் பிழைக்கக்கூடிய ஏதோ ஒரு கூறிருக்கில்லை? அதைப் பிரிச்செடுத்து மனுஷன் சாப்பிடக்கூடிய ஒரு உணவை நாம் தயாரிக்கும் வல்லபங்கள் பற்றிச் சிந்திக்க வேண்டி சிந்திக்கவல்ல மக்களிடம் இத்தால் விண்ணப்பிக்கின்றேன்!

“வாழையென்றால் அதன் குலையை வெட்டிப்போட்டு மரத்தைச் சாய்த்து விடுகிறோமே... அதன் குருத்தை எத்தனைபேர் சாப்பிட்டிருக்கிறியள்? அதன் கிழங்கை எத்தனைபேர் சமைத்துப் பார்க்க முயற்சித்திருக்கிறீர்கள்.

“சீன மக்கள் அங்கே மண்டியாய் வளரும் மூங்கில் குருத்துக்களை ஆய்ந்து சீவி அதில் கறி சமைத்து உண்கிறார்கள் தெரியுமோ?

“மக்களே முட்கிழுவை பற்றிச் சிந்தியுங்கள். நெல்லிக்காய் மாதிரியான அதன் காயை யார் சுவைத்துள்ளீர்கள்? அதன் இலையிலும் காயிலும் உணவு செய்யலாம். முட்கிழுவம் இலை தின்ற எந்த ஆடாவது செத்துப் போனதுண்டா? இப்போ அதைச் சாப்பிடுவதில் மக்களுக்கு என்ன தயக்கம்?

அறிஞர்களே விவசாயப் பெருமக்களே உங்கள் பகுதி நிலத்தடிநீர் உவர்ப்பாகவுள்ளது என்று கவலை கொள்கிறீர்களா? நம்புங்கள். குரக்கன், எள்ளு, சாமை, கம்பு உவர் நீர் பாய்ச்சினாலும் நன்கு வளரும். எரியாது; கருகாது; விளையும். உண்மை... உண்மை... உண்மை... மக்களே பரீட்சித்துப் பாருங்கள். நாங்களெல்லாம் எத்தனையெத்தனை எம்மரபுத் தானியங்களைக் கைவிட்டுவிட்டோம்?

அறிவியல் வளர்ச்சி, தொழில்நுட்பமென்று என்றைக்கு மனிதன் விவசாயத்திலும் கைவைச்சானோ அன்றைக்கே மனுஷன் நாக்கு செத்துப்போச்சு.

அறிவியல் இயந்திரங்களைக் கொண்டுவந்தோம், இயந்திரங்கள் இலாபத்தைக் கொண்டுவந்தன, இலாபங்கள்

மனிதனை விலங்குகளின் திசையில் வளர்த்தன, விலங்கான மனிதன் மீண்டும் போரிடலானான்.

ஒவ்வொரு மனிதனின் இரத்தத்திலும் நானே மற்றவனைவிட மேம்பட்டவன் என்ற கர்வம் ஏதொவொரு வீதத்தில கலந்திருக்கு. உலகத்திலேயே நிற, சமய, இனக் கருத்துபேதக் குரோதங்களால் தன்னினத்தையே அழிக்கின்ற ஒரே விலங்குக்குழு மனிதன்தான். மனிதனுக்குமேல் மனிதன்; குடும்பத்துக்குமேல் குடும்பம்; ஜாதிக்குமேல் ஜாதி; சமூகத்துக்குமேல சமூகம்; இப்பிடியே போய் நாட்டுக்குமேல் நாடு என்றாகி ஒரு நாட்டின் மேல் இன்னொரு நாடு அணுகுண்டை வீசிப் பூமிப்பந்தை மனுஷன் உடைக்கிற நாளில கடவுள் இருந்தால் அவருக்கும் ஒரு குண்டு கிடைக்கலாம்.

மனிதன் தனக்குத்தானே பகைவனானான்.

பகையை வளர்த்ததால இழப்புகளைத்தவிர இங்கு எதைக் கண்டோம்? சாமானியனுக்கு வாழ்க்கையில பிடிப்புவர என்ன இருக்கிந்த நாட்டில?

ஒரு வேட்டை உண்டா. வெடியுண்டா? மானுண்டா ஒரு மரையுண்டா? காடையுண்டா கௌதாரியுண்டா? ஒரு காட்டுக்கோழி தன்னும் கண்ணால காணவுண்டா? கைக்குத்தரிசி எங்கே? எம் மணம் வீசும் நல்லெண்ணெயெங்கே? பங்குனிப் பனங்கள்ளெங்கே? வெள்ளைப்போத்தல் வெட்டிரும்பெங்கே?

ஒரு வாளை, விளை, பாரையுண்டா ... நண்டு, இறால் கணவாயுண்டா ...?

முழுகினாக்கூட ஒரு கருவாட்டுத் தீயலில்லை, தாவடிப் புகையிலையை நினைச்சுப் பத்த ஒரு கோடாச்சுத்து தானுமில்லை, வாழ்க்கை வக்கில்லையெண்டு ஆகிப்போச்சு. பின்னாலும் எதற்கிந்த உலகத்தில வாழவேணுமென்டுறன்?"

9

பின்னிலவில் பிஞ்சுநிலா தோட்டத்து வடலிக்கு மேலால தேய்ஞ்சிருந்தும் எழும்பிநிக்குது. மணி இரண்டென்றாலும் இருக்கும்போல. அல்வாய் அம்மன் கோவில் சகடையில் காசி படுத்திருக்கிறார்.

யானைத்தந்தம் போலே – பிறைநிலா
வானிலே ஜோதியாய் வீசுதே ...!
தேவ அமுதம் நீரே – கலைமணி
பூவிலே அசையாமலே வண்டு தூங்குதே
உந்தன் கன்னம் தன்னில்
அந்தி வானம் மின்னுதே

உங்கள் ரூபம் எந்தன் கண்ணில்
வந்து கொஞ்சுதே
யானைத்தந்தம்போலே ...!

“நிலவிலதான் பாலிருக்குத்தான் ஆனாலும் வயித்தில பசியிருக்கே. இதென்னொரு புதுப் பிரச்சனை?

“எப்ப கடைசியாய் சாப்பிட்டனான்? ஒன்றும் நினைவுக்கு வரமாட்டனெண்டுது.

தோசை தின்ன ஆசையாகுதே
தோசை தின்ன ஆசையாகுதே
நெய் சுடச்சுட ... நீ தரத்தர

கடைசியொரு தேத்தண்ணியென்றாலும் அடிச்சால் ... இனியெங்கத்தையான் தேத்தண்ணி குறைஞ்சது கொஞ்சம் பழந்தண்ணி ... ம்ம்ம் ... சோத்துக்கு வழியில்லாட்டா சோஷலிசம். எல்லோருக்கும் சோத்துக்கு வழியிருந்திருந்தால் இந்த இசங்கள் அவ்வளவா எடுபட்டிராதென்றன்.

மனமோகனாங்க வதனி ...
உன்னைக் காணும்பாக்யம் வருமோ ...
உன்கையால் தோசைதின்னும் பாக்யந்தான் வருமோ?

“ஒவ்வொருவருக்கும் ஒவ்வொரு உறுப்பாலே சக்தி வெளிப்பட வேண்டுமென்று படைப்பிலயிருக்காம் ... இந்தக் காசிக்கு அது வாயாலபோலக் கிடக்கு ... இல்லாட்டிக்கு பிரசங்கங்கள் முடிச்சிட்டு வந்தும் இந்தச் சாமத்தில கோயில் சகடைக் கொட்டிலுக்கையிருந்து பாட்டெழுப்புதே.”

“விழித்திருக்கும் நேரம் முழுவதும் ஜனித்திருக்கும் சிந்தனைகள், ஆனால், வயிறு பசியாயிருக்கும் ... அதுதான் பாட்டெழுப்புதுபோல.”

“ஏதாவது கொடுக்காதையுமன்?”

“ம்ம்ம் ... அன்றைக்கொருநாள் காசி கொஞ்சம் பால்கஞ்சி குடியுமன் என்றன் ... வேண்டாம் அக்காத்தை ... இப்பத்தான் இடியப்பப் பிரியாணி சாப்பிட்டனெங்குது, திமிர்தானே?”

“திமிரல்ல உண்மை பேசியிருக்குது ... நல்லா வாழ்ந்த மனுஷனப்பா. ஒருநாள் மோட்டோசைக்கிள்ல கோப்பாய்க்குப் போட்டு வாறன், வல்லைவெளிப் பாலம் தாண்டிவர றோட்டருகில ஒரு முனியப்பர்கோவில் இருக்கு தெரியுமே, அதில மைக்கை ஊன்றிப்போட்டு சிலம்பு காட்டும் நன்னெறிகள் பற்றி ஆய்வுரை நடக்குது. அந்தப் பிராந்தியத்திலயே ஒரு சனஞ்சாவட்டையில்லை, ஒருமணி வெயில்ல கானல்

பாய்ந்துகொண்டிருக்கு, பைக் பன்னியர் பாக்கில இருந்தவொரு ஒறேஞ் பார்லியைக் கொடுத்திட்டு வந்தனான் தொண்டையை நனைக்கட்டுமென்று. குறை இன்ன உறுப்பிலதான் என்று தெரிந்தும் எந்த டாக்டருமே தன் கத்தியை நுழைத்துச் செப்பனிட்டுவிட முடியாத உறுப்பான மூளையில ஏதோ மெல்லிய பிசகு, அதுதான் இப்படி ஆளை மக்களில்லாத அரங்குகளில் சொற்பெருக்காற்ற வைக்குது. ஆளுக்கு எந்தவூரென்று ஊகிக்கிறதும் வல்லை. தீவகப்பகுதி, ஊர்க்காவற்றுறை, வலிகாமம் கிழக்கு, தெற்கு, வடமராட்சி, பச்சிலைப்பள்ளி வழக்கிலுள்ள அத்தனை வார்த்தைகளும் அவர் விரிவுரைகளில் கலந்துகலந்து வரும்."

"அதுகள் வரட்டும்... நீங்கள் ஏதோ பிளானோட இடுப்பை இறுக்கிறமாதிரிக் கிடக்கு, இஞ்சை வேர்த்துக்கொட்டுதப்பா... சும்மா தள்ளிப் படுங்கோ."

10

விடுதலைப்புலிகளை சமாதானப்பேச்சுவார்த்தை மேசைக்கு அழைத்துவந்து இந்த முடிவில்லாத போருக்கு ஒரு முடிவு எட்டப்பட வேண்டும். அன்றேல் ஒடுங்கிவரும் பொருளாதாரச் சிதைவிலிருந்து நாட்டைக் காப்பாற்றவே முடியாது.

– ஜனாதிபதி சந்திரிகா.

"பெரியவர் தமிழ்த் தேசிய விடுதலை நிதியாக அரிந்து வைச்சிருக்கிறதில இரண்டாயிரம் கல்லுத்தாங்கோ."

"தம்பியவை லேசாய் சொல்லிவிட்டீங்கள் இரண்டாயிரமெண்டு, இவ்வளவு கல்லை அறுத்தவரையில ஒரு மனுஷனுக்கு இருந்திருக்கக்கூடிய உழைப்பைப் பற்றி யாரும் கணக்கிலெடுத்ததாய் தெரியேல்லை, சின்னப்பிள்ளை கணக்காய் பேசிறியள்."

"இது மேலிடத்து உத்தரவாக்கும்."

"நீங்கள் எல்லாத்துக்கும் மேலிடம் மேலிடமென்று சும்மா மேலமேல கையைக் காட்டிக்கொண்டிருங்கோ... உங்களுக்கும் மூளையிருக்கு, கொஞ்சம் யோசிக்க வேணும். ஒரு அரசாங்க சேவையாளன் தன் ஆயுள் முழுத்திலுக்கும் ஒரு லட்சம் ரூபாய் சேமிக்கிறதெண்டது எத்தனை வல்லையானதொரு காரியம். ஓய்வுபெறுகிற வயதில இனிப்பெரிசாய் வங்கிக் கடனுகளும் எடுக்கேலாது. என்னுடைய ஆயுள் சேமிப்பில கூட்டியெண்ணி ஒரு அறுபத்தையாயிரம் ரூபாவுக்குச் சீமெந்து மணல் வாங்கி கூலிகொடுத்து நாலாயிரம் கல்லறுத்து வைத்திருக்கிறன் மூன்று

அறையில சின்னதாய் ஒரு வீட்டுக்கும் மட்டுமட்டாய்த்தான் வரப்போகுது . . . அதில நீங்கள் இரண்டாயிரம் கல்லு வேணுமென்று நிற்கிறது பெரும் அடாத்து, பெரும் அநீதி. என்ரை நிலமைக்கு அதுவே அதிகம் எண்டாலுங் கிடக்கட்டு . . . ஒரு இருநூற்றம்பது கல்லுத் தாறன், சந்தோஷமாய் கொண்டுபோங்கோ.”

11

(அ)

குரல் எடுத்ததோர் குயில் படுத்தது
குமிறி நின்றதோர் குரல் படுத்தது
தரமறுத்திடும் உரிமை பெற்றிடத்
தன் வயிற்றிலே போர் தொடுத்தது

உரமெழுந்தினித் தடை உடைக்குமாம்
உயிர் பிரியமுன்னிது நடக்குமா!
வரமறுப்பவர் வருகை கூடுமா!
வலைவிரித்தவர் படைகள் ஓடுமா!

நெஞ்சிலாடிடும் கனவு வாடுமா?
நினைவிழந்திடும் பிள்ளை மீளுமா
அஞ்சிவாழ்ந்தவர் அரசு ஏறவா?
அனலிலாடிய வேங்கை சாகவா?
நஞ்சு தின்றிட அஞ்சிடாதவன்
நல்லை வீதியில் பாடை ஏறவா?
வந்து பாரடா வந்து பாரடா
வாட முன்னொரு சேதிகூறடா!

“சிங்களம்கூடத் தொன்மையான மொழியான பாலியிலிருந்து மருவிவந்தது. அழியும் ஆபத்திலுள்ள மொழிகளிலொன்று. ஆய்வுகள் மேற்கொள்ளப்பட வேண்டிய கணினிவயப்படுத்த வேண்டிய மொழி. இதையிங்கு பப்ளிக்கிலை சொல்லிப்போட்டு உயிரோடை வீட்டை போறதெண்டது வல்லை.

“இந்தப் பிரபஞ்சவெளியின் வியாபகத்துக்குப் பூமியின்ரை பெருப்பம் பத்தாது. இருபத்தையாயிரம் கிலோமீட்டர் சுற்றளவில பண்ணினதை இருபத்தைந்து லட்சம் கிலோமீட்டரில பிடித்திருந்தால் எவ்வளவு சோக்காயிருந்திருக்கும்?

ஒவ்வொருத்தருக்கும் ஆபிரிக்காக் கண்டமளவுக்குக் காணி இருந்திருக்கும். என்றாலும் அப்பவும் மனிஷன் எல்லைச் சண்டை பிடிச்சுத்தானிருப்பான். மற்றது இந்த ஏ–9 றோட்டின்ர நீளத்துக்கு அகலம் துண்டாய் பத்தாது, தமிழீழம் கிடைச்சவுடனே வாற ஆட்சியாளர்கள் இந்த விஷயத்தை மனங்கொண்டு ஆவன செய்ய வேண்டும்.”

(ஆ)

சித்தார்த்தா துணிவிருந்தால் உனக்கு
புத்தூரில் வந்து மீண்டும் பிறந்து பார்
அப்போதும் உன்னைக் கெமுனுவின் வம்சம்
சப்பாத்தால் நசித்துக் காயடிக்கும்.

"பிரபஞ்சம் எவ்வளவுக்குத்தான் வியாபிக்கிறதோ அல்லது எங்கதான் முடிவற்றுப் போய்க்கொண்டிருக்கிறதோ என்று யோசிக்கலாமென்றால் இந்த ஆமியில இயக்கங்களில இருக்கிற இளசுகள், இளவலுகளைப் பற்றிய சிந்தனையும் கவலையுந்தான் குறுக்ககுறுக்க வந்து மனதைக் கவ்வுது."

(எ)

அகதி வாழ்வில்
அருவருப்பொன்றும்
அவ்வளவாயிருந்ததில்லை
வாயுள் சலங்கழித்த
சமாதானச் சிப்பாயின்
மூத்திரப் போக்கியை
கடித்தெடுக்காத இயலாமையைவிட

"அருமை ஆமிச் சகோதரர்களே. சிப்பாய்களே... அதிகாரிகளென்று பட்டைகள் சூடிக்கொண்டுள்ள மாத்தையாமார்களே... ஏவலில் குதறப்பாய்கிற விசுவாசமிக்க வேட்டைநாய்கள் நீங்கள். வறுமையில வயித்துப் பிழைப்புக் காகச் சீவியத்தைக் கொண்டுநகர்த்த வேறு வழிதெரியாமல் கொஞ்சம்போல இனத்துக்காகப் போராடுகிறோமென்று வந்து அநியாயத்துக்கு மரித்துப்போகின்ற உங்களின் மரணங்கள் எங்களைப் பாதிக்குது. எல்லாக் குழந்தைகளைப் போலவுந்தான் பிறந்தீர்கள். பாம்பையொத்த அறியாமையையும் ஆபத்தையும் உங்களுக்கு எப்படி இந்தச் சமூகம் தந்தது? எப்படித்தான் கோணேஸ்வரிகளும் கிருஷாந்திகளும் கனீற்றாக்களும் உங்கள் சகோதரிகள் அல்ல என்றானார்கள்? குழந்தைகளும் தாய்மாரும் பெரியவர்களும் நிறைந்த ஒரு அப்பாவிச் சமூகத்தைத் தூங்கவிடாமல் ஷெல் அடிப்பதில் சந்தோஷங்கொள்கிற மனது எப்படித்தான் உங்களுக்கு வாய்த்தது?"

(ஊ)

சதைக் குவியலாய்
சிதைந்து கிடக்கிறது
சூரியன்

வான வெளியெங்கும்
சிதறிக் கிடக்கிறது
இரத்தம்

இந்த அதிகாலைப்பொழுதில்
குண்டுப்பொதியுடன்
சூரியன்மீது
பாய்ந்த பாலகன் யார்?

"சூ... மந்திரக்காளி விளையாட்டுக்களால் எமது விலங்குகள் ஒன்றும் அறுந்துபடப்போவதில்லை என்பது எம் பின்னாலுள்ள நீண்ட சரித்திரம் தந்த பாடம்."

(அ)

காந்தி தத்துவம் தோல்வி கண்டதால்
கையிலே துவக்கேந்தி வந்தனம்.

"எல்லோருமே போர்க்களத்துக்கு வந்துவிட்ட பின்னால் இவ்வளவு காலம் தாழ்த்தி 'எதிரியை நேசி' என்கிறது எவ்வளவு தூரம் எடுபடும்?

"உண்மை விடுதலையின் உபாசகர்களே சொல்லுங்கள் ஆயுதங்களை வீசிவிடுகிற நேரமா இது? எமது இத்தனை தியாகங்களுக்கும் தற்கொடைகளுக்கும் விலை இதுதானா? ஆயுதங்களை வீசிவிட்டால் எம் போராட்டம் எத்தனை ஆண்டுகள் பின்னோக்கிப் போய்விடும் என்ற பிரக்ஞை இல்லாமலா பேசுகிறீர்கள்? போர் வேண்டாமென்றால் அடுத்த அடியை எப்படி எங்கே வைப்பது? போராடாமல் இனியொரு விடுதலையை எப்படிச் சாதிப்பதென்றதைக் கூறாதவரையில் உங்கள் கோறைக் கருத்துகளை ஏந்திவரும் கவிதைகளும் நிரம்பலற்ற பொட்கோளங்களே!

என்னென்ன அராஜகங்களையெல்லாம் பண்ணலாம் எனக் காத்திருக்கும் ஒரு இனவாத அரசு, ஆயுதங்களையும் வீசிவிட்டோமோனால் என்னவென்ன வன்முறைகளை யெல்லாம் எம்மீது கட்டவிழ்த்துவிடும்? எம் இருப்பு மேலும் எவ்வளவு பாதுகாப்பற்றதாகிவிடும்? கரந்தடிப் போராட்டத்தில் இறங்கிய ஒரு கூட்டத்தை வெல்வது இலகுவல்லவென்பது அரசுகளுக்குப் புரியாததா என்ன? பேச்சுவார்த்தைகள் என்னதான் பம்மாத்தென்றாலும் அதுவரையாவது அரசை இறங்கி வரவைத்தது இளைஞர்களின் தியாகங்களும் அவர்களிடம் வாங்கிய அடிகளுமில்லாமல் வேறென்ன?"

(எ)

புல்லின் நுனியில் ரத்தம்
மொட்டவிழ்ந்த மல்லிகை இதழில் ரத்தம்
தாமரை பூக்கும் குளமெல்லாம் ரத்தம்
குழந்தைகளின் தொட்டில்களில் ரத்தம்
பாடும் மீன்களின் வாய்களில்
மனிதத் தசைத் துண்டம்

ராவணன் இறந்துவிட்டான்
அவன் வில்லனும் இறந்துவிட்டான்
இன்னமும் ஏன் எரிகிறது
இலங்காபுரி ?

"எல்லா இயக்கங்களும் உட்கார்ந்து பேசி இந்தப் போருக்கான ஒரு வியூகத்தை வகுத்திருக்கலாம். போராடப் புறப்பட்ட அத்தனை புயல்களையும் இணைப்பதற்கு எந்த சக்தி உளச்சுத்தி யோட முயன்றது?

வன்னி, யாழ்ப்பாணத்தில புலிகள் நின்றுகொண்டு மட்டக்களப்பைப் புளொட்டுக்கும் திருகோணமலையிலை மன்னார் நெடும் எல்லையை ரெலோ, இபிஆர்எல்எஃப்பு, ஈறோஸூம் பங்கிட்டிருந்தால் எப்பிடி நுழைவான் எதிரி? இயக்கங்களிடையேயான மோதலில் பலியானது உயிர்கள் மட்டுமல்ல எவ்வளவு ஆயுதங்கள் மண்ணுக்குள் மண்ணாகிப்போச்சு?"

"கேட்க நல்லாத்தானிருக்கு. ஆனால், ரோவின்ரை எலும்புக்காகச் சுத்திக்கொண்டிருந்த கூட்டத்தை நம்பி எப்பிடிப் பின்னால போறதென்றன், தக்க சமயத்தில காட்டிக்கொடுத்துக் காலைவாரிவிட்டாங்களேயென்றால் எங்கட தயாரிப்புகள் நாசமாகிப் போகாதா?"

12

நாகர்கோவில் மகாவித்தியாலயத்தில் அரச விமானப்படை குண்டு வீச்சு. 22 மாணவச்செல்வங்கள் கோரப்பலி

வீரகேசரி, செப்டெம்பர் 1995

"என்ரை வீட்டிலேயே நல்லகாரியம் பண்ணியிருக்கிறியளே தம்பியவை. சமாதானமாகிப் போறமாதிரிப் போட்டு நடுச்சாமத்தில திரும்பிவந்து கொள்ளைக்காறர் மாதிரி வேலியை வெட்டி முழுக்கல்லையும் அள்ளிக்கொண்டு போயிருக்கிறியளே இது நியாயமா? கண்டிப்புக்குப் பேர்போன இயக்கம் என்றுபேர் இருக்கு உங்களுக்கு, இப்படியான செயலுகளால அதையும் கெடுத்து அபகீர்த்தியைச் சேர்க்காதையுங்கோ. கல்லுகளைத் திருப்பித் தாங்கோ ராசாவை."

"நாங்கள்தான் எடுத்தது. ஆனா எடுத்ததொன்றும் உடனே திருப்பித் தாறதுக்கில்ல. எங்களுடைய எல்லா வளங்களையும் பயன்படுத்தி இந்தப் போராட்டத்தில நாங்கள் வெற்றி பெறவேணும். தமிழீழம் கிடைச்ச உடனே அவரவர் பொருட்கள் அவரவர்களிடம் திருப்பித் தரப்படும்."

"இதொரு மனிதஉரிமை மீறலாக உங்களுக்குப் படவில்லையா, இந்த லட்சணத்தில களவெடுத்தவனைக் கம்பத்தில வைச்சுச் சுடுகிற உரிமையை உங்களுக்கு யார் தந்தது? விபச்சாரக் குற்றம் செய்ததாகச் சந்தேகிக்கப்பட்ட பெண் காணாமல் போறது, பெரிய தர்மப் பிரபுக்கள் இவை."

உங்களில் ஒரு பாவமும்
செய்யாதவன் எவனோ அவன்
இவள்மேல் முதல் கல்லை விட்டெறிவதாக!

– இயேசு கிறிஸ்து.

"களவு எடுத்த யாருக்கும் நாங்கள் மரணதண்டனை தரேல்ல... எங்களைக் காட்டிக் கொடுத்தவைக்கும் கால்தடுக்குப் போட்டவைக்குந்தான் தண்டனை கொடுத்தனாங்கள். இன்னும் இது விஷயமாய் விவாதிச்சு ஆதாரமில்லாத பேச்சுக்காகத் தண்டனை பெறப்போறீர்... எங்கள் பிரதேசப் பொறுப்பாளரிட்டை விஷயம் போச்சேயெண்டால் கதை கந்தலாய்விடும். வயசான மனிஷனேயெண்டு பார்க்கிறேன், மரியாதையாய் பொத்திக்கொண்டு மாறும் பார்ப்பம்."

(அ)

இங்கு ஓர் மலர் வாடுகின்றதே
இதய நாடிகள் ஒடுங்குகின்றதே
தங்க மேனியைச் சாவு தின்னுதே
தரணியாடிய மேனி சோருதே
பொங்கி நின்றவன் பேச்சடங்குதே
பொழுது சாயுதே பொழுது சாயுதே
வந்து பாரடா வந்து பாரடா
வாடமுன்னொரு சேதி கூறடா
சுற்றிவர நின்று சுழன்றடித்த புயற்காற்று
பற்றியெரிகின்ற பசி வயிற்றோடிருக்கிறது
பேரிடியாய் நின்று பொழிந்த மழைமேகம்
நீரெதுவுமின்றி நினைவிழந்து கிடக்கிறது
உண்ணாமலிங்கு உரிமைப்போர் நிகழ்கிறது
கண் மூடப்போகின்ற கற்பூரம் எரிகிறது
தேர் ஓடுகின்ற தெருவினிலே
புலியொன்று போராடிக்கிடக்கிறது
புனிதப்போர் நிகழ்கிறது
குண்டு பட்ட குடலோடு குரல்கொடுத்த
குயிலொன்று இன்று பட்டுப்போகிறது
இளவயதில் முடிகிறது

13

1999, தரவை, நீர்வேலி கண்ணாடித் தொழிற்சாலைக்குப் பின்னாலுள்ள குளக்கட்டுச்சரிவு. காசி ஏதும் வயித்தைக்

கலக்கியதால காலகழுவப் போயிருந்திருக்கலாம். மைக் ஊன்றியாகிவிட்டது. அங்கிருந்து தென் கிழக்கே பார்த்தால் செம்மணி தெரியும் வாய்க்கால்த் தரவை வெளி.

"சகோதரர்களே உங்கள் இலட்சியம் உன்னதமானது. தியாகங்கள் மகத்தானவை. கொடைகள் புனிதமானவை. பல விஷயங்களில் குறைபாடுகளுடன்தான் வளர்ந்தோம், ஆனாலும் வளர்ந்தோம். ஹிட்லரும் தூயதேசியம் என்றுதான் சொன்னான், பண்டாரநாயக்காவும் தேசியம் என்றுதான் சொன்னான், நீங்களும் இப்ப தேசியம் என்றுதான் சொல்றியள். ஆனால், உங்கள் ஆயுதங்களை நீங்கள் தமிழ், முஸ்லிம், சிங்கள சிவிலியன்கள்மீது திருப்பிய ஒவ்வொரு சந்தர்ப்பத்திலும், முஸ்லிம்களிடம் பறித்தபோதும் வெட்கித் தலை குனிந்தோமடா. ஹிட்லரின் நாசிப்படையைப்போலப் பேரினவாதத்துள் தோய்ந்த ஒரு படை, சித்தாந்தங்கள், சிந்தனைகள் எதுவுமற்ற அரசின் ஏவற்படை, எதையும் செய்யத் தயங்காத காட்டுமிராண்டிப் படை அப்பாவி மக்கள் மீதும் பெண்கள் மீதும் குழந்தைகள் மீதுங்கூடத் தன் கொலைப்பசியைத் தீர்க்கும், அது முழு உலகத்துக்கும் தெரியும். அதற்காக நீங்களும் அம்பாறையில் செய்ததுபோலத் தூங்கிக்கொண்டிருந்த பச்சைக் குழந்தைகள்மீது கிறிஸ்கத்தியைச் சொருகினால், உலகம் உங்களை அட இவர்களும் காட்டுமிராண்டிகள்தான், பயங்கரவாதிகள்தான் என்று ஏன் எடைபோடாது? ஒரு குழந்தையின் உடலத்தில் சொருகப்பட்ட அந்தக் கிறிஸ்கத்தி ஒரு தமிழ் உலையில் இணக்கப்பட்டிருந்தாலே அந்தத் தலைக்குனிவும் எமக்குத்தான். சித்தாந்தத் தெளிவும் கொள்கைகளில் பிடிப்பும் சுயவுள்ளொளியுமுள்ள போராளிகளா இதைப் பண்ணியது?

இப்போ எல்லா இஸ்லாமிய தேசங்களிலிருந்தும் இஸ்லாமிய விரோதிகள் என்கிற பெயரைச் சம்பாதிச்சாச்சு. இனி ஒரு நேரம் பாகிஸ்தானும் பங்களாதேஷும் நேபாளமும் மியான்மரும் மலேஷியாவும் இந்தோனேஷியாவுங்கூட எங்களை அங்கீகரிக்குமோ தெரியாது.

சர்வதேசத்தின் முன் நாங்களும் பயங்கரவாதிகள் தானென்று பெயரெடுத்தால் எங்கள் கோரிக்கைகள், போராட்டத்திலுள்ள நியாயங்கள், இத்தனை கரும்புலிகள், போராளிகளின் தியாகங்கள் எல்லாம் அடிபட்டுப் போகாதா? கௌரவம் பெறும் எங்கள் கனவுகள் அகௌரவத்தைச் சம்பாதிக்காதா?

எம் மிதவாதத் தலைவர்களின் போராட்ட வழிமுறை களில் பிழைகளிருந்தன; சகித்தோம், பொறுத்தோம்; வேறு மாற்று இல்லாததால் அவர்களையும் ஆதரித்தோம். ஆனாலும்

அவர்களைப் பாராளுமன்றம் அனுப்பிவைத்த மக்களுக்கு அவர்கள் மீதான மதிப்பீடுகளும் விமர்சனங்களும் இருந்தன.

எம் போராளிகளின் செயற்பாடுகளிலும் பிழைகளிருக் கின்றன; சகிக்கிறோம்; பொறுக்கிறோம். ஆனாலும் ஆதரிக்கிறோம். எங்கள் விமர்சனங்கள் உங்களுக்கு அழற்சியை ஏற்படுத்துகின்றன என்றால் தவறுகளும் குற்றங்களும் நிரடுகின்றன என்று அர்த்தம். இன்று ஒவ்வொரு தமிழ்க் குடிமகனும் குடிமகளும் தினசரி அரசியலால் பாதிக்கப்பட்டுள்ளார்கள். செயல்கள் அதர்மமானால் விமர்சனங்கள் வருவது இயற்கை. விமர்சனம் கண்டு சினமடைவதும், விமர்சிப்பவரெல்லாம் எதிராளியென முடிவுசெய்வதும், மாற்றுக்கருத்துகளுக்காகத் தண்டனை தருவதும் நாங்கள் விமர்சனங்களுக்கு அப்பாற்பட்டவர்களென மறைமுகமாகப் பிரகடனம் செய்வதாகும். சே குவேரா கொல்லப்பட்டு இத்தனை ஆண்டுகளுக்குப் பின்னரும் பேசப்படுகிறானேயென்றால் என்றாவது விமர்சனங்கள் வரும் திசைக்கு அவன் தன் துப்பாக்கியை நீட்டியதுண்டா?"

"தலைமையைக் கலந்துகொள்ளாது அவப்பெயர் ஏற்படுத்தும் வகையில் நடந்துகொண்ட போராளிகள் அனைவரும் களையெடுக்கப்பட்டு இயக்கம் எப்போதோ சுத்திகரிக்கப்பட்டு விட்டது. இப்போது எமது பாதை தெளிவானதும் நேரானதுமாகும்."

"தலைமைக்குத் தெரியாமலும் கிரியைகள் நடக்குமென்றீர்?"

"அப்படிச் சிலதுகள் நடந்துதான் போச்சு."

"காலம் மாறும், காற்றுக்கள் திசைமாறி வீசும், கருத்துக்கள் மாறும், நடந்துவந்த பாதைகள் திரும்பிப் பார்க்கப்படும். விமர்சனங்களால் ஒரேயடியாய் எம்மைத் தாக்கிக்கொண் டிருந்தால் எங்கள் செயற்பாடுகள் ஸ்தம்பித்துப் போகுமில்லை. அறிவுஜீவிகள் எனப்படுவோர் தங்கள் விமர்சனங்களை நிறுத்திவிட்டு எங்களோடை இணைந்து போராட்டத்தை முன்னெடுத்துச் செல்லலாமில்ல?"

"உங்களின்ரை போக்குகள் அறிவுஜீவிகளுக்குச் சந்தேகத்தையும் பீதியையும் தருவதாயிருக்கையில எவன் எப்படி நெருங்குவான் உங்களை? பொதுமகன் பாதிக்கப்படுகிற ஒவ்வொரு சந்தர்ப்பத்திலும் உங்கள் நிலைப்பாட்டை நீங்கள் தெளிவுபடுத்த வேணும். நடந்தது தவறுதானென்றால் அதை வியாக்கியானங்களால் மூடிமறைப்பதை விடுத்துத் தயக்கமில்லாமல் ஒப்புக்கொண்டு மன்னிப்புக் கேட்க வேண்டும். அல்லது மக்களுக்கு உங்கள் மனிதநேயம்மேல் அவநம்பிக்கையும் இவர்கள் சர்வாதிகாரிகள், ஃபாசிஸ்ட்டுக்கள்

என்ற சந்தேகமும் அழிக்க முடியாதபடிக்கு உறுதியாகிவிடும். எங்கெங்கே அடக்குமுறையும் ஏகபோகமும் ஏகாதிபத்தியமும் ஓங்குகிறதோ அங்கங்கே மொழி, இன, மதத்தேசிய உணர்வுகள் கிளறிவிடப்படும். 'அடே கரித்தெமிளோ' எனும்போதுதானே முன்னெப்போதையும்விட 'அல்ல மறத்தமிழன்' என்கிற எதிரொலிப்பும் தேசிய உணர்வுகளும் அருட்டப்பட்டு எழுந்தன. அதே சர்வாதிகாரம் எங்களை விடுவிக்க வந்தவர்களிடமிருந்து வந்தால் அதற்குவலி அதிகம். அதன் விளைவுகளும் எங்கள் ஐக்கியத்தைப் பாதிப்பதாயிருக்கும்."

14

யாழ் குருநகரிலிருந்து 'தூய ஒளி' என்ற படகில் மீன்பிடிக்கச் சென்ற 31 மீனவர்கள் ஸ்ரீலங்கா கடற்படையினரால் கொடூரமான முறையில் கொலைசெய்யப்பட்டனர்.

ஜூன், 1986

"சுவிஸில மகன் இருக்கிறான். அம்மாவுக்கு ஒரு ஐம்பதினாயிரம் வெட்டிவிடக் கஷ்டமாய்க் கிடக்கென்ன?"

"ஐந்து லட்சம் கடன்பட்டு அவனைச் சுவிஸூக்கு அனுப்பினது உண்மை ராசா, அங்கின போன கையோட அவன் விசாவெடுக்கவெண்டொரு சுவிஸ்காரியைக் கல்யாணம் பண்ணிக்கொண்டு, சொன்னா நம்பமாட்டியள் இப்ப பத்து வரியம் எங்களைச் சுகம் விசாரிச்சு ஒரு கடிதம் போடுறேல்ல, இதில அவன்ரை விலாசம் இருக்கு தம்பியவை, உங்கால முடிஞ்சால் ஐம்பதினாயிரமல்ல ஐந்துலட்சமென்றாலும் அவனிட்ட வாங்கி எடுத்துக்கொண்டு எனக்கும் ஏதாவது தந்தால் சந்தோஷம்."

15

"இப்போ ஒன்றை சிவப்பு என்கிறம், இன்னொன்றைக் கறுப்பு என்கிறம், அந்த நிறம் தோற்றுகிற சடத்தில இருக்கிறதா கண்ணில இருக்கிறதா ஒளியிலயிருக்கிறதா புத்தியில இருக்கிறதா? அது சில மின் அலைகளைச் சமிக்கைகளுக்கு மூளை குறித்துவைக்கும் சங்கேதங்களும் வியாக்கியானங்களும் அதன் அனுபவமுந்தான் என்பது எத்தனை பேருக்குத் தெரியும்?

பார்வையின் பார்வை, மனதின் மனது, உயிரின் உயிர், ஜோதியுள் ஜோதி, வேணுமானால் கடவுளின் கடவுள் என்று எல்லா மக்களுக்குந்தான் சிந்திக்க வேண்டாம். தலைவர்களுக்காவது சிந்திக்கத் தெரிந்திருக்கா? முடிந்திருந்தால் தமிழனா தள்ளிவை, சோனகனா வீட்டுக்கு அழை என்ற பேச்சு வருமா? பிரான்சுக்குப் போய்ப்படித்த தலைவிதான் என்ன செய்தாரெங்கிறேன், அவராலைதான் துவேஷத்தைக் களைய முடிந்ததா?

இத்தனை தமிழ்ப்பெண்கள் படையினரால் பாலியல் வல்லுறவு செய்யப்பட்டுள்ளனரே இதைக் கண்டித்து, எதிர்த்துப் போர்க்கொடி தூக்கிய சிங்கள மகளிர் முன்னணிகள், பெண்ணிய அமைப்புக்கள், அறிவுஜீவிகள் பௌத்த மதபீடங்கள் தான் எத்தனை?"

"காலவரிசைப்படி சரித்திரத்தை நோக்கினால் விஜயனையும் அவன் சகாக்களையும் கப்பல்லை ஏற்றித் தள்ளிவிடுறது, பௌத்தர்களைச் சுண்ணாம்புக்காளவாயில தள்ளி மூடிறது; தமிழர்களைக் கலைச்சுக்கொண்டுபோய் இந்துசமுத்திரத்தில குதிக்கச் செய்யவேணுமென்றது; முஸ்லிம்களை பஸ்ஸிலேத்திப் பிரதேசப் பிரஸ்டம் செய்யிறது மனுஷனுக்குரிய நிர்த்தாட்ஷண்ய குணங்களின் வெளிப்பாடுகளல்லே இதுகள்?"

"சோனகனைக் கூடவைச்சுக்கொண்டு போராடேலாப்பா! வெளியில இருந்து பார்க்கிற உங்களுக்கு அது தெரியாது, களத்தில இருந்தால்தான் உங்களுக்கும் அவங்கள் போடுற முட்டுக்கட்டைகளும் கால்தடக்குகளும் புரியும். சிம்பிளாச் சொன்னா நாங்கள் உயிர்களைத் தாரைவார்த்துச் சாண் ஏறினால் அவங்கள் அற்ப லாபங்களுக்காக இருந்த இரையிலேயே முழத்துக்கு கீழை இழுத்துவிடுறாங்கள். தேவையா இது?"

"காட்டிக்கொடுக்கிற பயலுகளுக்கு நீங்கள் வேணுமென்றால் உங்கள் பாணியில தண்டனை கொடுத்திருக்கலாமே?"

"எவன்தான் உளவு சொல்றான் எவன்தான் சொல்லேல்லை யெண்டது தெரியாமக் கிடக்கு, ஆமியளோட கதைச்சுச் செற் பண்ணிக்கொண்டு குண்டடியில இருந்து தப்பிக்க எல்லாரும் தங்கடை வீட்டுக்கூரைகளில மாத்திரம் இரகசியமாகப் பச்சைக்கொடிகளைக் கட்டிவிட்டிருக்கிறாங்கள, சொல்லுமப்ப யாரைக் கொல்றது? யாரை விட்டுவைக்கிறது?"

"அதுக்காக ஒட்டுமொத்த மக்களை வெளியேத்திறது எப்பிடி நியாயம்? அவர்கள் சொத்துக்களைப் பறித்ததை எப்படி நியாயப்படுத்துவீர்கள்? இன்றைக்குப் புத்தளத்திலையும் சிலாபத்திலையும் புனர்வாழ்வு முகாம்களிலும் வாடுகிற இளைஞர்கள் நாங்கள் தொலைத்த கல்வியையும் வாழ்வையும் நிம்மதியையும் தரச்சொல்லிக் கேட்டால் என்ன பதில் சொல்லுவியள்?"

"துயில்கின்ற எங்கள் மாவீரர்களின் உயிர்களை மீட்டுத் தாருங்களென்று யார் கேட்டார்கள்? சாத்தியமானதையல்லோ மனிசர் பறைய வேணும். இழப்புக்கள் அவர்களுக்கு மாத்திரம் இல்லை. ஆயிரக்கணக்கில மரணதண்டனைகள் நிறைவேற்றப்படும்

அவலத்தைத் தவிர்ப்பதற்குத்தான் அப்பிடிச் செய்தனாங்கள். ஆனாலது சர்வதேச சமூகத்தால பெரும் ஜனநாயகவிரோதமா உருப்பெருக்கப்படுமென்ற விஷயம் அப்போ தெரியாமப்போச்சு, கணக்கெடுக்காமல்தான் விட்டிட்டோம். தப்புத்தான். கவலை வேண்டாம் அவர்களெல்லாருமே மீளமர்த்தப்படுவார்கள். அவர்களிடம் பெற்றுக்கொண்டவைகளுக்குப் பதிவுகள் உள்ளன, அனைத்தும் மீளக் கொடுக்கப்படும்."

"சர்வதேச சமூகம் ஒத்துக்கொள்ளாத கிரியைகள் செய்யிறது இதுதான் முதல் தடவையல்ல."

"புரியுது. ஒரு மனிதன் அவன் பிரம்மாவேயானாலும் அவனால எங்களுடைய அமைப்பே அழியும் அபாயம் இருக்குமென்றால் எங்களுக்கு மற்றவர்கள் கருத்துக்களை முக்கியத்துவப்படுத்தேலாது. இது கண்ணீரால் மாத்திரம் வளர்ந்ததல்ல உயிர்களை தாரைவார்த்து வளர்த்த பயிர். கருகவிட முடியாது. எங்கள் தோழர்களின் உயிர்கள், ஆசைகள், கனவுகள், இலட்சியங்கள் முக்கியமில்லையா. எங்கள் மழலைகளின் எதிர்காலம் முக்கியமில்லையா தனியொருவன் தலைதானா முக்கியம்? பிரச்சனையின் மற்றக் கோணத்தையும் புரிஞ்சுகொள்ளுங்கோ."

16

(இ)
புதிய பூமி
புதிய பூமி எழுந்து வருகவே!
வேறொரு உலகம் பிறந்து வருகவே!
வானத்தில் அமைதி அழகுற எழுதப்படட்டும்
அஞ்சாமை மிக்கதோர் இரண்டாம் தலைமுறை
உதித்து வருக வருகவே
விடுதலை வேட்கை நிரம்பிய மக்கள் பிறந்து வருகவே
தடைகளைத் தாண்டும் வல்லபமும்
போர்க்குணம் கொண்ட தோள்களும் உயர்ந்து வருகவே
சிறுமை கண்டு சீறும் குணம்
நின் குருதியில் கலந்து பாய்க
நவ மனிதன் எனுமோர் இனம் எழுந்து வந்து
அதிகார மையங்களைக் கைப்பற்றுக!!!

"ஐயா சைக்கிள் கடை. நீங்கள் குறைஞ்சது மாதம் ஆயிரம் ரூபா நிதி தரவேணும்."

"மாதம் யாராவது எனக்கு ஆயிரம் ரூபா தந்தினமென்றால் நானும் குழந்தையளும் நிம்மதியாய்க் கஞ்சி குடிப்பம்."

பொ. கருணாகரமூர்த்தி

“இதை எத்தினை நாளைக்குச் சொல்லுவியள். மாதம் எத்தனை சைக்கிள் திருத்திறியள்? என்ன வருமானம் வருகுதெண்டதை நாங்களும் அறியாமலில்லை.”

“நீங்கள் வாங்கோ வந்து ஒரு ஸ்டூலைப் போட்டுக்கொண்டு ஒரு கிழமைக்கு என்னோடை உட்காருங்கோ... வரும்படியைப் பாருங்கோ. பிறகு என்ன நான் தரவேணுமெண்டதைச் சொல்லுங்கோ.”

“என்னிட்டை இருப்பதே ஒரு ஸ்குறு டிறைவர் உட்பட மூன்றுசாவி. இன்னுமொரு கொறடும் சாவியும் வாங்கமாட்டாமல் இரண்டு வரியமாய் அல்லாடுறன்.”

“ஒரு நாளைக்குப் பத்துச்சைக்கிள் டியூப் ஒட்டினாலே ஐம்பது ரூபாயைக் காண்றது வல்லை. ஆயிரம் ரூபாவெல்லாம் கனவிலதான் தம்பி.”

“ஐயா. நீங்கள் இனிமேலும் சாட்டுச் சொல்லேலா. இந்தாங்கோ பற்றுச்சீட்டுப் புத்தகம். இண்டையிலயிருந்து எல்லா வாடிக்கையாளர்களிட்டையும் பற்றுச்சீட்டுக் கொடுத்துத்தான் காசு வாங்கிறியள். மொத்த மாத வருமானத்தில எத்தனை வீதம் கட்டவேணுமெண்டதைப் பிறகு வந்து சொல்லுவம்.”

“என்னட்டை டயர், டியூப் வல்கனைஸ் பண்ணவோ றிம் பக்கிள் பாக்கவோகூட அணியங்களில்லை. ஆகக்கூடி இஞ்சை டியூப் ஒட்டுறதுதான் செய்யக்கூடியது. வேலையென்றால் நீங்களாய் ஒரு பத்துப்பேரைப் பிடிச்சு என்னட்டை அனுப்பிவைச்சாத்தான் உண்டு. அல்லது முதல்ல நீங்கள் கொஞ்சப் பணவுதவி எனக்குச் செய்யுங்கோ, தொழிலை விஸ்தரிச்சுக் கொண்டு என்னாலையான நிதியுதவியை உங்களுக்குச் செய்யிறன்.”

“நீர் கனக்கக் கதைச்சீரேயெண்டால் பிரச்சனை வரும்.”

“இதுக்கு மேலாலும் அப்பிடி இனி என்ன தம்பியொரு பிரச்சனை வரப்போகுது?

“நாலு வருஷமாய் பிள்ளையளோட ஊரைவிட்டு இடம் பெயர்ந்து வந்து அக்கராயன் காட்டுக்குள்ள றோட்டோரத்தில கூரை ஒழுகிவழியிற இந்த இந்த ஒத்தாப்புக்குள்ள குந்தியிருந்து சைக்கிள் டியூப் ஒட்டி வயிறு கழுவுற அவலநிலைக்கு வந்திட்டம். இதுக்கு மேலாலுமொரு பிரச்சனை என்ன வரக்கிடக்காக்கும்?”

“தமிழீழம் வந்திட்டுதேயெண்டால் எல்லாப் பிரச்சனையளிலயிருந்தும் எங்களுக்கு விடுதலைதானே?”

“உண்மை பறையிறதெண்டால் இப்படியொரு சுதந்திரத் தோடை தமிழீழம் வந்திடுமோவெண்டுதான் எங்களுக்குப் பயமாய்க் கிடக்கு. மக்களை இம்சித்தொரு சுதந்திரம் வேண்டாம், மக்கள் வேண்டுவது புதிய எஜமானர்களையல்ல. சுதந்திரம் என்ற அர்த்தத்தில் சுதந்திரத்தை. என்று தனிமனிதனின் சுதந்திரம் கௌரவிக்கப்படுகின்றதோ அன்றுதான் கௌரவம் பெறும் உங்கள் கனவுகள், தியாகங்கள்.”

17

“அது ஒரு தேர்தல் நேரம் பருத்தித்துறை மாதனை வெளியில் காசி மைக்கை ஊன்றிவிட ஏதோ பிரச்சாரக் கூட்டமாக்குமென்று ஒரு வெள்ளம் சனங்கூடிவிட்டுது. மனுஷன் மழித்த கன்னங் களுடன் பேச ஆரம்பிப்பார், விரிவுரை முடிந்து போகும்போது தாடிமீசை முளைத்திருக்கும் என்று ஜோக்கடிப்பார்கள். அவர் தன் விரிவுரைகளின் விஷயங்களைக் கேட்கும் மக்களின் தண்டுதரம், நேரம் இவற்றையிட்டு மாற்றிக்கொள்வதில்லை. ஒருமுறை சுன்னாகம் காலிங்கனில் ‘செகண்ட் ஷோ’ படம் பார்த்துவிட்டு நாலைந்து சைக்கிள்களில் டபிள் வந்தவர் களைக் கட்டுவன் அம்மன் கோவிலில் நிறுத்தி இந்தியத் தத்துவமரபுகளுக்கும், மேற்கத்தையத் தத்துவஞானத்திற்கும் இடையேயுள்ள ஒற்றுமை வேற்றுமைகளை அலசி விடியும்வரை கேட்க வைத்திருக்கிறாரென்றால் பாருமன்.

“அன்றைக்கும் அப்படித்தான் மாதனை வயல்வெளியில் ‘சிந்துப்பாடல்களில் சந்த அமைதியும் அழகியலும்’ என்ற பொருளில் காசியின் விரிவுரை தொடர்ந்துகொண்டிருந்தது. வந்துபார்த்த உள்ளூர் தத்தாரி இளைஞர்கள் சிலருள் ஒருவன் அவருக்கு ஒரேஞ் பார்லி வாங்கிவந்து கொடுத்தான். இன்னொருத்தன் சந்தனக்கும்பாவைக் கொண்டுவந்து நீட்டவும் தொட்டு நெற்றியிலும் மேற்கைப் புயங்களிலும் செழிக்கவே பூசிக்கொண்டார். அருகில் நெல்லண்டை அம்மன்கோவிலில் அங்கு இரண்டு நாட்களுக்கு முன்னர்தான் தண்டிகைத் திருவிழா நடந்து ஒரு மூலையில் குவித்து வைத்திருந்த ஒரு கும்பாரம் சரங்களை அள்ளிவந்து முப்பது நாற்பது மாலையாக முடிந்து வைத்துக்கொண்டு அவர் பேசப்பேச ஒவ்வொருவராக வரிசையில் வந்து போட்டுக்கொண்டே யிருந்தனர். மாலைகள் தலையைமூடி பார்வையை மறைத்தபோது அவற்றைக் களைந்து அருகில் குவித்துவைத்துவிட்டு வழமையான உற்சாகத்தோடு சளைக்காமல் நள்ளிரவையுந் தாண்டிப் பேசிக்கொண்டே போனார்.

“மறுநாள் அவரவரும் அவரவர்க்குமுள்ள சோலிகளை நினைத்து வீடுகளுக்குப் போய்விடத் தொண்டைத் தண்ணி

வற்றத் துவண்டு விழுந்தவர் உஷத்துக் காலப் பூசைக்கு வந்த ஐயர் எழுப்பிவிடத்தான் எழும்பிப் போனாராம்."

18

"தமிழீழம் கிடைத்தால் ஸ்ரீலங்காதான் முதல்ல பொருளா தாரத்தில முன்னேறும்."

"ஏனோ?"

"ஒருத்தன் கடனை உடனைப்பட்டு ஒரு தொழிலை யாரம்பித்தால் முதல்ல அவை வந்து ரசீதுப் புத்தகத்தோடை வந்து குந்திவிடுவினம். யார் விடப்போகிறான் முதல்?"

"ஏன்?"

"புலம்பெயர்ந்து வெளிநாடுகளிலே இருக்கிற, நாடு திரும்புகிற தமிழர்கள் இவர்களுடைய றிசீட்டுப் புத்தகங்களுக்குப் பயந்து தங்கள் சேமிப்புகளை ஸ்ரீலங்காவிலேதான் முதலீடு செய்யப் போயினம் பாருங்கோ."

"பேச்சுவார்த்தைகளால சிலசமயம் ஒரு சமஷ்டி அரசு வாய்த்தலுந்தான் தமிழ்ப்பகுதிக்கான நிதி ஒதுக்கீடுகளில் சனத்தொகை வீதம் அவர்கள் வதியும் பரப்பளவு இவற்றினைக் கணக்கில் எடுத்துக்கொண்டு நிதிகள் நிர்ணயம் செய்யப்படும் என்பதற்கு என்ன உத்தரவாதம்? மீண்டும் மீண்டும் இனப்பாகுபாடுகள், மீண்டும் போர் என்றுதான் நம் கதை தொடரப்போகிறதா? ஒற்றையாட்சி முறைக்குள்ளதான் தீர்வென்றால் பெண்களும் சிறுபான்மையினரும் சுடுகலன்கள் வைத்திருக்க உரிமம் தேவை."

(ஆ)

சொர்க்கங்கள் எட்டில் இருக்கட்டும்
நமக்கு இருத்தலும் இவ்வாழ்வுமே போதுமே
இயற்கை குழம்பாத பூமியும் என்றும்
பசுமை வயல்களும் பயிர்களும்
அமைதி காத்திடும் கடலுடன்
மாசு கலவாத சூழலும் போர்
மேகங்கள் சூழாத பொழுதும்
அச்சம் திகிலற்ற தூக்கமும்
மண்ணும் மரங்களும் தண்ணீரும்
ஒதுங்க ஓர் எளிய குடிசையும்
எங்கள் ஒற்றுமை சூழும் கிராமமும்
உழைக்கச் சலித்திடா மக்களும்
அன்பில் தழைத்திடுஞ் சுற்றமும்
புது வையகம் படைத்திடும் ஆசையும்
வேண்டு வதெல்லாம் இஃதுதான்
வாழ்வு தன்பாதையில் செல்லுமே...!

19

பன்னிரண்டு ஆண்டுகளாக இந்த ஐ.தே.கட்சி அரசாங்கம் புலிகளுடன் புரிந்துவருகின்ற போரினால் எமது அழகிய திருநாடு அழிந்து சுடுகாடாக மாறிக்கொண்டு வருகிறது. நலிந்துவிட்ட பொருளாதாரம் விலைவாசியேற்றம் வறுமை பிணியினால் மக்கள் படுந்துயரம் சொல்லுந்தரமன்று. இங்கே எந்த விலை கொடுத்தாவது இந்த நாட்டில் சமாதானத்தைக் கொண்டுவரவேண்டியது மக்கள் ஐக்கிய முன்னணியின் முதற்கடமையாகும். மக்கள் எம்மை ஆட்சிப்பீடம் ஏற்றினால் போராடுகின்ற இளைஞர்களுடன் பேசி சமரசத்தையும் சமாதானத்தையும் உடனடியாகக் கொண்டுவருவேன்.

– தேர்தல் பிரசாரக் கூட்டத்தில் சந்திரிகா குமாரதுங்க
மார்ச், 1992

“என்ன விலைகொடுத்தாகிலும் சமாதானத்தைக் கொண்டுவருவேன் என்று பதவிக்கு வந்தவர் சந்திரிகா. பேச்சுவார்த்தை முறிந்ததுதான் முறிந்துபோனது. அடுத்து அவர் என்னதான் செய்யப்போகிறாரென்று மொத்த உலகமே அவதானிச்சுக்கொண்டிருக்குது. அடுத்து அவர் ஏதாவது ஒன்றைச் செய்வதற்குச் சின்னவொரு அவகாசத்தைக் கொடுத்துப் பார்க்க உங்களுக்குப் பொறுமையில்லை முறித்துக்கொண்டு முதற்கல்லை எறிஞ்சிட்டியள். மக்களின்ரை சலிப்பு உங்கள் காதுகளில விழுந்ததா? அவர்களுக்கு வந்திருக்கக்கூடிய ஆத்திரமும் ஏன் உங்களுக்குப் புரிந்தமாதிரி இல்லையே என்று கேட்டால் களநிலமை புரியாதவைதான் இப்படிக் கதைப்பினம். பேச்சுவார்த்தை சீனில இருக்க அரசு மெல்லமெல்லக் கிழக்கு மாகாணத்தில தங்கட பிடியை ஸ்திரப்படுத்திக்கொண்டு போனதிலயிருந்து இனி சந்திரிகா பேச்சுவார்த்தைக்கு வரப்போறதில்லையெண்ட விஷயம் எங்களுக்கு உறுதியாயிட்டுது. மேலும் பொறுமை காத்தோமேமென்றால் கிழக்கில எங்கடை பிடிநழுவிற அபாயம். மேலிடம் உரிய சமயத்தில உரிய முடிவைத்தான் எடுத்தது.

“எது முட்டாள்தனத்தைக் காட்டுறதென்டால்… துவக்கை நீட்டுறான்.”

(அ)

விண்ணிருந்து பார்ப்பேன் விடுதலையை என்றமகன்
கண்ணெதிரேயிங்கு கட்டிலிலே முடிகின்றான்
பாலோடு வீரம் ஊட்டிட்ட தாய்மாரே
பட்டினியால் இவனைச் சாகவிடப்போறீரா?

செப்டம்பர், –1987

"ராஜீவ்தான் ஒருவேளை இறங்கி வந்தாலும் 'ரோ' அவரை ஒன்றுமே செய்யவிடாதென்கிற விஷயம் பாமரனான எனக்கே புரிகையிலே அறிவுஜீவிகள், ராஜதந்திரிகள் உங்களுக்கு ஏன் அது புரியவில்லை?

கவிதை பாடி உருவேற்றிச் சாவை அவனுக்கு முன்மொழிந்த கவிஞர்களே அத்தமிழ் மகனின் அநியாய உயிரழிவை நீங்களெல்லாம் தடுத்திருக்க வேண்டாமோ தலைவர்களால்கூட அவன் மரணத்தைத் தடுக்கமுடியாமல் போனதென்ன?"

(உ)

மகத்துவங்கள் ஆயிரம் நிறைந்த
மரணத்தின் மேலும்
வாழ்வே வலியது

"சுற்றிவந்து சுழன்றடித்த புயற்காற்றே உன் போராட்டத்தை ரசித்தோம். யார் வந்து எப்படி நியாயப்படுத்தினாலும் திலீபா உன் மரணத்தை ரசிக்க முடியேல்லையடா!"

(ஆ)

தாய்மார்கள் திலீபனைச் சாகச் சொல்லவில்லை
கருங்கல்லில் சாறேதும் வடியாதென்ற கதை
விசர்க்காசி கால்தூசி எனக்கே புரிகையிலே
கேளிரே திலீபனைப் பாடையிலேன் ஏறவிட்டீர்?

"உங்கள் கொள்கைகள், தத்துவங்கள் நாட்டுக்கு நாடு இடத்துக்கிடம் வளைந்து நெளிந்து போயிருக்கே?"

"எப்படி?"

"தமிழகச் சினிமா கலாச்சாரச் சீர்கேடென்று அதை ஈழத்தில் தடை பண்ணினீர்கள் சரிதான், ஐரோப்பாவில் உங்கள் பின்னணியில் நடப்பதாகச் சொல்லப்படும் வானொலியிலும் தொலைக்காட்சியிலும் நூற்றுக்குத் தொண்ணூற்றைந்து சதவீதம் சினிமாவின் ஆளுமைகள்தான். அதாவது சினிமாவைத் தவிர்த்து தமிழர்களுக்குக் கலை, கலாச்சாரம் இல்லையென்றாகிவிட்டது. ஒத்துக்கொள்ளாவிட்டாலும் நீங்களும் எங்கேயோ தடுமாறிறியள். இந்த இலட்சணத்தில் லண்டனிலிருந்து மட்டக்களப்பு வந்த தமிழ்ப்பெண் மினிகவுண் அணிந்துகொண்டிருக்கிறாள் என்பதற்காக அவள் கவுணைக் கிழித்தது எந்தக் கலாச்சாரம்? அவளைத் தற்கொலை முயற்சி பண்ணுமளவுக்கு விரட்டியது எந்தக் கலாச்சாரம்? அந்தப் போராளியின் தவறுக்கு என்ன தண்டனை வழங்கினீர்கள்? தாடி வைக்கச்சொன்ன தாடியை மழிக்கச்சொன்ன பல ராஜ்ஜியங்களின் வரலாறுகளையும் அனுபவங்களையும் கண்டது

இந்த உலகம். மறந்திடாதையுங்கோ. எம் சரித்திரங்கள் நல்லவிதமாக அமையவேணுமென்றால் அது தெளிந்த சிந்தனைகளாலேதான் முடியுமே தவிர நட்டாமுட்டித் தனங்களாலல்ல. அது சரி... எம் கலாச்சாரத்தின் காவலர்கள் நீங்கள்தானென்று உங்களை நியமித்தது யார்?"

"காசிக்கு வாய் ஓயுதில்லை என்றால் சனசஞ்சாரமில்லாத கச்சதீவு மாதிரியொரு இடத்துக்குப்போய் தன் பிரசங்கங்களை வைத்துக்கொள்ளட்டும். தேவையில்லாமல் புலியள்ள வாய்வைக்கிறதோ அவர்களைப்பற்றி விமர்சிக்கிறதோ விளம்பிறதோ நல்லதுக்கில்லை. அது ஆயுதம் தாங்கின ஒரு இயக்கம் ஒவ்வொருத்தரும் ஒவ்வொருமாதிரி இருப்பாங்கள். எல்லாற்றை கடிவாளத்தையும் ஒருத்தன் பிடிச்சிருக்கேலா கண்டியோ. முதிர்ச்சி பத்தாததில சின்னச் சின்னப்பிழையளை அங்கையிங்கை விட்டுத்தானிருப்பாங்கள், இல்லையெண்டேல்ல. ஒரு தவறும் பண்ணாதவன் ஒரு காரியமுமே உருப்படியாய்ப் பண்ணியிருக்கமாட்டான் என்பார்கள். அதனால அதுகளைப் பறைஞ்சுகொண்டிருக்கிற நேரமல்ல இது. என்றைக்கென்றாலும் தமிழீழமோ மாநில சுயாட்சியோ தமிழ்மக்களுக்கு ஒரு விமோசனமெண்டால் அது புலியளாலதான் எண்டதைத் தெரிஞ்சுகொள்ள வேணும்."

20

> தமிழர்கள் பின்னால் வந்தேறிய குடிகள், இங்கே சோழர்கள் ஊடுருவிய பின்னாலதான் அவர்களின் எண்ணிக்கை அதிகரித்தது. தமிழர்கள் தமக்கெண்டு ஒரு நாடு அமைத்துவிட்டால் பிறகு திருகோணமலையில் இருந்துகொண்டு அனுராதபுரத்தைக் கைப்பற்றி அதை இராஜதானியாக்கி அங்கேயும் திராவிட ஆட்சியை நிறுவுவார்கள். ஏற்கெனவே சிங்களம் இந்து சமுத்திரத்தாலே சூழப்பட்டிருக்கு, அதன் பிறகு திராவிடரால சூழப்படும், பிறகு முழுச் சிங்களவருமே அடிமைப்பட்டுப்போய் அவர்களுக்குச் சேவகம் செய்யவேண்டிவரும், அல்லது எல்லோருமே மெல்ல மெல்லக் கடலுக்குள் குதிக்கவேண்டியவரும்.
>
> **ஜே.வி.பி தோழர் ஒருவர் பிரச்சாரக்கூட்டமொன்றில்**

"பெரும்பான்மையான சிங்களவர்கள் தம் தலைவர்கள் என்று நம்பிய பேர்வழிகளால் அரசியல் நோக்கங்களுக்காக தம்முடைய மதம்தான் சிறந்தமதம், தமது மொழிதான் சிறந்தமொழி, தமது கலாச்சாரந்தான் உலகில் மற்ற எந்தக் கலாச்சாரங்களைவிடச் சிறந்தது என்று அறிவுறுத்தப்பட்டுவிட்டார்கள். அதனால் பிற கலாச்சாரங்களின் பன்முகத்தன்மையைப் புரியாதவர்களாகவும் ஏற்கமுடியாதவர்களாகவும் இருக்கிறார்கள். தமிழர்களை ஒரு இனமாகக் கருதி அவர்களுக்குரிய சுதந்திரத்தை வழங்குவதில்

மதத்தையும் கலாச்சாரத்தையும் அங்கீகரிப்பதில் ஏற்படக்கூடிய பயங்கள், தயக்கங்கள் போன்ற அகவயத்தடைகளைத் தகர்ப்பதற்கோ, வேறுபாடுகள் மீதான சகிப்புத்தன்மையை வளர்ப்பதற்கோ ஏதாவது முயற்சியை நாம் என்றாவது எடுத்திருக்கிறோமா?

"இன்னும் நூறு வருடங்களில் மக்கள் அறிவு பெறப்பெற அவ்வகையான முனைவாக்கக் கருத்துக்கள் மழுங்கிப் போய்விடும்."

போரைப் போரிட்டு ஒழி – ஒரு ஜெர்மன் சுலோகம்

சமாதானத்துக்கான யுத்தத்தை மக்கள் அனுபவிக்கத் தொடங்கியிருந்த காலம். 1996

பருத்தித்துறை பஸ் டிப்போவுக்கு எதிரில் ஞானவைரவர் கோவில் திண்ணையில் கால்நீட்டிப் படுத்திருந்த காசியின் தலையில் ஒரு பிளாஸ்டிக் வாளி நிறைய பழைய இஞ்ஜின் ஒயிலைக் கொண்டுவந்து ஊற்றினார்கள். அவகளிப்பட்டுத் திடுக்கிட்டுக் எழும்பிய காசிக்குக் கண்ணைத் திறக்கமுடியேல்ல. எண்ணெய் கண்ணுள் இறங்கிவிட்டதில் அவை நெருப்பாய் எரிகின்றன. காசி குளறிச்சுது. பிச்சூ... உவாய்க்... ஒஓஓஓஓஓஓஓஓஓஓ! மூச்சுத் திணறியதில் நாசிவழி கணிசமான ஓயில் மூச்சுக்குழாயுள் இறங்கிவிட்டது. புரைக்கேறி இருமியதில் வயிற்றைப் குமட்டி வாந்தியெடுத்துக்கொண்டிருந்த காசியை பிறகு வந்த யாரோ தூக்கிக்கொண்டுபோய் முனைக் கடலுக்குள் வீசினார்கள்.

21

வானம் முழுவதும் புகைமூட்டமும் துன்பமும் கவிந்த மேகங்கள். டயர்களைக் குவித்துப்போட்டு எரித்ததுபோல காற்று வயிற்றைக் குமட்டவைக்கும் வாசனையைக் கொண்டிருக்கிறது.

முனை கடற்கரையில் அடித்து முறித்த ஒரு வாழையைப் போலத் தலை சரிந்து நெடுத்த உடல்மடிய விழுந்துகிடக்கிறார் காசி. வாயால் வழிந்த குருதி மணலில் ஓடிக் காய்ந்திருக்கிறது. வேடிக்கை பார்க்கவந்த சனங்களிடம் ஒரு நாய் செத்துக்கிடக்கிற அக்கறைகூட இல்லை.

இன்னுமொரு காசி வாறார், இறந்துகிடக்கிற காசியை உற்றுப் பார்த்துவிட்டுச் சொல்லுகிறார்: "காசி விடுதலை விரோதியல்ல. காலத்துக்குக்காலம் அரசு அதிகாரத்திலிருப்பவர்களின் சப்பாத்துக்களை நக்கிப் பிழைத்தவனுமல்லன். விடுதலைக் காகப் போராடும் மக்கள் ஆதரவுமிகுந்த ஒரு இயக்கத்தின் செயற்பாடுகளில் மனித உரிமை மீறப்பட்டபோது அதையே சுட்டிக்காட்டினான். கல்விமான்கள், அறிவுஜீவிகள், கலைஞர்கள், சிந்தனையாளர்கள் அதர்மங்களைப் பார்த்தும் விமர்சனங்களற்று

மௌனிகளாகத் தம்மேல் திணிக்கப்படும் எதேச்சாதிகாரத்தை எதிர்க்காது அதிகாரத்துடன் இணங்கிப்போய்க்கொண்டு இருந்தபோது பயமின்றி அதர்மங்களை விமர்சித்தவன். தர்க்கம், தத்துவம், இலக்கியம், பொருளாதாரப் பிரச்சனைகளில் காசியின் அவதானங்களையும் அனுமானங்களையும் அங்கதப் பேச்சாக எடுத்துக்கொண்டவர்களுக்கு நடப்பு அரசியலை விமர்சித்தபோது தாங்கமுடியாமற் போச்சு."

மற்றொரு காசி சொன்னார்: "துரோகிகள் துரோகிகள் என்கிறாங்களே அவங்களும் தமிழின விடுதலைக்காகப் போராட வந்தவங்கள்தான். அவங்களைத் தலையெடுக்கவிடாமல் விரட்டியடிச்சு அவர்கள் உயிர்பிழைக்க வேண்டி அரசினதும் அதிகாரத்தினதும் காலடியில் தஞ்சமடைய வைச்சதும் கருங்காலிகளாக்கியதும் யார்?"

"இது அவையளின்ரை வேலையென்றால்... ஒரு பூவோ பொட்டோ வேலையை வேறை மாதிரிச் செய்திருப்பினம். இது அவையல்ல.

'ரோ'வின்ரை கொடுக்குகள்தான் பண்ணியிருக்கு."

இன்னொரு காசி வாறார்

"கருத்துக்காகக் காணாமற்போனோர் வரிசையில் காசியுமாகிவிட்டானோ?" என்றார். வேறுமொரு காசி வருகிறார். வீழ்ந்து கிடக்கும் காசியை மௌனமாகச் சில நொடிகள் பார்த்துக்கொண்டு நிற்கிறார். பின் எதுவும் சொல்லாமல் அப்பாலே போகிறார். "எதேச்சாதிகாரத்தின் கொடுங்கைகள் காசியை இப்புவிப்பரப்பிலிருந்து அப்புறப்படுத்திவிட்டன. அவன் சுவாதீனமற்ற பிறவி அல்லன் மாவீரன் என்று பிரகடனப்படுத்த இங்கே துணிவுள்ளவர் யார்?"

"சமஷ்டி என்றார்கள் தலைவர்கள், ஆதரித்தோம். மாவட்ட சபை என்றார்கள் 'சம்மதம்' என்றோம். தமிழீழம்தான் ஒரே தீர்வென்றார்கள் 'சரி' என்றோம். அனைத்து ஜனங்களைப்போலவே அவர்களை ஆரம்ப காலத்திலிருந்தே முற்றாக ஆதரித்துவந்தவன் காசி."

22

(ஈ)

கூனல் விழுந்த எம்
பொழுதுகளை
நிமிர்த்த வல்ல மகிழ்ச்சி
எதுவும் எவரிடமும் இல்லை

பொ. கருணாகரமூர்த்தி

எல்லாவற்றையும் சகஜமாக்கிக்கொள்ளும்
அசாதாரண முயற்சியில்
தூங்கிக்கொண்டும்
இறந்துகொண்டும்
இருப்பவர்க்கிடையே
எனது நம்பிக்கைகளுடன்
தோற்றுக்கொண்டிருக்கிறேன் நான்.

அறிவியல் சொல்வதுபோல் பெருவெடிப்பு நிகழ்ந்தது உண்மையேயானால் நாமும் சூரியனின் புத்திரர்கள்தான். எம் தத்துவங்களும் செல்நெறிகளுந்தான் எப்போதும் வரலாற்றைச் சீரமைக்கும். எம் கனவுகளும் உழைப்பும் மேலும்மேலும் விரிவதாக.

இதைவிட நல்ல உலகம், இதைவிட விரிந்த கனவுகள், இதைவிட அதிகம் உழைப்பு, இதைவிட உயரிய சிந்தனைகள், இதைவிட ஆழங்களைத் தரிசிக்க விழையும் தேடல், மனதில் இதைவிட வெளிச்சம், அனைவர்க்கும் கிட்டவல்ல சுகிர்தங்கள் நாம் வேண்டுவதெல்லாம் இஃதுதான்!

இன்னும் சில காசிகள் வருகிறார்கள்;

மேலும் பல காசிகள் வருவார்கள்;

அட உலகம் முழுவதும்தான் எத்தனை காசிகள்!

கவிதைகள்

(அ) புதுவை இரத்தினதுரை

(ஆ) காருண்யன்

(இ) மார்க்கிரெட் வால்க்கர்

(ஈ) சிவரமணி

(உ) வ.ஐ.ச. ஜெயபாலன்

(ஊ) திருமாவளவன்

(எ) சக்கரவர்த்தி

(ஏ) ஈழமோகம்

கறுப்பு (இலக்கிய மலர்) 2002
தொகுப்பு: சுகனும் ஷோபாசக்தியும்

2

பச்சைத்தேவதையின் கொலுசுகள்

"அண்ணே ஜெனிஃபர் உங்களைக்கண்டுதான் பம்முறாள், ஆனால், ஆள் சரியான வியாழி[1] தெரியுமோ... தெரியாமல் வாயைக் கொடுத்திட்டால் ஊரே அதிர்றமாதிரிக் கெட்டகெட்ட பாஷைகளாய் எடுத்துவிடுவாள்" என்றனர் நண்பர்கள்.

"என்ன ஜெனிஃபர் 'கெட்டபாஷை' பேசுவாளா..."

"ஓ . . . அவளுக்கு உலகத்துப் பாஷைகள் அனைத்திலும் கெட்டவார்த்தைகள் அத்துப்படி. 'கூறியதுகூறல்' இன்றி வகைவகையா எடுத்து மல்டிபரல் லோஞ்சர்மாதிரி விசிறிக் குத்தினாளென்டா ஒரு கொம்பன் நின்டு பிடிக்கேலாது..."

எங்கள் கிராமத்தில் மேய்ச்சல் தரவைக்கு மாடுகளைச் சாய்த்துப்போகிற பிள்ளைகள் சிலர் தங்கள் மொழியின் தாற்பரியம் புரியாமல் ஒருவரையொருவர் தூஷித்து அர்ச்சிப்பதைக் கேட்டிருக்கிறேன். யாழ்ப்பாண நாகரிகத்தில அதுவும் வேம்படி ஹை ஸ்கூலில் படித்த ஒரு நிறைகுமரி இந்த மிலனியத்தில 'தூஷணை' பேசுவாளென்பதை என்னால் நம்பமுடியவில்லை.

---

1. வியாழி: வியாழியானவர் 70, 80களில் கீரிமலையில் தன் ரௌடிக் குமாரர்களுடன் சாராய வாணிபத்தில் கொழித்திருந்த ஒரு வல்லடி வாத்ஸாயனி என்றறிக.

ஊரில் பேருபகாரியாய் (மறைவில் வெகுளி) என்று இருந்ததால் எனது அடுக்ககம் ஒரு காலம் பெர்லினில் வந்திறங்கிய கணிசமான ஆட்களுக்கு இலவச இடைத்தங்கல் முகாமாகப் பயன்பட்டது. நண்பர்களாக இருந்த முகவர்களாலும், கண்டவிடத்து முகமனோடு சென்ற முகவர்களாலும், அறிந்த தெரிந்த மற்றவர்கள் மூலமும் பெர்லினில் வந்து இறங்கிக் கொண்டிருந்த இளைஞர்களில் ஒரு பகுதியினர் என் அடுக்ககத்தை நிறைத்துக்கொண்டிருந்தனர்.

பெர்லினை அடைபவர்கள் ஒரு சட்டத்தரணியூடாக அகதி விண்ணப்பம் செய்துவிட்டால் அரசு மொத்த மனுதாரர்களில் 10 சதவீதமானவர்களை பெர்லினிலேயே தங்க அனுமதித்துவிட்டு மீதமானவர்களை ஜெர்மனியின் பிற மாநிலங்களுக்குப் பகிர்மானம் செய்வார்கள். மேம்பெர்லின் வந்த முழுப்பேரையும் கொள்ளமுடியாதபடி கிழக்கு ஜெர்மனியால் சூழப்பட்ட ஒரு தீவுபோல் இருப்பதுவும் இந்தப் பகிர்மானத்துக்கு ஒரு காரணமாகும். இப்படியான அகதிகள் பகிரப்படுவதை எம்மவர்கள் தம் பாஷையில் 'ஸ்டேசன் அடிக்கிறது' என்றனர். சிலரை ஒரே வாரத்தில் பிறமாநிலங்களுக்கு அனுப்பிவிடுவார்கள், சிலரை ஒரு மாதத்தில், வெகுசிலரை ஆறேழு மாதங்களாகியுங்கூட ஸ்டேசன் அடியாமல் இழுத்தடித்தார்கள்.

ஸ்டேசன் அடிக்கும் வரையில் அகதி விண்ணப்பதாரி களைப் பெர்லினில் வதிய பென்ஸியோன்கள் எனப்படும் வாடிவீடுகளிலும், அல்லது இரண்டாம் மூன்றாந்தர ஹொட்டல்களில் படுக்கையும் வாரத்துக்கு 50 மார்க் பணமும் அல்லது கடைகளில் பொருட்கள் வாங்கக்கூடிய சான்றுச்சீட்டுகளும் தருவார்கள். என் அடுக்ககத்தில் சனம் நிறைந்துவிட்டால் எமக்கிருந்த மூன்று கட்டில்களுக்கிடை யான இடைவெளிகளில் ஜமுக்காளங்களை விரித்துவிட்டு ஏழு அல்லது எட்டுப் பேர் வரையில் படுத்திருப்பார்கள். அடுக்ககத்தில் என்கூட நிரந்தரமாக வதிந்த மற்ற இரு சகோதரர்களுக்கும் இரவுப் பணியாதலால் அவர்கள் இரவில் ஒருமணி அல்லது இரண்டுமணிக்கு எழுந்து சென்றுவிடுவார்கள். அதுவரையில் அவர்களது கட்டில்களில் படுப்பதற்காக மற்ற மறவர்கள் வாசிக்கும் விளக்கு வெளிச்சத்தில் ரம்மி ஆடிக்கொண் டிருப்பார்கள். அல்லது வீடியோவில் பத்தாவது தடவையாக 'நாயக'னையும், 'மும்பை'யையும், 'சின்னத்தம்பி'யையும், சத்தத்தைத் தணித்துவைத்துப் பார்த்துக்கொண்டிருப்பார்கள்.

அநேகமாக அகதி மனுச் செய்திருந்த நம் விருந்தினர் களுக்கு ஒவ்வொருவாரமும் விஸா புதுப்பிக்க வேண்டி யிருக்கும். நல்வாய்ப்பாக சிலருக்கு இரண்டு அல்லது நான்கு

வாரங்களுக்கான விஸாக்கள் கிடைத்துவிடுவதுமுண்டு. அவர்களுக்குச் சமூக உதவிகள் அமைப்பு பிற ஹொட்டல்களில் தங்க சான்றுச்சீட்டுகளைக் கொடுத்தாலும் எம் அடுக்ககத்தில் வடிவான பெட்டையள் இருந்ததால் பெடியங்களுக்கு லேசில் அவர்களை விட்டுப் பிரிய மனசு ஒவ்வாது. அடுப்பைச் சுற்றிவிட்ட கோழிமாதிரி வளைய வந்துகொண்டிருப்பார்கள். அடுக்ககத்தில் பெண்கள் இருப்பதில் எமக்கு என்ன இலாபமென்றால் எங்களுக்கு நேரத்துக்குச் சமைத்துத் தருவதுடன் அங்கே எத்தனை பேர்தான் வந்தாலும் சலிக்காமல் சமைத்தும் போடுவார்கள். இளவட்டங்களுக்கும் சாப்பிட்டுவிட்டுப் பெட்டைகளுடன் வம்படிப்பதை விடுத்துக் ஹொட்டல்களில் தனியாய்ப்போய் மொட்டுமொட்டென்று புட்டுக்குத்தி அவிக்க என்ன பைத்தியமா?

ஆங்கிலத்தில் இரண்டு வார்த்தைகள் சொதப்பாமல் அகதி விண்ணப்பங்கள் எழுதத் தெரிந்தபடியால் அறையில் இருந்தவர்களுக்கு மட்டுமல்லாமல் வந்து இறங்கிக்கொண்டிருந்த ஏனையவர்களுக்கும் விண்ணப்பம் எழுதிக்குவிக்கும் இந்த ஊழியத்துக்கு ஒருநாளின் 24 மணிநேரம் எனக்குப் போதாமலிருந்தது. விண்ணப்பம் எழுதுவது போன்று என் அடுக்ககத்துக்கு ஏதோவொரு தேவையை வைத்துச் சனம் வந்துகொண்டிருக்கும். அவ்வாறு வந்து சனத்தோடு சனமாக ஒரு முகவரால் அழைத்து வரப்பட்டவள்தான் ஜெனிஃபர். வெயில் குடித்துக் கறுத்திருந்த அவள் தேகத்தின் மிடுக்கும், ‘பொப்’பாக வெட்டியிருந்த கேசமும், ஜீன்ஸையும் குதிப்பையும் பார்த்தால் அவள் விடுதலை இயக்கத்திலிருந்து நேராக வருபவளைப் போலிருந்தாள். ஆனால், நிஜத்தில் அவளோ போராட்ட இயக்கங்களை வெறுப்பவளாக இருந்தாள். அதுக்கான காரணமும் அவளிடமிருந்தது. வெகுவிரைவில் அச்சம் நாணமின்றிச் சோஷியலாக எம்முடன் ஒரு பையனைப்போல ஒன்றிவிட்டிருந்தாள். மெத்திருக்கையில் வேறு இளைஞர்கள் அமர்ந்திருந்தாலும் அதில் கிடைக்கும் ஒரு சிறுநீக்கலுக்குள் பொத்தென்று அமருவாள், இடைகழிப் பாதையை யாராவது மறித்துக்கொண்டிருந்தால் பேருந்துக்குள் செய்வதைப்போல் பக்கவாட்டு உடம்பால் ஒரு இடியிடித்துவிட்டு முன்னேறுவாள்.

ஜெனிஃபர் வந்த நாளிலிருந்தே அடுக்ககத்தின் அனைத்து வேலைகளையும் தன்னதுபோல் இழுத்துப்போட்டுக்கொண்டு செய்தாள், அவள் கவனித்துச் செய்தவற்றுள் அடுக்ககத்தின் சுத்தம் முதலானது. ஸ்டூலை வைத்து ஏறி நின்றுகொண்டு எழினிகளைக் *(Curtain)* கழற்றிக் கழுவிக் காயவைத்தாள். சாளரங்களின் கண்ணாடியைச் சோப்பு நீரால் கழுவிச் செய்தித்தாளினால்

துடைத்தாள். செய்தித்தாளால் சாளரக்கண்ணாடியைத் துடைக்கலாம் எனும் சூக்குமத்தை அவளே கற்றுத் தந்தாள். குசினி, குளியலறை எல்லாம் அவள் வந்தபின் பளபளத்தன. ஜெனிஃபர் தனியாக வீட்டின் தரைவிரிப்பு பூராவும் தூசுறிஞ்சியினால் உறிஞ்சிக் களைத்துப்போயிருந்த ஒரு சமயம் நான் அவளுக்குப் பிடித்தமான முறையில் கடுஞ்சாயத்துடனான பால்தேநீர் தயாரித்துக் கொடுத்தேன். நன்றிப்பெருக்கில் என்னைக்கட்டி முத்தமிட்டாள். அவளுக்கு அன்புகூடும்போது உரிமை எடுத்துக்கொண்டு என்னிடம் ஒருமையில் பேசுவாள்.

குசினியில் நெடுநேரம் நின்றபடி சமைத்திருந்ததாலோ, இதர துப்புரவுப்பணிகளாலோ அவளுக்கு உடம்புக்கு ஓய்ச்சலாயிருந்து அவ்வேளை கட்டில்கள் எதுவும் காலியாயிருக்காவிட்டால் “மெஸூயூ கொஞ்சம் தள்ளிப்படு” என்று என்னை அதட்டிவிட்டு என் கட்டிலின் விளிம்பில் உடம்பை ஒருக்கழித்துச் சாய்ப்பாள். நெடுநாட்கள் பழகிய நாய்க்குட்டிபோல மற்றவர்களிடத்து இருப்பதைவிட அவ்வெகுளிக்கு என்னிடம் துளியும் பயமில்லை.

அடுக்ககத்தில் இருந்தவர்கள் என்னை ‘அண்ணா’ என்றோ ‘மாஸ்டர்’ என்றோ அழைக்க, ஜெனிஃபர் மட்டும் இலங்கையிலேயே தெரிந்துகொண்டாளோ, அல்லது வரும் வழியில் எங்காவது பொறுக்கினாளோ, என்னை ‘மெஸுயூ’[2] என்று அழைத்தாள். அதுவும் ‘மிஸ்டர்’ என்பதைப்போல் மரியாதையான விளியே என்பதாலும், ஜெர்மனியில் பரிச்சயமான வார்த்தை என்பதாலும் நான் ஆட்சேபிக்கவில்லை.

காலையில் எவரும் இயற்கைக் கடன்களுக்கோ, முகம்கழுவவோ குளியலறையைப் பாவிக்கலாமே தவிர குளிப்பு, துவைப்பு அனைத்தும் இரவில்தான் பண்ணவேண்டுமென்று அவர்களுக்கு நேரசூசிகை போட்டுக் கொடுத்திருந்தேன்.

குளியலறைக்குள் மேலதிகமாக நெகிழியிழைகளைக் கட்டி அவர்கள் உடைகளை உலரவிட வசதிகள் செய்திருந்தேன். கழுவும் உடுப்புகளில் காற்சட்டை, போர்வைகள்போன்ற தடிமனானவற்றைக் குளியலறையிலும், இடைகழியிலும் இருந்த கணப்புகளில் போட்டால் அவை விரைவில் உலர்ந்துவிடும்.

ஜெனிஃபரிடம் உயர்ரகத்திலான உடுப்புகள் எதுவும் இருக்கவில்லை. ஷிஃப்ற் வகையிலான குட்டைப் பாவாடைகளும், இரண்டோ மூன்று ஜீன்ஸ்களும், இரண்டு கவுண்களும், கொஞ்சம் டீ–ஷேர்ட்டுகளுந்தான் வைத்திருந்தாள். என்ன பூரிப்போ பெர்லினுக்கு வந்த மூன்று மாதங்களில் கொஞ்சம் சதைபோட்டிருந்தாள், ஆதலால் அவள் ஜீன்ஸ்கள் எல்லாம்

2. மெஸுயூ: மூலம் ஃப்ரெஞ்ச்

உடலோடு ஒட்டிப் பிடித்துக்கொண்டிருந்தன. சோஷலில் கொடுத்த சான்றுச்சீட்டுக்களை வைத்தும் அவள் ஏனோ புது உடுப்புகளை வாங்க வினைக்கெடவில்லை. 'கஞ்சல்' என்றும் கணிக்கமுடியாது. கொஞ்சம் ருசியாகச் சமைக்கவும் சாப்பிடவும் விருப்பம். ஆதலால் தனக்குக் கிடைத்த அத்தனை சான்றுச்சீட்டுகளுக்கும் மளிகைப்பொருட்களும், மீன், இறைச்சி, கறிவகைகளும் சலவைத் தூளும்தான் வாங்கினாள். பன்றிவிரிச்சானிலிருந்தோ, பரவிப்பாஞ்சானிலிருந்தோ முதல்தடவையாக யாழ்ப்பாணம் வந்தவர்களானாலும், மாலையானதும் தாமாகவே அங்கே சாராயம் விற்கும் வீடுகளைச் சுட்டிப்பாகக் கண்டுபிடித்துவிடுவார்கள். அதைப்போல் தாமாகவே உடுப்புக்கடைகளைக் கண்டுபிடித்து சோஷல் அலுவலகத்தால் திரும்பும்போதே கிடைத்த சான்றுச்சீட்டுகள் அனைத்துக்கும் உடுப்புக்கள் வாங்கிக்கொண்டுவரும் மாதரசிகளும் இருந்தார்கள். நானும் ஜெனிஃபருக்கு உடுப்புகள் எதையும் வாங்கிக் கொடுக்கவில்லை. அப்படியான கொடுப்பனவுகள் பெண்களிடமிருந்து தவறான முன்முடிவுகளையும் பின்விளைவுகளையும் கொணர்ந்து சேர்த்துவிடும். அப்படி நான் ஒருத்திக்கு உடுப்புகளை வாங்கிக்கொடுத்துவிட தனது ஸ்டேசன் போய்ச் சேர்ந்ததும் எனக்கு ஒரு சிப்பம் தாள்களில் காதல் இலிகிதம் வரைந்தாள்.

ஒரேயொருநாள் மட்டும் ஜெனிஃபர் "மெஸுயூ... இங்கே வெள்ளிச்சாமான்கள் வாங்கக்கூடிய கடைகளும் இருக்கா" என்று கேட்டாள்.

"ஏம்மா . . . உன்னுடைய அரைமுடி சலங்கையை விற்கப்போறியோ" என்று நான் தமாஷ் பண்ணவும் கடுப்பானவள், அந்தக் கதையையே 'தொப்'பெனப் போட்டாள். பிறகொருநாள் அவள் ஒரு சாந்த மனநிலையில் இருந்தபோது நானாகவே "ஜெனிம்மா வெள்ளிக்கடையில என்னடா வாங்கப்போறாய்?" என்றேன் தண்மையாக.

"இல்லை மெஸுயூ... எனக்கு கனநாளாய் வெள்ளிப்பாதசரம் கட்டவேணுமென்று ஒரு சின்னச்சோட்டை[3]... தெரியுந்தானே எங்க பக்கத்தில கிறிஸ்தவாக்கள் ஒருதரும் பெரிசாய்ப் போடாயினம், நான் தனியக் கொலுசைக் கட்டிக்கொண்டு 'சிலுங்'... 'சிலுங்'கென்று திரியச் சனம் விடுப்பாய்ப் பார்க்குமோ வென்ற கூச்சத்தில விட்டிட்டன். அதுதான் இங்க இருக்குமென்றால் ஒரு செற் வாங்கலாமோவென்று ஒரு சிறு அப்பியாசம்[4]" என்றாள்.

---

3. விருப்பம்
4. அபிப்பிராயம்

“இங்கே சும்மா நிக்கல் ப்ளேற்றிங் செய்த மட்டமான தகரக் கொலுசுகள்தான் இருக்கும். நான் சிங்கப்பூருக்கோ, லண்டனுக்கோ போகும்போது சுத்தமான வெள்ளிப்பாதசரம் செல்லத்துக்கு வாங்கியந்து தாறன்... சரியா” என்று வாக்குறுதி கொடுக்கவும் ஒரு சிறுமியைப்போல மலர்ந்தாள். அதன்பிறகு அவள் வெள்ளிப்பாதசரக் கதை எதையும் எடுக்கவில்லை.

ஜெனிஃபர் எளிமையாகத்தான் உடுத்துவாள். கண்ணுக்கு மைதீட்டுவதோ, உதட்டுக்கு நகத்துக்குச் சாயங்கள் பூசுவதோ தளுக்கிமினுக்குவதோ இல்லை. எதிர்வீட்டு, பக்கத்து வீட்டுப்பெண் மாதிரி எளிமையாக இருப்பாள். ஆனால், எத்தனைபேர்தான் கூட இருந்தாலும் தன் கால்களை ஒன்றின்மேல் ஒன்றாகப் போட்டுக்கொள்ள மட்டும் தயக்கமில்லை. அடுக்ககத்தில் இருந்த சிலருக்கு அந்தக் கால்போடுகையும் அவளின் சுதந்திரமும் பிடிக்கவில்லை. அவள் தன் கால்களை எங்கள்மேல் போடாமல் வேறு எங்கே வேண்டுமானாலும் போடட்டுமேன், அதில எமக்கென்ன வியாகுலம் இருக்கு?

வேறொன்றையும் ஜெனிஃபர் செய்தாள். மேற்சொன்ன கணப்புகளில் தன்னுடையை மார்புக்கச்சை இடுப்புக் கச்சைகளைப் பரவிக் காயவிடுவாள். மற்றப்பெண்கள் எவரும் இப்படி உள்ளாடைகளை வெளியாகக் காயவிடமாட்டார்கள். தமது பிற உடுப்புக்களினால் சுற்றி மறைத்தோ மூடியோதான் உலரப்போடுவார்கள். இது அவளின் வெள்ளந்தித்தனத்தாலா, தைரியத்தாலாவென ஆராயாமல் ஒருநாள் அவளைத் தனியாக அழைத்து “ஜெனி... இப்பிடி இத்தனை குத்தியன்கள் இருக்கிற இடத்தில நீ வெட்டையாய் உன்னுடைய ப்றாவை, பொடீஸை, நிக்கரை எல்லாம் காயப்போடாதை,” என்றேன்.

என்னை ஒரு விநோத விலங்கைப்போலப் பார்த்தாள். ஒன்றும் சொல்லவில்லை. ஆனால், அதன் பின்பும் அவள் தன் பரவிப்போடும் சாங்கியத்தை நிறுத்தவில்லை. மீண்டும் ஒருமுறை அவளிடம் அதுபற்றிச் சொன்னபோது,

“இவ்வளவு முற்போக்குக் கதைக்கிற மெஸூயூ... ஏன் போடப்படாது என்றதையும் விளப்பமாய்ச் சொல்றது” என்றாள்.

“முற்போக்கு ஒருபக்கம் கிடக்கட்டும்... சரி. இங்கே எல்லாரும் இளந்தாரிக்கிடாயன்கள் உன்னுடைய நிக்கரை, பொடீஸை, ப்றாவைப் பார்த்தால் அவங்களை அது ’டிஸ்றாக்ட்’ பண்ணும், ஈஸியாய் ‘எக்ஸைற்’ ஆகிடுவாங்கள் பேபி.”

“எக்ஸைற்’ ஆக்குமென்றால்”

“அது அவங்களுக்கு உள்ளுக்குக் கிளர்த்துமடி.”

“கிளர்த்துமென்றால்...”

“உண்மையாய்த்தான் உனக்குப் புரியல்லையா... இன்னும் டீப்பாய் விளங்கப் படுத்திறதென்றால்... என்ன கொஞ்சம் பச்சையாயிருக்கும் பரவாயில்லையா...”

எனக்குத் தெரியாத ‘பச்சையா’ என்கிறமாதிரி என்னை அலட்சியமாகப் பார்த்துக்கொண்டு நின்றாள்.

“அதைப் பார்த்தால் அவங்களுக்கு ஹோர்மோன்கள் துள்ளிக் குதிக்கும். ஹோர்மோன்கள் குதிச்சால் இளரத்தம் உறுப்புகள்ல பாய்ந்து உந்தும். மனதின் பாலன்ஸ் அன்ட் கொன்ட்றோல் போயிட்டா... உன்னுடைய கன்னிமைக்கு இஞ்சை க்யாரண்டி இருக்காது, ஆபத்துக் கண்ணா.”

சொல்லிவிட்டு ‘வெட்கத்தில் உறைந்துபோயிருப்பாள்’ என்றெண்ணி நான் எதிர்ச்சாளரத்தின் எழினியில் ஓசையில்லாமல் பறந்துகொண்டிருந்த கடற் பறவைகளைப் பார்க்க, ஜெனிஃபரோ,

“அட நீங்கள் ஒன்டு... அவங்கள் நல்லாய் எழுப்பிவைச்சு உலையட்டுமென்டுதானே நான் வெட்டையில போடுறன்” என்றாள் துடுக்காக.

எனக்கு நெற்றிப்போட்டில் கிரனைட்டால் அடித்தமாதிரி அதிர்ந்து கிறுகிறுத்துச் ஸ்வாதீனம் திரும்ப நேரமாச்சு.

இப்படித்தான், எல்லோரிடமும் தமாஷாகவும், உரிமை எடுத்துக்கொண்டும் பேசுவாள். ஜெனிஃபர் எம்மோடு இருந்த காலத்தில் அடுக்ககத்தில் ஜெயசீலி, சிவமலர் என்று இரு இளம்பெண்கள் கூடஇருந்தனர். அவர்கள் இருவரிடமும் “கொப்பன் கோத்தாவுக்குச் சீதனப்பாரம் குறையும், இங்கினையே ஸ்மார்ட்டான பெடியங்களாய்ப் பார்த்துப் பொறியைவைச்சு அமுக்குங்கடி” என்றாளாம்.

❖

அகதி விண்ணப்பம் செய்துகொண்ட பெண்களிருக்கும் சில ஹொட்டல்களில நம்மவூர்ப் பெண்களுக்கு மொறொக்கானியர்களும், லெபனான்காரர்களும் ஃபோர்ணோ படங்களைக் காட்டித் தங்கள் அறைக்குள் வந்துபடுக்கச் சொல்லி அழைத்த சம்பவங்கள் எல்லாம் பெர்லினில் நடந்திருக்கின்றன.

இப்பெண்களை பெர்லினில் குளிரில் இதுபோன்ற பென்ஸியோன்[5], டொமிசில் என்று அலையவிடாமல், என்

5. சுவர்களால் பகுக்கப்படாத பொதுவிடுதிகள்.

செலவில் வாடகை, மின்கட்டணங்கள் செலுத்தி காபந்தோடு தங்க அனுமதித்திருந்தால் 'இவர் ஏஜென்டுகளிடம் கொமிஷன் வாங்கிக்கொண்டுதான் பெட்டையளை அறையில வைச்சு ஆதரிக்கிறார்' என்கிற மாதிரிக் கதைகளும் காற்றில் இருந்ததை அறிவேன்.

அடுக்ககத்திலிருந்த பெண்ணொருத்தியின் கணவர் இரண்டு வருடங்களுக்கு முன்னரே ஜெர்மனிக்குவந்து *Saarbrücken*இல் காய்கறிகளைத் தகரத்தில் அடைக்கும் ஒரு தொழிற்சாலையில் வேலைசெய்துகொண்டிருந்தார். கொஞ்சம் பணம் கையில் புழங்கியதால் திமிரோடிருந்த அம்மணிக்கு எனது நேரசூசிகையும் ஒழுங்கும் பிடிக்கவில்லை.

ஒருநாள் "நாங்கள் எல்லாம் ஏஜென்ட் கேட்ட காசு கொடுத்துத்தான் வந்தனாங்கள், நீங்கள் சிறைக் கைதியளைப்போல எங்களைக் கட்டுப்பாடுகள் பண்ணத் தேவையில்லை" என்றார். நான் அவரை இருத்திவைத்து விஷயத்தை விளங்கப்படுத்தினேன். "உங்களுடைய ஏஜென்டை எனக்கு யாரென்றும் தெரியாது... நீங்கள் ஏஜென்ட்டுக்கு கொடுத்த பணத்தில ஏதோ எனக்கும் கொமிஷன் வருகுது என்கிற நினைப்பில கதைக்கிறியள் அக்கா. நான் எங்கட பெண்கள் ஹொட்டல்ல தெருவில பாகிஸ்தானியரோடையும், அல்ஜீரியா, மொரொக்கன்களோடையும் கிடந்து மாய வேண்டாம் என்றுதான் என்னுடைய வீட்டில உங்களைத் தங்க அனுமதிச்சிருக்கிறன். நீங்கள் விரும்பினால் எந்த நிமிஷமும் வெளியேறிப்போய் லுக்ஸூறியஸ் ஹொட்டல்களில தங்கலாம்... யாரும் உங்களை இழுத்துப் பிடிக்கமாட்டினம்," என்று கடுமையான ஆவிவிட்டன். 'கப்சிப்' என்று ஒடுங்கிப்போய் அன்று வாயைமூடினவர்தான் மறுபடியும் அவருக்கு ஸ்டேசன் அடிச்சு *Saarbrücken*க்கு புறப்பட்ட அன்றுதான் என்னிடம் பேசினார்.

❖

அடுக்ககத்திற்குள் ஒருநாள் நான் வந்து நுழைகையில் அங்கே ஒரே ஆட்டமும் பாட்டுமாக இருந்தது. இடைகழியில் ஏலக்காயின் சுகந்தமான மணம் மிதந்துகொண்டிருக்க இளைஞர்கள் கையில் வைத்திருந்த வைன்கிளாஸ்களை மறைப்பதற்கு அந்தரப்பட்டனர். "என்னப்பா விஷேசம் இங்கே யாரும் வயசுக்கு வந்திட்டாங்களா" என்றேன். ஜெனிஃபர் "இல்லை மெஸூயூ இன்றைக்கு எனக்கு 25வது பிறந்தநாள்" என்றாள் வெட்கத்துடன்.

"அடடா... தெரியாமப்போச்சே, தெரிஞ்சிருந்தால் ஒரு கிஃப்ட் வாங்கியாந்திருப்பனே..." என்றுவிட்டு ஏதாவது வாங்கிவரலாமென்று புறப்படவும் என் கையைப் பிடித்திழுத்து,

"அப்படியொரு செலவுசித்தாயங்களும் உங்களுக்கு வைக்க வேண்டாமென்றுதான் சீக்கிரெட்டாய் வைச்சிருந்தேன்," என்று மறித்தாள். ஆனாலும் அவளுக்கு அடுத்தநாள் ஃப்றீ சைஸில் ஒரு சுடிதார் செட் வாங்கி ஒரு சொக்கிளேட் மட்டையோடும், பூச்செண்ட்டோடும் சேர்த்துக் கொடுத்தேன். ஒரு சிறுமியைப்போலச் சந்தோஷத்தில் துள்ளிக்குதித்து என்னை கட்டிக்கொண்டு கன்னத்தில் அழுந்த முத்தமிட்டாள்.

அடுத்தநாள் ஜெனிஃபர் "மெஸூயூ உவள் ஆனந்தவல்லி அவர் இங்கிலிஷால குத்தி எல்லாரையும் கவுத்துப்போடுவர்" என்று சொல்லிக்கொண்டிருக்கிறாள். உங்களில நல்லாய் மனப்படுறாள்போலக் கிடக்கு. பாவம் நல்ல பிள்ளை. பேசாமல் அவளைக் கட்டுங்களன்" என்றாள்.

"அதெல்லாம் சரிப்பட்டு வாற விஷயமல்ல, வேற விஷயங் கதை."

"ஏன் ஏன் ஏன் மெஸூயூ?"

"அவளின்ர மாமனை ஊரிலேயே எனக்குத் தெரியும், யாரோவொரு பெடியனுக்குக் கட்டிக்கொடுக்க இவளைச் செலவழிச்சுக் கூப்பிட்டிருக்கிறான். அந்த ஊட்டுக்குள்ளால என்னை நீ விட்டுக் கிடாவச் சொல்றதென்ன."

"அவளுக்கு இப்ப என்ன கலியாணமா முடிஞ்சுபோச்சு, கட்டிக்கொடுக்கலாமென்றுதானே கூப்பிட்டிருக்கிறார். இன்னும் கட்டிக் கொடுக்கேல்லயே. பெடிச்சி நல்லாய் உங்களில ஆசைப்படுது மெஸூயூ. நல்ல குணமான பெடிச்சி. சும்மா முயல்குட்டிமாதிரிப் பதுமையாய், அமைதியாய் இருக்கிறதைப் பார்க்க எனக்கே ஆசையாய்க் கிடக்கு, 'ஓம்' என்டு சொல்லுங்கோ...

நான் புறொப்போஸ் பண்றன்."

"உனக்கு ஆசையாய் இருந்தால் நீயே அவளைக் கட்டிக்கொண்டு வைச்சுப் பிசை, இங்கே ஆட்கள் அப்படிக் கட்டூனந்தானே..."

"ப்ளீஸ் மெஸூயூ ப்ளீஸ்... ப்ளீஸ்... ப்ளீஸ்..."

"இப்ப உதை வாங்காமல் எழும்பிப்போறேல்லை என்று இருக்கிறாய்போல..." என்றபடி மென்னிருக்கையால் எழுந்தேன்.

எழுந்தோடியபடி "ஆனந்தவல்லி மட்டுமல்ல... மெஸூயூ, இன்னும் சுபாங்கி, லதாவென்று இரண்டுமூன்று குட்டீஸ் எனக்குச் சொல்லிப்போட்டினம். நீ சச் எ அட்டிறாக்டிவ் பேர்ஸனாம்... ஏண்ணை இத்தனை லட்டுமாதிரிக் குட்டிகள்

எல்லாம் உன்ர ஃப்ளாட்ஸில தரிச்சுப் போறாளவையே... ஒருத்தியைக்கூடவா உனக்கு மடக்கத் தோணேல்ல...” என்றாள்.

இப்பிடித்தான் பிரியம் கூடினால் ‘நான்’ ‘நீ’ ‘உனக்கு’ என்றெல்லாம் இறங்கிவிடுவாள்.

“வாற வந்த ஒவ்வொருத்தியிலயும் ஜொள்ளுவிட்டிருந்தால் நான் மாசம் ஒருத்தியைக் கட்ட வேண்டியிருந்திருக்கும். ஆனால், அது அப்பிடி இல்லடா... என்னால முடியாது, என்னுடைய பிரச்சனை வேறுவிதம். எங்க வீட்டில எனக்கு மூன்று அக்காக்கள் இன்னும் கட்டுப்படாமலிருக்கினம். அவைகளுக்கு ஒரு வழிபண்ணிய பின்னாலதான் நான் எனக்கான வல்லியைப்பற்றி யோசிக்கலாம்” என்றேன். அவள் நம்பியது மாதிரித்தான் இருந்தது.

அடுத்தவாரம் ஜெனிஃபருக்கு விஸா புதுப்பிக்க வேண்டியிருந்தது. அன்று எனக்குப் பணி விடுப்பாகையால் நானே அழைத்துச் சென்றேன். அங்கே அவளுடன் தனிமையில் அதிகநேரம் அமர்ந்திருக்க நேர்ந்தபோது சொன்னாள் “மெஸூயூ யூ ஆர் குவைற் டிஃபெறென்ட் அன்ட் எ ஜென்டில் பெர்ஷன்” என்றாள்.

“தாங்ஸ் டியர், அன்ட் மே ஐ நோ... த கோஸ் ஒஃப் த கொம்பிளிமென்ட்...”

“நீங்கள் இப்படிச் சொந்தக் காசைச் செலவழித்து தமிழ்ப்பெண்களுக்கு சத்திரம் சாவடி நடத்திறியள். பெர்லினை விட்டு மாறிட்டா அவையள்ல யார் உங்களை நினைச்சுக்கொண்டு இருக்கப்போயினம்? எனக்கும் மூன்று அண்ணாக்களும், ஒரு தம்பியும் இருந்தாங்கள். தம்பி சொல்லுக்கேளாமல் இயக்கத்துக்குப்போய் குறுக்கால போயிட்டான். அம்மா அவனுக்கு இரண்டு வயதாயிருக்கும்போதே காயாசுவாதம் கண்டு இறந்துபோயிட்டா. அண்ணாக்கள் எவனுமே ஜெனிஃபருக்கு ஒன்று ஆனபின்னால் நாம் கல்யாணம் பண்ணிக்கொள்ளலாம் என்று காத்திருக்கவில்லை” என்று சின்னதாகப் பெருமூச்சு விட்டுவிட்டு “என்னிலும் ஒரு சின்னப் பிழையிருக்கு. வீட்டுக்குவீடு வீடியோவில் படங்காட்டிக்கொண்டு திரிந்த சிவப்பாயிருந்த ஒரு நாதாரி ‘லவ்’வென்று விரிச்ச வலைக்குள் கொஞ்சநாள் விழுந்து தியங்கிப் போய்க் கிடந்தன். தங்கைச்சி ‘லவ்’ பண்றாள், அப்ப மாப்பிள்ளை சீதனம் ஒன்றும் டிமான்ட் பண்ணமாட்டான் என்று அண்ணாக்களும் தங்கள் தங்கள் பாட்டைப் பார்த்து நழுவிட்டாங்கள். என்ர றோமியோவும் எங்கவீட்டில இருந்து எதுவும் பெயராதென்று தெரிஞ்சவுடன இராப்பகலாய் சினிமா காட்டிக்கொண்டிருந்த

தோஷத்தால "உன்ர நிழலைப் பிரிஞ்சாலே என்னால உயிர்வாழ முடியாது, வதங்கிப்போடுவன் ஹனி" என்று சினிமா வசனம் பேசினவன் நைஸா கழற்றிக்கொண்டு மாறிட்டான். என்னை விட்டுப்போய் கிரேக்கக் கப்பல்லை எங்கேயோ கொழுவினவன் பிறகு வந்து யாரையோ கட்டிக்கொண்டுபோய் இப்போ இத்தாலியிலயோ சைப்பிரஸிலேயோ செற்றிலாயிட்டானாம்."

தங்கையின் பால்யம் நழுவிப்போவதில் அண்ணன்மாருக்குக் கவலையில்லை. 'உயிர் நீ,' 'மயிர் நான்' என்று காதலித்தவனும் தருணத்தில் உதறிவிட்டு மேற்செல்வான். ஜெனிஃபர் என்னை விடவும் ஆழமாக வாழ்க்கையைப் புரிந்துகொண்டிருந்தாள். அவள் சொல்லும் நடைமுறை அனுபவங்களைக் கேட்பதைத் தவிர அவளுக்குச் சொல்ல என்னிடம் பொருத்தமான வார்த்தைகள் இருக்கவில்லை.

நிரம்பச் சோஷியலான ஜெனிஃபரை அவள் சாந்தமாக இருக்கும் நேரங்களில் யாராவது கட்டிப்பிடித்தாற்கூட 'பாவம்... ஆசைப்படுறான், மண்ணுக்கைபோற உடம்பைப் பிடிச்சிட்டுப் போகட்டும்,' என்று இலேசாய் எடுத்துப்பாள். அவள் மனம் நொந்தோ உடைந்தோ இருக்கையில் யாரும் சீண்டினால் வெடித்துச் சீறுவாள்.

ஜெனிஃபரைப் பெரும் ஆசாரசீலி என்றும் சொல்லமுடியாது. நாங்கள் ஒன்றாக மதியம் சாப்பிட மேசையில் அமர்ந்தால் சிலவேளைகளில் மட்டும் ஜெபம் சொல்லுவாள். அவள் ஜெபம் சொன்னாளானால் அதை முடிக்குமட்டும் நாங்களும் சாப்பிடாமல் காத்திருந்து 'ஆமென்' சொல்லியே சாப்பிட ஆரம்பிப்போம்.

அப்படி ஒரு நாள் மதியம் நாம் எல்லாம் ஒன்றாக இருந்து கோழியிறைச்சியுடன் சோறு சாப்பிடும்போது ஜெனிஃபருக்கு நல்ல பசியோ இல்லை ஜெபம் சொல்லத் தோன்றவில்லையோ உடனே சாப்பிட ஆரம்பித்தாள். நான் "ஜெனி உனக்குப் பதிலாக இன்றைக்கு நான் ஒரு ஜெபம் சொல்லட்டுமா? கொஞ்சம் தமாஷாக இருக்கும். அதுக்காக நீ கோபித்துக்கொள்ள மட்டும் கூடாது" என்றேன்.

"அது உங்கள் ஜெபம், உங்கள் வாய். அதுக்குக் கட்டுப்பாடுகள் போட நான் யார்?, யூ ப்றொஸீட் மெஸூயூ" என்றாள். முன்னர் எப்போதோ ஒரு பத்திரிகையில் படித்து மனதில் பதிந்து போயிருந்த அந்தக் கவிஞனின் ஜெபத்தை ஜெபித்தேன்.

பரலோகத்தில் இருக்கும் பரமபிதாவே
நின் நாமங்கள் எல்லா லோகங்களிலும்
என்றும் ஸ்தோத்தரிக்கப்படுவதாக...

இன்றைய கோழிக்குழம்பு
மிகவும் சுவையாக இருந்தது
அக்கோழி தேவரீரின் திருப்பாதங்களை
அடைந்திருப்பின் அதை மீளவும்
எமமிடமே தாரும்.
ஆமென்.

ஜெனிஃபர் வெடித்துச் சிரித்தாள். மற்றவர்களும் சிரிப்புத்தான். ஜெனிஃபருக்குச் சிரிப்பில் கண்கள் கலங்கிச் சொட்டவும் மீண்டும் முகங்கழுவிவிட்டு வந்தே சாப்பிட வேண்டியிருந்தது.

பகலில் அவ்வளவு சிரித்தவளை, அன்றிரவு கவனித்தேன். மென்னிருக்கையில் தூங்காமல் நெடுநேரம் விழித்திருந்தாள், "ஏம்மா ஜெனி என்ன பண்றாய் இவ்வளவும் ஏன் தூங்கவில்லை" என்றுவிட்டு விளக்கைப்போட்டால் அவள் கண்களிலிருந்து வழிந்துகொண்டிருப்பது தெரிந்தது.

"ஏண்டா . . . என்னாச்சு, யாரும் உன்னை ஏதும் சொன்னாங்களா?" என்றேன்.

"இல்லை மெஸூயூ. இன்றைக்கு அமலன்ர கீ–பேர்த்டே, அவனை மறந்துவிட்டு என்னால தூங்கமுடியல்லை. 'அவன் சின்னப்பெடியன் இன்னும் படிக்க வேணும், ஏதோவொரு துடிப்பில தெரியாத்தனமாய் இயக்கத்துக்கு வந்திட்டான். தயவுசெய்து அவனை விட்டிவிடுங்கோ...' 'கிட்டு'ம் கிட்டாதென்று அந்த முகாமிலிருந்த ஒவ்வொருத்தனிட்டையையும் எப்பிடிக் கையெடுத்துக் கும்பிட்டு மன்றாடினாங்கள். அவங்கள் விடவேயில்லை. ஆறுமாதத்தில சூரியக்கதிர் தாக்குதலுக்குப் புலியள் வன்னிக்குத் தெறிச்சு ஓடேக்க திருப்பித் தாக்கென்று எங்கட குழந்தையை அனுப்பி வழியிலேயே கொன்றுபோட்டாங்கள் நாதாரியள்..."

அன்று அவள் ஏன் ஜெபம் செய்யவில்லை என்பதுவும் புரிந்தது. அத்தனை குழப்பத்திலும் கோபத்திலும் கனன்றுகொண்டிருந்தாள். அவளைச் சமாதானப்படுத்தித் தூங்கவைப்பது பாடாக இருந்தது.

பிறகொருநாள் அவள் தனித்திருந்தபோது,

"அது சரி... ஜெனி உன் ஜெபங்கள், ஸ்தோத்திரங்கள் எல்லாம் சரிதான், ஆனால் தூஷணைத் தேன்தமிழும் அப்பப்ப எடுத்துவிடுவாயாமே? உண்மையா? இரண்டும் ஒன்றுக்கொன்று முரணான விஷயங்களாச்சே" என்றேன்.

"உண்மைதான். மெஸூயூ, சொறி. உங்களுக்கும் வந்திட்டுதே அது, யார் உங்களுக்குச் சொன்னது?"

காந்தன்தான் சொன்னான். மெஸுயூ

"எனக்குத் தெரியும் அந்தப் பன்னாடைதான் சொல்லி யிருப்பான். அவனை ஒருநாள் பேசின்னாந்தான்."

"ஏன், என்ன நடந்தது? உன்னில் ஏதுஞ் சொறிஞ்சானோ?"

"ஒருநாள் கிச்சினில சமைச்சுக்கொண்டிருக்க உள்ளவந்தவன் எனக்குக் குண்டியில தட்டினான். நானும் தற்செயலாய் பட்டதாக்கும் என்று பேசாமல் இருந்தன். 'சரக்கு மடியுதாக்கும்' என்று நினைச்சானோ ... அல்லத் தனிச்சு வெளிக்கிட்டு வந்தவள்தானேயென்ற கணிப்பிலயாக்கும் மற்றநாளும் மெல்லத் தடவிப் பார்த்தான். குடுத்தனே முறையான சங்கீர்த்தனம். அதுக்குப்பிறகு காய் நல்ல அடக்கம். ப்ளீஸ் கேட்டுப் போடாதையுங்கோ. மெஸுயூ இப்ப ஆள் நல்ல மடக்கமும் மரியாதையும். நீங்கள் சொன்னமாதிரி எல்லாம் ஹோமோன் குளறுதான். பெடி என்ன செய்யும்? ஒன்றும் கண்டுக்காதையுங்கோ, விட்டிடுங்கோ திருந்திடுவான். ஒருநாள் என்னுடைய கோவம் தணிஞ்சபிறகு அவனைக் கூப்பிட்டுச் சொன்னன்: 'தம்பி கையில விரலுள்ள மனுஷர் எல்லாராலேயும் தடவலாம், நீங்க சும்மா ... தடவினாப்போல 'சரக்குகள்' உங்கட மடியில வந்து பொத்தென்று விழுந்திடாளவை காணும். அவளவை மனசிலயும் இடம்பிடிக்க வேணும்' என்று. 'ஐயோ ... அக்கா ஒரு உணர்ச்சித்தழும்பல்ல தெரியாமல் பண்ணிட்டன், மன்னிச்சிடுங்கோ' என்று அழுதான், இனித் திருந்திடுவான்" என்றாள்.

❖

எனக்கும் அநேகமாக ஒவ்வொரு ஞாயிற்றுக்கிழமைகளிலும் பணி விடுப்பிருக்கும். ஒரு சனிக்கிழமை ஜெனிஃபர்:

"மெஸுயூ நான் மட்டன் பிரியாணி செய்யிறதில எக்ஸ்பேர்ட் கண்டியளோ ... நாளைக்கு உங்களுக்கும் லீவு. நான் மட்டன் பிரியாணி போடப்போகிறேன். நீங்கள் ஓரிடமும் டேற்றிங்ஸ் வெளிக்கிடாமல் அடக்கத்தோட வீட்டிலிருந்து என்னுடைய பிரியாணி லஞ்சை அவசியம் சாப்பிட்டே ஆக வேண்டும்" என்று அறிவித்தாள். "வேண்டிய சாமான்கள் எல்லாம் நான் வாங்கியாறன். எனக்கும் மட்டன் பிரியாணி சாப்பிட்டு நாளாச்சு. யூ ப்றொசீட்டா உன் கைவல்யத்தை முழுக்க எடுத்துவிடு செல்லம். எதுக்கும் அதுக்கிடையில நான் அவசரமா இன்ஸ்ரன்ட் லைஃப் இன்ஸூரன்ஸ் பண்ண வழிகள் ஏதும் இருக்கோவென்று அறிஞ்சுகொண்டு வந்திடுறன்" என்றேன். உருட்டுக்கம்பை எடுத்துக்கொண்டு என்னைத் துரத்த ஆரம்பித்தாள்.

ஞாயிறு மாலை எங்கள் வீட்டில் மட்டன் பிரியாணி என்கிற கதை பரவ அயல் அடுக்ககங்களிலிருந்தும் ஆட்கள் வந்துசேர அங்கே இரண்டு மூன்று ஷாம்பேன் போத்தல்களும் திறக்கப்பட்டன.

ஷாம்பேனுக்கு ஏலவே பரிச்சயமானவர்போல ஜெனிஃபர் தானும் ஒரு கிளாஸைத் தூக்கிக்கொண்டு 'சியர்ஸ்' சொல்லி அனைவர் கிளாஸ்களிலும் முட்டினாள். யாழ்ப்பாணம் – குருநகர்ப்பிள்ளை அல்லவா? எல்லாத்தையும் கற்று வந்திருந்தது எங்களுக்குக் கொஞ்சம் ஆச்சர்யம்.

அன்றிரவு ஒரு சிந்து நடையோடும் சிருங்கார அடவுக ளோடும் பல தென்மோடிநாட்டுக் கூத்துப்பாடல்களைப் ஜெனிஃபர் பாடிக்காட்டினாள். இதெல்லாம் உனக்கு எப்படித் தெரியும் என்றதுக்கு "என் நயினா நீக்கிலாஸ்பிள்ளை நாடறிஞ்ச நாட்டுக்கூத்துக் கலைஞராக்கும்" என்றாள். அதன் பின்னாலும் அவளைப் பல தடவைகள் அப்பாடல்களைப் பாடச்சொல்லி இரசித்தோம்.

"உன் நயினா இப்ப இன்னா பண்றாப்பல?"

"எங்க நயினா றோலர்களில மீன்பிடிக்கு உதவிக்குப்போய் வந்து கொண்டிருந்திச்சா... இப்ப அவருக்குப் பென்ஷன் வயதாச்சு மெஸூயூ. அறுபதோ அறுபத்திரண்டோ. அமலனையிட்டான தகராறில புலியள் ஒருக்கால் அவருக்கு வயசையும் பாராமல் எங்க வீட்டுவாசல்ல வைச்சே அடிச்சு முட்டியை உடைச்சுப் போட்டாங்கள். அப்ப அங்கே ஆன வைத்தியமுமிருந்தாத்தானே? அதிலயிருந்து முழங்காலைச் சரியா மடக்க நிமித்தக் கயிட்டம், உடம்பும் நல்லா நைந்துபோச்சா, தொழிலுக்கும்போகேலா.

என்ன வீட்டில கொஞ்சம் கள்ளுக்கு வசதியிருந்தால் வார்த்துப்போட்டு வந்து கூத்துப் பாட்டுகளைத்தான் எழுப்பிக் கொண்டிருக்கும்."

❖

அடுத்த நாள் காலைச் சாப்பாட்டு நேரம். எங்களுக்கு 'பண்'களை அரிந்து சலாட்டும் ஹாமும் சீஸும் வைத்துப் பரிமாறிக்கொண்டிருந்த ஜெனிஃபர் திடீரென தொலைக்காட்சித் தொடர்களில், சினிமாக்களில் வருவதைப்போல ஒரு காட்சியை அரங்கேற்றினாள். "ஊவாக்..." என்று வாந்தி எடுப்பதைப்போல வாயைப் பொத்திக்கொண்டும் ஓசை எழுப்பிக்கொண்டும், குளியலறையை நோக்கி ஓடினாள். எமக்கு ஒன்றுமாய்ப் புரிய வில்லை. ஒருவரையொருவர் பார்த்துக்கொண்டிருந்தோம். குளியலறைக்குள்ளிருந்தும் பலவிதமான ஓங்களிப்பு ஓசைகள்

எழுப்பியவள் வெளியே வந்து "வயித்தைக் குமட்டுது... மசக்கைபோலக் கிடக்கு" என்றாள் வெகு இயல்பாக.

"என்னடி சொல்லுறாய் லூஸ்" என்றேன்.

ஒரு மணித்துளி மௌனமாக இருந்துவிட்டுச் சிரித்துக் கொண்டு,

"என்ன ஜெனிஃபருக்கு ஆரோ ஊன்றியிட்டாங்கள் என்றா பதைக்கிறியள்" என்றாள்.

"என்னடி ஊன்றதும் முளைக்கிறதும்... என்டிறாய் கூத்தி, என்னதான் பிரளயம்... சொல்லித் தொலையன்."

பிறகு என்னைப் பார்த்துக் கண்ணடித்துவிட்டு "சும்மா இன்றைக்கு ஒரு ட்ராமா பண்ணலாமோவென்றிருந்துது... அதுதான்" என்றவள் "இன்றைக்கு என்ன திகதியென்று பாருங்கோவன்" என்று கண்களைச் சுழற்றிக் கலண்டரைக் காட்டினாள், பார்த்தோம் அது *'April 1st, April Fools day!'*

பாவனாவுக்கு வதிவிட அனுமதி நீடிக்க வேண்டிய ஒருநாள். ஜெனிஃபரே அவளைக் கூட்டிப்போவதாக இருந்தது. வெளியே பனிமூட்டமும் பற்கள் கிட்டும் குளிராகவும் இருந்தது. பாவனா அடித்த அலாரத்தை அமுக்கிவிட்டு மேலும் படுத்திருந்தாள். ஜெனிஃபர் மீண்டும் தட்டித்தட்டி எழுப்பவும் அவளோ சுகம் சுகமெனப் படுத்திருந்தாள். ஜெனிஃபர் பாட்டியைப்போல ஒரு நடுங்கல் குரலில் சொன்னாள்: "குளிர்தான் கிளி... என்ன செய்யிறது? அசவு[6]க்கை தாவடிப் பொயிலை கிடக்காச்சி? கிழிச்சொரு சுத்தைப் பத்திக்கொண்டு இறங்கடா... விஸாக்கந்தோரல்லே[7] பூட்டப்போறாங்கள்..."

அரைவிழிப்பில் இருந்தவர்கள்கூடச் சிரித்தோய்ந்தனர்.

✥

அதொரு வசந்தகாலம். பாவம் இந்தப் பெண்கள் என் அடுக்ககத்துள்ளேயே சதா மண்டிக்கிடக்கிறார்களேயென்று ஒருநாள் இவர்களை *Wannsee*க்கு கூட்டிப்போனேன். நூடில்ஸ் பிரியாணியும், பானங்களும் எடுத்துக்கொண்டு எனது மகிழுந்திலும், நண்பரொருவரின் மகிழுந்திலுமாக நிறைத்துக்கொண்டு 10 பேர்வரையில் ஒரு பிக்னிக்போல அங்கே சென்றிருந்தோம். அது பேர்லினின் காஷ்மீர் என்று

---

6. ஓலையால் வேய்ந்த குடிசைவீடுகளில் பாய்கள், தலையணை, சார்வோலை என்பன வைப்பதற்காகவுள்ள ஏணையையொத்த அமைப்பு.
7. விஸா அலுவலகம் (Kantoor - office in Dutch).

சொல்லக்கூடிய அழகுப் பிரதேசம். அங்கேயுள்ள நன்னீர்க் கடலேரியிலும் அதனோடு சேர்ந்த கால்வாய்களிலும் அலைச்சறுக்கு விளையாட்டுக்களும், படகுப் போட்டிகளும் சுற்றுலாப் பயணிகளுமாக அந்த இடம் கோலாகலமாயும் உற்சாகமாயுமிருக்கும். அந்த *Wannsee* கடலேரியைக் கண்டதும் 25 வயது ஜெனிஃபர் ஒரு குட்டிப் பாப்பாவைப்போலக் குதூகலத்தில் கிறீச்சிட்டுத் துள்ளிக் குதித்தாள். எம்வீட்டு நாய்க்குட்டி எம் பிள்ளைகளோடும் அயல்வீட்டுப் பிள்ளைகளுடனும் சேர்ந்து ஓடிவிளையாடுமே அதேபோல் *Wannsee*யின் புற்றரைகளிலும் மணலிலும் நடைகழி[8]களிலும் ஜெனிஃபரும் கூடச்சென்றவர்களோடும் தெரிந்தவர், தெரியாதவர்கள் எல்லோருடனும் ஓடிப்பிடித்து விளையாடத் தொடங்கிவிட்டாள். அவள் கால்களை எட்டிவைத்த பாங்கும் உடல்மொழியும் ஓடியவேகமும் பயிற்றப்பட்ட தடகள வீராங்கனையதைப் போலிருந்தன. பையன்களுக்கே அகப்படாமல் துள்ளித்தெறித்தாள்.

"ஐயோ . . . நாவாந்துறை, கொழும்புத்துறைச் சேற்றுக் கடலையே கதியென்டு கிடந்த எனக்கு இங்கே இப்படியொரு சொர்க்கமிருக்கென்று முன்னையே ஏன் சொல்லேல்லை மெஸூயூ" அங்கலாய்த்தாள்.

அந்தி சாயத் தொடங்கவும் எல்லோருக்கும் பசியெடுக்கத் தொடங்கியது. புற்றரையில் வட்டமாக அமர்ந்து சாப்பிடலானோம். சாப்பாடானதும் எம்மிடையிருந்த சில கானக்குயில்கள் கீதம் எழுப்பலாயின.

காற்றில் ஈரப்பதங்கூடி குளிர ஆரம்பித்தது. முகில்கள் கீழே இறங்கிவருவதைப் போலிருந்தன. திடுப்பென ஒரு மழைகூட இறங்கலாம். ஜெனிஃபரோ "இன்னுமொரு ஆட்டம் ஓடிப்பிடித்து விளையாடலாம்" என்றாள். எனக்கு சாப்பிட்டபின் நடக்கவோ ஓடவோ முடியாது, சற்றே ஓய்வெடுக்க வேண்டும். "குளிரத் தொடங்குது... எல்லோரும் புறப்படுவோம்" என்றேன். "இல்லை இன்னும் ஒரு ஆட்டம் ஓடினால் குளிர் பறந்துவிடும்" என்று ஜெனிஃபர் அடம்பிடித்தாள்.

"எல்லோரும் முடிச்சுகளைத் தூக்கிக்கொண்டு கிளம்பலாம்" என்று அதட்டலாகச் சொன்னேன். ஜெனிஃபருக்கு மூக்கில் புல்லுக்குத்திக்கொள்ளக் கோபத்தில் விசுக்கிக்கொண்டு மேற்குநோக்கி நடக்கலானாள். 'நல்லாய்ப் போயிட்டுத் திரும்பி வரட்டும்' என்று விட்டுவிட்டேன். எல்லோரும் மகிழுந்து நிறுத்தத்துக்கும் வந்தாயிற்று. ஜெனிஃபரைக் காணவில்லை. அவள் ஐநூறு மீட்டர் தூரம்வரை நடந்துபோய் ஒரு

8. Promenades

லின்டன் மரத்தின்கீழ் அமைந்திருந்த ஒரு சாய்வுவாங்கில் அமர்ந்துகொண்டு கடலேரியையே இன்னும் ஆச்சர்யம் தாளாமல் பார்த்துக்கொண்டிருந்தாள். மற்றவர்கள் அவளைத் தேடிப்போய் "என்னடி என்ன இங்கே பண்ணிக்கொண்டிருக்கிறாய்" எனக் கேட்கவும் "நான் இன்னும் இந்தக் கடலைப் பார்த்து முடிக்கேல்லை... வடிவாய்ப் பார்த்திட்டு நடந்தென்றாலும் வீட்டை வாறன். நீங்கள் எல்லோரும் போங்கோ," என்றாள். கூட்டப்போன பெண்கள் அவளிடம் "ஜெனிஃபர் மெண்டலாடி... நீ பார்த்து முடிக்காட்டி நாளைக்கு வந்து பார். இப்ப வா போவம்" என்றனர். எழும்ப மனதின்றி அடம்பிடித்துக்கொண்டு வாங்கிலேயே அமர்ந்திருந்தாள். அவர்கள் திரும்பிவந்து "அண்ணே... நீங்கள் போய்க் கூட்டி வாங்கோ. நீங்கள் சொன்னால்த்தான் கேட்பாள்" எனவும் நானும் போய் "ஏய் ஜெனி... இருட்டவிட்டு இதிலே இருந்தியானால்... ஊர் உழட்டிற அல்ஜீரியாக்காரங்கள் வந்து உன்னைக் குண்டுக்கட்டாய்த் தூக்கிக்கொண்டு போடுவாங்கள்," என்று மிரட்டினேன்.

கண்களை உக்கிரமாக விரித்து முழிச்சிக்கொண்டு "ஒரு பயல் ஜெனிஃபரில கைவைக்கமுடியாதாக்கும் பொசுங்கிடுவாங்கள். நான் உக்கிரப் பிரபாகினி அம்மனாக்கும்" என்றாள். அவள் சிவந்தகண்களிலும் ஒரு உக்கிரம் தெரிந்தது. இவளுக்கு எப்படி 'உக்கிரப்பிரபாகினி' அம்மன் பற்றியெல்லாந் தெரிந்தது என்பது எனக்கின்னும் புதிர்தான்.

நான் அவள் நாடியைத் தடவி "ஒருநாள்ல யாராலும் *Wannsee*ஐப் பார்த்து முடிக்கேலாதுதான். அது சரியான அகலம். எழும்பு கண்ணா, நாங்கள் அடுத்தவாரமும் இங்கே பிக்னிக் வருவோம். அடம் பிடிக்காதை எழும்பி வா. குஞ்சுக்கு இண்டைக்குப் பிட்ஸா ஹவாய் வாங்கித்தாறன்" எனவும் "கூட்டித்தான் வந்தீங்கள்... கடலைச் சரியாய்ப் பார்த்து முடிக்கவும் விடுகிறியளில்லை" என்றபடி காலை நிலத்தில் குத்தி உதைத்துக்கொண்டு எழும்பிவந்தாள்.

ஜெனிஃபரின் பெர்லின் வாசம் மூன்று மாதங்களாகி விட்டன. அவளுக்கான ஸ்டேசனை அடிக்காமல் விசா அலுவலகம் மேலும் இழுத்தடித்துக் கொண்டிருந்தது. எம் சட்டத்தரணியிடம் ஒருமுறை அதுபற்றி உசாவியபோது அவர் 'விசா வழங்குவதையும், ஸ்டேசன்களுக்கு அனுப்புவதையும் இருவேறு தீர்ப்பாயங்கள் கவனிப்பதனாலும், அகதிகளின் எண்ணிக்கை கட்டுமீறி இருப்பதனாலும் இந்தத் தாமதம்' என்பதை விளக்கி அவளை மேலும் கொஞ்சம் பொறுமை காக்கும்படி கேட்டுக்கொண்டார்.

ஒரு நாள் என்னைக் கேட்டாள்: "மெஸுயூ நீங்கள் என்ர அப்பிளிக்கேஷனில ஜெனிஃபருக்கு நல்லாய் இழுத்தடிச்சுப் போட்டு பெர்லினையே கொடுக்கச் சொல்லியும் இரண்டுவரி சேர்த்து எழுதிப் போட்டியளோ?"

"அம்மாடியோவ்... இந்தக் குருநகர்க் குத்துமாட்டை பெர்லினில மறிச்சுப்போட்டு உனக்கு மாப்பிள்ளை பிடிக்க எங்கேயடி போவேன்?" என்றேன்.

"நாணயம் பிடிக்கிற படிமாத்தான்கள் எவனும் எனக்கினி வேண்டாம்" என்றபடி என்னை அடிப்பதற்கு விரட்டினாள்.

அவளுக்கு ஸ்டேசன் அடிபடாதது கவலையாக இருந்தாலும் அவள் அடுக்ககத்தில் எங்ககூட இருப்பது எங்களுக்குப் பம்பல், உதவிக்கரம். சந்தோஷமாகவுந்தான் இருந்தது. வானம் வெளுத்தும், சூரியர் மினுங்கும் நாட்களிலும் முன் அந்திவேளைகளில் சாளரத்தினூடாக மஞ்சள் வெயில் எதிரிலிருக்கும் கட்டடத்தில் மேற்பாதியில் மட்டும் விழுவதையும், அந்தி சாயச்சாய வெளிச்சம் மெல்லமெல்ல மேலே எழும்பி ஒடுங்கி இல்லாமல் போவதையும் ஒரு குழந்தையைப்போலக் கண்டு குதூகலிப்பாள். சிலவேளைகளில் வெயில் மினுங்கிக்கொண்டிருக்கையில் மழையும் பெய்தால் துள்ளிக் குதித்துக் கைகொட்டிச் சிரிப்பாள். ஒரு இலைகூட அதன் வழமையான அமைப்பில் இல்லாது வித்தியாசமாயிருந்தால் அதை பர்ஸிலேயோ எங்கேயோ பத்திரப்படுத்திவைத்து நினைத்த நேரம் எடுத்துவைத்துக் கண்களை உருட்டியுருட்டிப் பார்த்துக்கொண்டிருப்பாள். நானும் அவதானித்ததில் சிலவேளைகளில் அவள் பார்ப்பது ஒரு சிங்கம் பார்ப்பதைப் போலவே இருக்கும், வெறும் எனதான பிரமையோ என்னவோ, அவளது முகத்தில் சிங்கத்தை நினைவுறுத்தும் ஏதோவொரு அம்சம் இருப்பதாகப் பட்டது. எனக்கு இராசிகள், கணங்களில் நம்பிக்கை இல்லாவிட்டாலும் "ஜெனி... நீ சிலவேளைகளில ஒரு சிங்கத்தைப்போலப் பார்க்கிறாய் உனக்கு அது தெரியுமோ... என்ன ராசியடி நீ" என்று கேட்டதுக்கு,

"அதுதான் என்னைக்கண்டு எல்லோரும் பயத்தில பறக்கிறாங்களோ... ராசியும் கணமும் குருநகர் கிறிஸ்துவிச்சிக்கு ஏது மெஸுயூ, நல்லகாலம் பாம்புமாதிரிப் பார்க்கிறாய் என்று சொல்லாமல் இருந்ததுக்கு தாங்ஸ்" என்றாள். பிறகு சற்று நேரத்தால் "நான் முன்ன சொன்ன அந்தச் சிக்கலில இருந்தபோது, என்ர துஷ்யந்தனை அடைய விதி இருக்கோவென்று வீட்டில உச்சிப்போட்டு, யாழ்ப்பாணச் சந்தைக்குள் இருந்த மார்க்கண்டுச் சாத்திரியிட்டையும் போன்னான்."

"யார் அந்தக் கண்ணடிக்கிற சாத்திரியோ..."

"ஓமோம் பெண்டுகள் என்றால் கையைப்பிடிச்சபடி மூஞ்சையைப் பார்த்துப்பார்த்துக் கண்ணை அடிச்சுக்கொண்டே கதைப்பார்... அவர்தான் என்னுடைய டேட் ஒஃப் பேர்த்தைக் கேட்டுவிட்டு என்னை இராக்ஷதக்கணம் என்று சொன்னது மட்டும் ஞாபகத்தில இருக்கு, மற்றக் கிடாய், சிங்கம், கரடி விஷயங்கள் தெரியேல்லை பொஸ்." சிலவேளைகளில் இப்படித் திடுப்பெனப் "பொஸ்" ஆகவும் பதவி உயர்த்தப்பட்டேன்.

❖

மூன்றோ நாலு மாதங்கள் இப்படி என் அடுக்ககத்தில் கலகலத்துக்கொண்டிருந்த ஜெனிஃபர் ஒருநாள் விசாவுக்குப் போனபோது அவளுக்கு *Stuttgart* என்று ஸ்டேசன் அடித்துக் கொடுத்துவிட்டார்கள். அவளது பிரிவு தவிர்க்க முடியாததாகி யிருந்தது. அவள் *Stuttgart*க்கு புறப்பட்ட முதல் 'ஜெனிஃபர் இன்னொரு முறை *Wannsee*க்கு பிக்னிக் போவோமா'வெனக் கேட்டபோது "வேண்டாம் மெஸூயூ ஸ்டேசன் அடிக்கேல்லை அடிக்கேல்லை என்று கவலையா இருந்துது . . . இப்ப அடிச்சாப்போல உங்களை எல்லாம் பிரியப்போறேனே என்கிற துக்கம் தொண்டையை அடைக்குது...

ஜொலியோ 'பிக்னிக் மூட்'டோ இல்லை" என்றாள் கண்கள் நிறைய. பேருந்தில் ஏறிப் பிரிகையில் அன்று வாத்சல்யத்துடன் என்னைக் கட்டி முத்தமிட்டாள். கண்கள் நிறைந்து சொரிய "இனி எந்த ஜென்மத்தில் உங்களை எல்லாம் பார்ப்பேனோ" என்று துடிக்கும் உதட்டுடன் சொல்லி விடைபெறவும் நானும் உடைந்துபோனேன். அயல்வீட்டிலிருந்து எங்கள் வீட்டில் வந்தொரு குழந்தை எல்லோருடனும் 'மாமா' 'மெஸூயூ' என்று ஒட்டிப்பழகிக் குதித்துக் கும்மாளங்கொட்டிவிட்டுத் திடுப்பெனத் தாயிடம் ஓடிவிட்டால் உண்டாவதைப் போலவொரு வெறுமை சூழவும் எம் அடுக்ககம் பேரமைதியானது. அவளது குலுங்கல் சிரிப்பும் பொழிப்பும் அதகளமும் அட்டகாசங்களும் விடைபெற்றான துக்கத்தின் சாம்பல் அனைவரின் முகங்களிலும் தடவியிருந்தது.

❖

ஊறிய கண்களோடு *Stuttgart* போனவள் அங்கேயும் இரண்டு மூன்று மாதங்கள்தான் இருந்தாள். ஏனோ பின்னர் அங்கிருந்து ஃப்ரான்ஸுக்குப் போனாள். முன்பொருமுறை பாரீஸில் யாரோ தூரத்துச் சொந்தக்காரர் இருக்கிறார்கள் என்று சொன்னது மட்டும் லேசான ஞாபகம். இன்னும் ஃப்ரான்ஸில் லியோனில்

அவளது சகோதரன் ஒருவனும் இருந்தான், ஜெனிஃபர் பெர்லினில் இருக்கிறாள் என்று தெரிந்திருந்தும் அவன் ஒருநாளாவது போனில்கூட ஜெனிஃபரை விசாரித்ததில்லை. ஆகையால் அவள் அந்தச் சகோதரனிடம் லியோனுக்குப் போகமாட்டாள் என்பது மட்டும் தெரிந்தது. மேலும் ஐந்தாறு மாதங்கள் கழித்து அவளது எளிமையான திருமண வரவேற்பிதழ் வந்தது. அதுவும் ஒருவகையிலான சீர்திருத்தக் கல்யாணந்தான். மாப்பிள்ளை திருநெல்வேலிச் சைவப்பையன், காலையில் செயின்ட்.மேரீஸ் தேவாலயத்தில் திருப்பலியின் பின்னர் மோதிரம் மாற்றுதல் என்றும், மாலையில் பாரீஸ் அம்மன்கோவிலில் மாங்கல்யதாரணம் என்றும் அழைப்பிதழில் இருந்தது. அது காதல் திருமணம் என்றும் பெற்றோரால் ஒழுங்கு செய்யப்பட்ட திருமணம் என்றும் பேச்சுக்கள் வந்தன. பையன் சைவனாக இருப்பதால் அநேகமாகக் காதல் திருமணமாக இருக்கலாமென்பது என் ஊகம். அதுக்கும் மேலே எதுவும் ஆராய இயலாதபடிக்கு நானும் என் ஊழியங்களும் அமைந்திருந்தன.

ஒரு தசாப்தம் கடுகி உருண்டது. இடைக்கிடை போன்பண்ணி "எதுக்கு மாமா இன்னும் முற்றவைச்சுக்கொண்டிருக்கிறீங்க, சீக்கிரம் கல்யாணம் ஒன்றைக் கட்டித்தான் பாருங்களேன்... அதுக்குப் பிறகு சும்மா ஜொலியாயிருக்கும் வாழ்க்கை" என்றெல்லாம் என்னைக் கலாய்த்துக்கொண்டிருந்தாள். பின்னர் ஒருநாள் தன் மகளின் போட்டோவொன்றை அனுப்பியிருந்தாள். அவள் அணிந்திருந்த பெரிய சிவப்பு, கருப்பு, வெள்ளைக் கட்டங்கள் போட்ட துணியில் மடிப்புகள் வைத்த அரைப்பாவாடையும், வெள்ளை மேற்சட்டையும் எடுப்பாயிருக்க, ஒரு ஃப்ரெஞ் பிள்ளையைத்தான் ஜெனிஃபர் தத்தெடுத்திருக்கிறாளோ வென்று எண்ணும்படி அவளது நிறமிருந்தது. வயசைமீறி வளர்ந்து பெரிசாகிவிட்ட பெண்ணைப்போலிருந்த அவளுக்கு அகவை பத்துக்குள்ளாகத்தான் இருக்கமுடியும். படத்தின் பின்புறத்தில் சிறிய எழுத்தில் பச்சைநிறத்தில் – சுகன்யா நன்றாகப் படிக்கிறாள், பெரிய கல்விப் பின்புலமில்லாத எங்கள் குடும்பத்திலிருந்து இவளை ஒரு டாக்டராகப் பார்க்கும் கனவொன்று எனக்கு இருக்கிறது. ஆதலால் இவளுக்காகவேனும் இன்னும் கொஞ்சம் வாழ்ந்து தொலைக்கலாம் போலிருக்கு மெஸூயூ – என்று பந்துமுனைப் பேனாவினால் எழுதியிருந்தாள்.

ஒருநாள் முகநூலில் வெளியான பாரீஸ் – மேலமருவத்தூர் ஆதிபராசக்தி அம்மனின் ஆடிப்பூரத்தன்றைய சிறப்புப் பூஜாபுனஸ்காரங்களின் படமொன்றில் ஜெனிஃபர் தனது பெயரையும் திரிசூலி என்று மாற்றிவைத்துக்கொண்டு பட்டுச்சேலை கட்டிய பக்தைகளில் ஒருத்தியாக அர்ச்சனைத்

தட்டை ஏந்திக்கொண்டு நின்றாள். ஜெனிஃபரை முதன்முதலாகச் சேலையில் கண்டபோது பெர்லினில் இருந்த ஜெனிஃபரை விடவும் வேறொரு மனுஷியாக இருந்தாள்.

✥

மேலுமொரு தசாப்தம் உருண்டபோது ஒருநாள் – லங்காஸ்ரீயில் – அகாலமரணமென்று ஜெனிஃபரின் மரண அறிவித்தலைக் காணநேர்ந்தது. அப்போதும் அவள் கணினித்திரைக்கு வெளியே தலையை நீட்டி “சும்மா நெத்துக்கு விட்டுக்கொண்டிராமல் சீக்கிரம் கல்யாணம் செய்துக்கோ மாமா... சும்மா ஜொலியா யிருக்கும்” என்று என்னைக் கலாய்ப்பதைப் போலிருந்தது. அறிவித்தலின் அடியிலிருந்த தொலைபேசி இலக்கத்துக்குப் போன்செய்து அவளுக்கு என்ன நடந்தது என்று விசாரித்தேன். யாரோ ஒரு பெண்மணி பேசினார்.

“அவள் மகள் சுகன்யாவுக்கு பதினாறு வயசுதான்... தன்கூடப்படித்த மொரக்கோப் பெடியன் ஒருத்தனோடபோய் இருக்கப்போகிறேன் என்று தாயிடம் சண்டைபோட்டு அடம்பிடித்தாளாம். ஜெனிஃபரின் புத்திமதிகள், கெஞ்சல்கள், மன்றாட்டங்கள், அழுகைகள் எதுக்கும் மகள் மசியேல்லைப் போலை. ‘அப்போ நீ உன்வழியில் போறதென்றால்... நானும் என்வழியைப் பார்த்துப்போகிறேன்’ என்று வீட்டைவிட்டுப் போனவள் நாலைஞ்சுநாளாய் அலைஞ்சு திரிஞ்சுபோட்டுக் கடைசியாய் போனதிங்கள் விடிகாலையில சைன்நதி மேலயொரு பாலத்திலயேறிப் பாய்ஞ்சிட்டாள்” என்றார்.

என்னவொரு அசட்டுப்பெண். அவளுக்காக நான் சிங்கப்பூரில் வாங்கிய வெள்ளிப் பாதசரங்களையே அனுப்பி வைக்க ஒரு முகாந்தரமும் தென்படாமல் இருந்தேன். நான் அதை அஞ்சல் செய்தால் அது அவளுக்கு ஏதும் சங்கடங்களை உருவாக்கலாம். ஜெனிஃபருடன் நான் போனிலாவது தொடர்புகளைப் பேணிக்கொண்டு இருந்திருக்கலாம். ஜெனிஃபர் தன் நெருக்கடிகளில் எதையாவது என்னுடன் பகிர்ந்திருப்பாளானால் ஒருவேளை இவ்விபரீத முடிவுகளை எட்டவிடாமல் வேறுதீர்வுகளை நோக்கி நாம் நகர்ந்திருப்போம். வேகமாக வளர்ந்திருந்த அவளது ஆசைமகள் தனக்கான புது உறவைச்சேர்ப்பதிலும், இருந்த உறவை அறுப்பதிலுங்கூட வேகமாகவே இருந்திருக்கிறாள். அவளை வாழ்வோடு பிணைத்திருந்த ஒரே கண்ணி சுகன்யாதானே, அந்த உறவை நேசித்து அதுக்காகவே வாழ்கிறேன் என்றாளே... அக்கண்ணியும் நியாயமான கனவும் தெறித்துப்போவதை அந்தத் தாயினால் தாங்கமுடியவில்லையோ. அசடாய், குழந்தையாய், முரடாய்,

முரண்டுபிடிப்பதாய், நடிகையாய், ‘மாமா’, ‘மெஸூயூ’, ‘பொஸ்’ என்றெல்லாம் கலாய்த்துக்கொண்டிருந்த அந்தக் கலகக்குரல் இனிக் கேட்காது. அவளை நேசித்த, அவள்மேல் அன்பு பாராட்டக்கூடிய மனிதர்களின் நெருக்கத்தை அவள் விரும்பினாள், அவளது தொடுகை, அவளின் அருகாமை ஒரு சிறுமியினதைப்போல, எப்போதும் அவை ஒரு சலனத்தையோ விகற்பத்தையோ எனக்குத் தரவில்லை.

மறுபிறப்பில் நம்பிக்கை இருந்திருக்குப்போலும் “இந்தப் பிறப்பு எனக்கு என்னவோ சரியாய் அமையேல்ல மாமா... ஆனால், இதையேதான் கனநாளைக்குத் தொடர வேணும் என்பதை நினைக்கச் சலிப்பாயிருக்கு” என்று எனக்குப் பலதடவைகள் ஜெனிஃபர் சொல்லியபோதும் நான் அவள் சலிப்பைப் பொருட்படுத்தவே இல்லை. ஆனால், தன் வாழ்வின் எல்லா முடுக்குகளையும் ஒரு நல்ல நண்பனிடம் சொல்வதைப் போல என்னிடம் பகிர்ந்தவள் ‘உங்கள் எல்லோரையும் ஒருநாள் இப்படியொரு ஆச்சரியத்தில் ஆழ்த்துவேன்’ என்பதைச் சொல்லவே இல்லை. வாழ்வின் நித்திய அநித்யங்களை இளமையிலேயே தெளிந்துவிட்டதனாற்போலும் அப்பறவை ‘கிறீச்’சிட்டுச் சிலம்பிக்கொண்டு சுதந்திரமாய்ப் பறந்து திரிய விரும்பியிருக்கு. ஜெனிஃபரை மணந்தவனுக்கும் அன்பெனும் கள்ளைப்பருகி அவளை அணைவிக்கும் வித்தை தெரிந்திருந்ததா, அவளுக்கு மூக்கணாங்கயிறு பிடித்தானா இல்லை அவளுள்ளான விடுதலைவேட்கையை நயந்தானா, எப்படி அவளைத் தாங்கினான், அனுசரித்தான் ஒன்றுமே தெரியவில்லை.

ஜெனிஃபரின் வாழ்க்கையோடு பிணித்த அவள் தாயின், நயினாவின், அவர் முட்டியை உடைத்த மறவரின், அண்ணாக்களின், காதலனின், கைப்பிடித்தவனின், அருமைமகள் சுகன்யாவின கதைகளை எல்லாம் சுமந்து திரியும் காற்று காலத்தையும் கடந்து வீசும். ஆனால், அப்போதெல்லாம் அதைப் புரிந்துகொள்ளும் மனிதர்களும் ஜீவித்து இருப்பார்களென்று சொல்லமுடியாது.

ஜெனிஃபரின் வார்த்தைகள்கூடப் பொதுப்புத்தியின் நியமங்களுக்கு ஒருவேளை கெட்டதாய் பச்சையாய் இருந்திருக்கலாம், வாழ்க்கைபற்றிய ஒரு தேவதையின் நியமங்களும் எம்முடையதைப்போலவே இருக்க வேண்டுமென்ற நியதியில்லைத்தானே...

காலம் (கனடா) – 2019 வசந்தம் இதழ் – 53

3

வித்தகன்

அது 1955ஆம் ஆண்டு. அப்போதெல்லாம் யாழ்ப்பாணத்தின் பல கிராமங்களையும் போன்றே நீர்வேலிக்கும் மின்சாரம் கிடையாது. அக்காலத்திலேயே தன் வீட்டுக்கும் தொழிலுக்குமான மின்சாரத்தை ஒரு சிறிய டீசல் மோட்டரை வைத்துக்கொண்டு உற்பத்திசெய்து ஊருக்குள் வசதிகளுடன் விலாசமாக வாழ்ந்தது பாலசிங்கம் குடும்பம். தெற்குமூலையின் கந்தசுவாமி, வாய்க்கால் தரவையில் பிள்ளையார், வடக்குவீதியில் காமாக்ஷி, இராஜராஜேஸ்வரி அம்மன் கோவில்கள் நீங்கலாக ஊருக்குள் ஓடு வேய்ந்திருந்த பத்துப் பன்னிரண்டு வீடுகளில் பாலசிங்கம் வீடும் ஒன்று. ஊருக்குள் இருந்த ஒரேயொரு பி.எஸ்.ஏ 3.5 விசையுந்தும் அவரதுதான். அவர் தனது விசையுந்தை உதைத்து இயக்கிச் சத்தம் கேட்டால் நீர்வேலி வடக்கு முழுவதுக்கும் மனிதர் எங்கேயோ புறப்படுகிறார் என்பது புரிந்துவிடும். 'தொம்' 'தொம்' 'தொம்' என்று அதிர்ந்து செல்லும் அந்த விசையுந்தைக் காண சிறுவர்களும் சிறுமிகளுமாக வடக்கு வீதியிலும் அதன் குறுக்கொழுங்கைகளின் முக்குகளிலும் கூடிவிடுவார்கள். பறங்கியருக்கான சிவந்த நிறமும், சராசரியான உயரமும், அழகான பல்வரிசையும் நீலக் கண்களையுமுடைய அந்த அழகனை, வேலுப்பிள்ளையரும் சின்னம்மாவும் பெற்றுக் கொள்ளவில்லை, மானிப்பாய் ஆஸ்ப்பத்தரியிலிருந்து கடத்திக்கொண்டு வந்தார்கள் எனப் பெரியவர்கள் அந்நாளில் பகடி பேசுவதுண்டாம். பாலசிங்கம் வெள்ளை அரவிந்தம் வேட்டிகட்டி சந்தனம்,

ஆகாயநீலம், அல்லது மென்பச்சையில் ஷேர்ட்டும் அணிந்து, தங்கச் சங்கிலி மார்பில் புரள, குளிர்ச்சிக் கண்ணாடியோடு விசையுந்தில் ஆரோகணித்து வருவதும் ஒரு கொலுவாகத்தான் இருக்கும். ஊருக்குள் பல மாமியர்கள் தம்பெண்களைப் பாலசிங்கத்துக்குத் தருவதற்கு மனப்பட்டாலும் அவருக்கிருந்த பிரக்கியாதி கருதியும், சின்னம்மாவின் பகுமானம், பவிஸு பந்தாக்களுக்குப் பயந்தும் அங்கே அணுகவே பயந்திருந்தனர்.

அந்தக் காலத்தில் பச்சைநிற உறையில் *Gillette 7,* O' *Clock* என்றொரு சௌவுரஅலகு ஜெர்மனியிலிருந்து வந்தது. அந்த அலகுதான் அப்போதைய சந்தையில் இருந்தவற்றுள் எல்லாம் ஒச்சம். சாதா அலகுகள் 10 சதமாக இருந்தபோதே அதன் விலை 25 சதம். ஒரு ஊதாரி நுகர்வோனாற்கூட அதைக்கொண்டு குறைந்தது இரண்டு சௌவுரங்கள் இறகின் இதத்தோடு பண்ணமுடியும். பாலசிங்கம் 7,O' *Clock* சௌவுரஅலகை ஒருதரமே சௌரம் பண்ணிவிட்டுத் தூக்கி எறிவார். இன்னும் மருக்கொழுந்தன்ன விதவிதமான வாசனைத் திரவியங்களினதும் பிரியன். இந்தியாவிலிருந்து அவற்றை விதவிதமாய் தருவித்துப் பூசிக் கமழ்ந்துகொண்டு திரிவார்.

1958 வாக்கில் அவர்களுக்கு வவனிக்குளம் யோகபுரம் குடியேற்றத்திட்டத்தில் ஐந்து ஏக்கர் காணியும் கிடைத்தது. அதிலிருந்து வேலுப்பிள்ளையரின் கவனம் பூராவும் அந்தக் காணியைச் செம்மைப்படுத்துவதிலும், விவசாயத்தைக் கவனிப்பதிலும், பராமரிப்பதிலுமே இருந்தது. இரண்டு போக விளைச்சலுள்ள பாசனபூமி நன்கு முகஞ்செய்யவும் அவர்கள் வீடுநிறைய எப்போதும் நெல்லுமூடைகள் அடுக்கியிருக்கும்.

அவர்களின் பெரியவீட்டில் அறுக்கையுடன் கூடியவை இரண்டு அறைகள்தான். ஆனாலும் மையமாக ஒரு பட்டகசாலையும் அதோடு சேர்ந்த குறுக்கில் நீண்ட மாலும், மாலையடுத்துப் பட்டகசாலையின் இரு பக்கங்களும் உயரமாயும் நீளமாயும் வளர்ந்த திண்ணைகள். திண்ணையின் விடுதலையோரங்களில் நிறுத்தி நாட்டிய பனஞ்சலாகைக் கிராதிகள் அறுக்கையாக வீட்டை எல்லை செய்யும். ஒவ்வொரு அறைக்கும் கண்ணாடி ஓடுகளும் வேயப்பட்டிருந்ததால் எப்போதும் உள்ளேயும் வெளிச்சமிருக்கும் அந்த வீட்டைப் பார்த்தால் ஒரு யாகசாலையைப் போலிருக்கும். முற்றத்துக்குக் கிழக்காகத் தனியாக இருக்கும் மடைப்பள்ளியின் அடுப்புகளுக்கு ஓய்வென்பதில்லை, சதா ஏதாவது வெந்தபடியிருக்கும்.

அந்தச் சுற்றுவட்டாரத்தில் அப்போது அவர்களிடந்தான் வானொலியும் கிராமோபோனும் இருந்தன. மாலைவேளைகளில்

பாலசிங்கம் இசைத்தட்டுக்களிலிருந்து வைக்கும் பாடல்களைக் கேட்கவும், வானொலியில் செய்திகேட்கவும் பெரிசுகளும் சிறிசுகளுமாக ஒரு கும்பல் எப்போதும் அவர்கள் வீட்டுத் திண்ணையை நிறைத்துக்கொண்டிருக்கும். ஆனாலும் "அம்மான் பண்டாரநாயக்காவை யாரோ சுட்டுப்போட்டங்களாமே கதை உண்மைதானோ?" என்று யாராவது கேட்டால் "என்னவோ எனக்குத் தெரியாது அதெல்லாம் பாலசிங்கத்தைத்தான் கேட்கவேணும்" என்பார் வேலுப்பிள்ளையர்.

அவர்களுடைய மூத்த மகள் இலங்காதேவியைத் தையிட்டியில் கொடுத்திருந்தார்கள். அவள் தாய் வீட்டுக்கு வரும்போதெல்லாம் கட்டுக்கட்டாக மயிலிட்டி வெற்றிலைகள் கொண்டுவருவாள். சின்னம்மாவும் வீட்டுக்கு வந்தவர்களுக்குச் சலிக்காது தேநீர், கோப்பி, மோரன்ன பானகங்களோ, பனாட்டு, புழுக்கொடியல் குறைந்தபக்ஷம் நாட்டுவெற்றிலையாவது கொடுத்து உபசரிப்பார். சின்னம்மா அளவுக்கு வேலுப்பிள்ளையருக்குக் கைநீளாது. இன்னும் தங்கள் வீட்டுவிலாசத்தை அரியாலை, அராலி, திருநெல்வேலி தெல்லிப்பளை, சுழிபுரம், புத்தூர் சுற்றுவட்டகைகளிலிருந்து வரும் உறவுகளிடையில் எழுப்பிக் காட்டுவதில்செமைபிரீதியுண்டு.ஒருமுறைதெல்லிப்பளையிலிருந்து ஒரு குடும்பம் அவர்கள் வீட்டுக்கு விருந்தாட வந்திருந்த நேரம். இரவுச் சாப்பாட்டின்போது பேச்சோடு பேச்சாக மகனுக்கு நினைவூட்டுவதுபோலச் சொன்னார்:

"மகன் நாளைக்கு யாழ்ப்பாணம் போற கையோட சேஃபில இருக்கிற ஐநூறு, ஆயிரம் ரூபா நோட்டுக்கள் எல்லாத்தையும் கொண்டுபோய் பாங்கில மாத்திக்கொண்டு வந்திடு. வந்திருக்கிற புதுக் கவும்மேந்து எந்த நேரமும் பெரிய நோட்டுக்களைச் செல்லாமலாக்கலாம் என்று ஒரு கதை நாட்டில அரசல்புரசலாய் இருக்கு. எதுக்கும் நமக்கேன் வீண்வம்பு."

தாயின் விலாசபிமானம் புரிந்தவர், தாயைக்காட்டிக் கொடுக்காமலும், சரி என்பது போலவும் மௌனம் அனுஷ்டிப்பார் மகன். பாலசிங்கந்தான் குடும்பத்தின் தலைச்சன் பிள்ளை. அடுத்துப்பிறந்த மூவரும் பெண்கள். அதனால் மகனை எப்போதும் கண்ணுக்குள் வைத்துக் காப்பார் சின்னம்மா.

இயற்கையில் அளவாகப் பேசும் அவர் ஒன்பதாவது படிக்கும்போது தன் பள்ளியில் அவர் பெரிதும் மதிப்பு வைத்திருந்த ஒரு ஆசிரியருடன் ஏற்பட்ட மனத்தாங்கலால் படிப்பை நிறுத்திக்கொண்டுவிட்டுப் பின் தன் சகோதரி புவனேஸ்வரியின் நோட்ஸ்களைத் தானாகவே படித்து எஸ்.எஸ்.எல்.சி பரீட்சையில் சித்தியடைந்த வித்தகன்.

பரீட்சை சித்தியடைந்த ஆண்டிலேயே ஊரில் காலியான கிராமசேவையாளர் பதவிக்கும் விண்ணப்பித்தார். நேர்முகத் தேர்வையும் வெற்றிகரமாக முடித்தாயிற்று. இதோ பாலசிங்கந்தான் "இனி நீர்வேலி வடக்குப்பகுதிக்கு விதானையாராம்" என்று கதை காற்றில் வரவும் உள்ளூர் நாவலர்கள் துடித்து எழுந்தனர். நற்காரியங்களெனில் பின்னுக்கு நிற்காத தொகுதியின் பாராளுமன்ற உறுப்பினரைப் பிடித்து மேலிடத்தில் கொடுத்த நெருக்குதலால் அதுவரை வேளாளரே வகித்துவந்த பதவி வேற்றுச் சாதிக்காரனுக்கில்லாது போகவும் பாலசிங்கம் தன் குலகர்மத்தை அனுவதித்து அதில் கவனத்தை ஒருங்குவித்தார். எடுத்த எந்தவொரு காரியத்தையும் கனகச்சிதமாகப் பண்ணிவிடும் அவரது இயற்கையால் அத்துறையிலும் அவரால் கொடிகட்டிப் பறக்க முடிந்தது.

இன்னும் பாலசிங்கத்தின் வீட்டுக்குள் நுழைந்தால் திரும்பிய பக்கமெல்லாம் சிற்பங்களாகவும், சுவரெல்லாம் ஓவியங்களாகவுமிருக்கும்; ஒரு கலைக்கூடத்துள் புகுந்துவிட்ட பிரமையே ஏற்படும். கலையின் பன்முகத்துறைகளிலும் ஈடுபாடு நிறைந்திருந்த ஒரு கலைஞன் வாழ்வையோட்ட ஒரு கம்மாளனாக வாழத் துணிந்தான். வலிகாமம் கிழக்கு வடக்கு தெற்கு முழுவதும் தோட்டப்பயிர்ச்செய்கை நிறைந்த பிரதேசம். விவசாயிகளிடம் அங்கே மேட்டிறைப்புக்களும் நீரிறைக்கும் இயந்திரங்களும் அதிகம். இளம் வயதில் நீரிறைக்கும் இயந்திரங்களின் பழுதடைந்த, தேய்வடைந்த பகுதிகள் மீளமைக்க முடியாமலோ அல்லது யாழ்ப்பாணத்தில் கிடைக்காமலோ போனால் அவற்றின் கடைசி இரக்ஷகன் பாலசிங்கம்தான். அப்பகுதிகளை இரும்போ, உருக்கோ, பித்தளையோ, பியூட்டரோ தானே வடிவமைத்து உருக்கிவார்த்து இணக்கிப் பொருத்தி விடுவார். அக்காலத்தில் உடப்பில் போடவேண்டிய பல இயந்திரங்களையும் மகிழுந்துகளையும் மீட்டெடுத்தார்.

ஐம்பதுகளின் கடைசியில் சிங்கப்பூரிலிருந்து பணியில் ஒய்வுபெற்றுக்கொண்டு யாழ்ப்பாணம் திரும்பியிருந்த ஒருவர் வரும்போது விநோதமான ஒரு சுவர்க்கடிகாரத்தைக் கொண்டுவந்திருந்தார். டிஜிட்டல் கடிகாரங்களின் அறிமுகமெல்லாம் இல்லாத காலம். சாதா வகையிலான சாவிகொடுக்கும் சுவர்க்கடிகாரங்களுக்கு ஒவ்வொரு வாரமும் சாவிகொடுக்க வேண்டுமல்லவா? அவர் கொண்டுவந்ததுக்குச் சாவிகொடுக்க வேண்டியதில்லை, பதிலாக 10 இறாத்தல் நிறையுள்ள கோலுருவிலான ஒரு திணிவை மணிக்கூட்டின் இணைந்துள்ள ஒரு சங்கிலியில் தூக்கிவிட்டால்போதும், ஒருமாதத்துக்கு ஓடிக்கொண்டேயிடிருக்கும். மாதம் முடிவில்

அத்திணிவைக் கழற்றி மீண்டும் அதன் சங்கிலியின் இன்னொரு முனையில் தூக்கிவிடவேண்டியதுதான். மணிக்கூடு தொடர்ந்து ஓடிக்கொண்டேயிருக்கும். ஊரிலுள்ளவர்களெல்லாம் அந்த மணிக்கூட்டைப்பற்றித்தான் வியந்து பேசிக்கொண்டிருந்தார்கள்.

பாலசிங்கமும் போய் அந்தச் சிங்கப்பூர் பென்சனரின் அனுமதியுடன் அதனுள்ளகப் பகுதிகளையும் கழற்றிப் பார்த்துவிட்டு வந்தார். சரியாக ஒருமாதங்கூட ஆகியிராது. அதைவிடவும் அழகான முகப்பைக் கொண்டதாக ஒரு சுவர்மணிக்கூடு அவரது தொழிலகத்தில் தயாராகியது. இந்த மணிக்கூடு 10 இறாத்தல் திணிவை வைத்தால் இரண்டுமாசங்கள் ஓடியது. அதன் தொடர்ச்சியாக அந்த முயற்சிகள் எவராலும் ஊக்குவிக்கப் படவுமில்லை, அதனால் அந்த அதிசயங்கள் எதுவும் நீர்வேலிக் கைவினைக் கிராமத்தைவிட்டு வெளியுலகத்துக்கு வெளிவரமில்லை.

காமாட்சியம்பாள் கைத்தொழிற்சங்கம், நீர்வேலியில் அக்காலத்தில் சில கைவினையாளர்கள் ஒன்றிணைந்து ஸ்தாபித்திருந்த ஒரு மினி கைத்தொழிற்பேட்டை. பின்னாளில் விடுதலைப்புலிகள் அதைத் தம் ஆயுதத் தயாரிப்புகளுக்குப் பயன்படுத்துகிறார்களோ என்கிற சந்தேகத்தில் அரசு அதைக் குண்டுவீசித் தகர்த்தது. பாலசிங்கம் அங்கே பணிபுரிந்த காலகட்டத்தில் தையல் இயந்திரத்துக்கான ஊசிகளை அங்கே தயாரிக்கலாமா என ஒரு யோசனை சில கைவினையாளர்களால் முன்மொழியப்பட்டது. தயாரிக்கமுடியும். ஆனால், அதற்கான துளையை இடுவது மிகநுண்ணிய பணியாதலால் அதற்கு அதிகநேரம் செலவாகும், அது தயாரிப்புச் செலவை ஐந்து மடங்காக்கிவிடும் எனவும் எதிர்வு கூறப்பட்டன. பிரசித்திபெற்ற இன்னொரு ஆசாரியார் முத்துக்குமாரு என்பவர் இரண்டு ஊசிகளை மாதிரிக்குத் தயாரிப்பதென முடிவுசெய்து தயாரிக்க ஆரம்பித்தார். ஆனால், அக்கைவினையாளர் ஊசியில் தொளையை இடுவதற்குப் பாலசிங்கம் கூறிய டெக்னிக்கைக் கண்டுகொள்ளவில்லை. தான் வேறுமாதிரித் தன்னுடைய பாணியில் பண்ணுகிறேனென்றே தொடங்கினார். அந்த முறை அவருக்கு நன்றாகவே தண்ணிகாட்டியது. அவர் முறையில் ஒரு ஊசிக்குத் தொளையிட அவருக்கு இரண்டு மணித்தியாலங்கள் எடுத்தன. ஆனாலும் நிறைவேற்றிவிட்டதில் சந்தோஷம் அவருக்கு. ஒரு ஊசியை முடித்த பின்னால் மிகவும் களைத்துப்போய் வீட்டுக்குப் போனவர் மதியம் சாப்பாட்டையும் முடித்துகொண்டு ஒரு சிகரெட்டையும் புகைத்துக்கொண்டுவந்து சாவகாசமாக மற்ற ஊசியைத் தொளைபோடக் கையில் எடுத்தவருக்குப் பேரதிர்ச்சி. அதில் ஏற்கெனவே அழகாகத்

தொளை இடப்பட்டிருந்தது. 'யாரடா இந்த வித்தகன்' என்று அவர் மலைத்திருக்கவும் பாலசிங்கம் தனக்கு விருப்பமான காங்கேசன்துறை வெற்றிலையில் றோஸுச்சுண்ணாம்பை நமுட்டுச் சிரிப்புடன் தடவிக்கொண்டிருந்தார். பிறகு முத்துக்குமாருவுக்கு ஊசியில் இலகுவாகத் தொளை போடும் சூக்குமத்தையும் கற்றுக்கொடுத்தார். இலங்கையில் தையல் மெஷின் ஊசிக்கு என்ன பெரிய சந்தை இருக்கப்போகிறது? அதைத் தொகையாக உற்பத்திசெய்யும் எண்ணமும் பின் கைவிடப்பட்டது என்க.

சின்னம்மா காலை பத்துமணிக்கே சோடாக் கொம்பனி ஒழுங்கையால் ஒரு உமலு[1]டன் வடக்குத்தெருவுக்கு வந்து அந்த முக்கில் நிற்கும் வேப்பமரத்தின் கீழ் சுன்னாகம் மயிலிட்டியிலிருந்து மிதியுந்தில் மீன்வியாபாரிகள் யாராவது வருகிறார்களாவெனக் காத்துநிற்கத் தொடங்குவார். அடிக்கடி காலையின் கதிர்களுக்கு நெற்றியில் கவிகையாக கையைவைத்துப் பிடித்துத் தூரத்தே நோக்கியபடி நிற்பார்.

மீன் வியாபாரிகளுக்கும் இந்த ஆசாரியர்கள் சமூகத்தில் வந்து வியாபாரம் செய்வதில் பிரீதி அதிகம். காரணம் அவர்கள் அத்தனை வசதியாக வாழ்கிறார்களென்பதல்ல. குண்டுகுண்டாயிருக்கும் ஆசாரிப்பெண்களுக்குப் பொதுவாகப் பேரம் பேசத் தெரியாது. நல்ல மீன் என்றால் காணி ஈடுவைத்தென்றாலும் கொள்ளத் தயாராக இருக்கும் கூர்த்த நாக்குடைத்த சமூகம் அது. மற்றது மீன்கள் தரமானவை என்றால் அனைத்தும் நொடியில் விற்றுத் தீர்ந்துவிடும். சும்மாதானும், ஏரல், காரல், சூடை, சூவாரை, கொய், திரளி, ஒட்டி, ஓரா கொண்டுவரும் பேர்வழிகள் அவர்கள் தெருவுக்குப் போவதே இல்லை. வியாபாரிகள் எவரும் வராவிட்டாலோ, அல்லது பொருத்தமான உருப்படிகள் அகப்படாவிட்டாலோ அயலில் யார் சந்தைக்குப் போகிறார்களென்று விசாரித்து அவர்கள் மூலமோ, அல்லது எவராவது மிதியுந்துக்காரப் பையன்களுக்கு சொக்கிளேற்றோ, கடலைப்பருப்போ வாங்க லஞ்சம் கொடுத்தோ இரண்டு மூன்று ரூபாய்களுக்கு விளை, பாரை, வாளை, அதள், சுறா, கும்பிளாவோ வாங்குவித்துப் பன்னிரண்டு ஒரு மணிக்கே சமையலை முடித்துவிடுவார். மகனை ஒருபோதும் பெயர் சொல்லிக் கூப்பிடமாட்டார் சின்னம்மா. சமையலானதும் "தம்பி, ராசா, மோனை செல்லம், குழந்தை, அடமோனை... மோனை அடமோனை வா, வந்து சாப்பிட்டிட்டுப் போ," என்று கம்மாலைக் கொட்டிலைப் பார்த்துக் கத்தத் தொடங்கினால்

1. மீன் இடுவதற்காக ஒரு முறை மட்டும் பயன்படுத்தும் விதத்தில் பனை ஓலையில் இரைக்கப்படும் பை.

பாலசிங்கம் அடுக்களைக்குள் புகுந்த பின்னால்தான் அவரது கூப்பாடு நிற்கும்.

பணியின் மும்முரத்தால் பாலசிங்கம் இவரின் கத்தலைக் காதில் போடாது தொடர்ந்தும் வேலையைக் கவனித்துக்கொண்டிருந்தால், வாடிக்கையாளர்கள் எவரும் பட்டறைக்குள் இல்லாமலிருக்கும் வேளைகளில் சோறு, கறி, துவையல், பொரியல், குழம்பு, கீரை எல்லாவற்றையும் ஒரு பாத்திரத்தில் போட்டுக் குழைத்தெடுத்துக்கொண்டு பலாவில், அல்லது வேலிப்பூவரசில் இரண்டு இலைகளையும் ஒடித்தெடுத்துக்கொண்டு பட்டறைக்கே வந்து இலைகளை அவர் கையில் தந்துவிட்டு அதில் சோற்றை உருட்டியுருட்டி வைத்துச் சாப்பிடச்சொல்வார். அவரும் உருளைகளைச் சுவைத்துச் சாப்பிடச்சாப்பிட சின்னம்மா மீன்பொரியலை இலாவகமாக முள்ளுத் தவிர்த்துடைத்துச் சோற்று உருண்டைகள் மேல் வாஞ்சையுடன் வைத்துக்கொண்டிருப்பார். மகன் சாப்பிட்ட பின்னால்தான் சின்னம்மா சாப்பிடுவாராகையால் அவசரமான வேலைகள் ஏதும் இருந்தாலொழிய தாயாரின் சாப்பாட்டைப் பாலசிங்கமும் தாமதப்படுத்துவதில்லை. அப்படியொரு பாசப் பிணைப்புகள்.

பாலசிங்கம் சனிக்கிழமைகளில் தானே விசையுந்துவில் யாழ்ப்பாணம், பாலைதீவு, குருநகர், மயிலிட்டிக் கடற்கரைக்குப்போய் நண்டு, இறால், சுறா, கணவாய், பாரை, வன்சூரன், சீலா, விளையென நல்ல மீன்களோ அல்லது இறைச்சியோ வாங்கிவரவும் செய்வார். தேசவழமைக்குட்பட்டுச் சனிக்கிழமைகள் அங்கே அனுபவிப்புக்குரியன. அது பொதுவாகத் தமிழர்கள் எண்ணெய்த் தேய்த்து முழுகும் நாள். கைவினையாளர் பொதுவாக அன்று வேலை செய்யமாட்டார்கள். அல்லது மதியத்துடன் கம்மாலைகளைவிட்டு வெளியேறி விடுவார்கள். மதியம் எண்ணெய் முழுக்கெடுத்த ஆசாரிகளில் சிலர் மாலையில் வாடகைக்கார்களை அமர்த்திக்கொண்டு குடும்பத்துடன் சினிமாவுக்குப்போவதும், சிலர் கொஞ்சம்போல மதுவருந்திக் களிப்பதும், வசந்தன் விளையாடுவது, கோவலன், ஆரியமாலா, வள்ளிதிருமணம் இந்திரஜித்து நாடகங்களை ஒத்திகைகள் பார்ப்பது, அதில்வரும் பாடல்களைப் பாடியும் கேட்டும் மகிழ்வதென்பதாக அந்நாள் ஆனந்தமாகக் கழியும்.

அன்றைய சனிக்கிழமை பாலசிங்கம் மதிய உணவைக் காரமான கோழியிறைச்சிக் கறியுடன் முடித்தபின்னால் மாலுக்குள் சாய்வுநாற்காலியில் ஒரு குட்டித்தூக்கம் போட்டு எழுந்து பத்தாவது படிக்கும் தங்கை நாகேஸ்வரி கொடுத்த தேநீரைக் குடித்துவிட்டு, தட்டத்தில் ஒரு வெற்றிலையை எடுத்து

அதன் புறத்தில் றோஸ் சுண்ணாம்பைத் தடவிக்கொண்டு சீவல், ஊறல்பாக்கு, பாணிப்புகையிலை, கராம்பு சகிதம் செழிக்கப் போட்டுக்கொண்டு தன் பி.எஸ்.ஏ.3.5 விசையுந்தைத் துடைக்கத் தொடங்கினார். அப்படி அவர் விசையுந்தைத் துடைத்தால் வெளியே எங்கேயோ புறப்படுகிறார் என்று அர்த்தம்.

அதைக் கவனித்த சின்னம்மா அவரருகில்போய் பக்குவமாகச் சொன்னார்: "இன்டைக்கு எங்கேயும் தூரத்துக்குப் போயிடாதை மகன்... உன்னை இன்றைக்கு மாப்பிள்ளை கேட்டு மாவிட்டபுரத்திலிருந்து ஒருபகுதி ஆட்கள் வருகினம்."

"ஆர் வருகினம்... ஆரைக்கேட்டு வருகினம்?"

"வேற யாரடா... நடராசா அண்ணையவைதான். சுத்திப் பார்த்தால் அவர் உனக்கொரு மாமன் முறைதான்."

"அதொரு பிடிச்சிராவிக் கூட்டமென்று தெரியுமல்லே. போயும் போயும் அதுக்குள்ள போயே நாம் மாட்டிறது?"

"ஏன் மகன் அப்பிடி நினைக்கிறாய்... பிடிச்சிராவியென்றால் அதை அவைவைத்து நல்லாய் அராவட்டன், நாம பெண்ணை எடுத்துக்கொண்டு வந்தமா நாங்களாச்சு அவையளாச்சு. அவையளுக்குப் பெண்ணைக் கொடுத்தால்தானே வினையும் வில்லங்கமும். இவள் துலக்கின குத்துவிளக்கு மாதிரி நல்ல அம்சமான பெண்ணடா, அதோட மகம் ராசியாம், இருந்து பாரன் இக்கணம் உன்ர நிழலுக்குள்ளயே கிடந்து சுத்தப்போறாள்."

"பின்னேரம் நாலைஞ்சுமணிபோல வாறமெண்டு விசுவப்பாவிட்டச் சொல்லி அனுப்பிவிட்டிருக்கினம்."

"அவைக்கும் தங்கட ஆஸ்த்தியை வெளியில விட விருப்பம் இல்லைப்போல, அதால நீர்வேலிக்குள்ள கொண்ணந்து இறக்கப் பார்க்கினம்..."

"அப்பிடி இளக்காரம் பண்ணாத ராசன். தாரமும் குருவும் தலைவிதியென்று இருக்கு. எது விதியோ அப்பிடித்தானே நடக்கும்."

சின்னம்மாவுக்கு மகனுடன் மேலும் மல்லுக்கட்டினால் விஷயம் கெட்டுப்போய்விடுமென்று தெரியும். தந்திரமாக மௌனம் காத்தார். அவர்கள் வரும்போது இவனும் நின்றால் நல்லது, அல்லது இந்தச் சுடுதண்ணிப் பயல் தன்னைக் கலக்காமல் முடிவெடுத்திட்டியளோ என்றும் கெம்பிக் குழப்பிப் போடுவான்.

கனகத்தின் நிறமும் பாந்தமும் மகனுக்கு நல்ல பொருத்தமாய்த்தான் இருப்பாள். மனதில் இருவரையும் சோடிபோட்டுப் பார்த்தபடியே இரவு சம்பந்தம் கேட்டு

வருகிறவர்களுக்கு விருந்துபோட பக்கத்துவீட்டு லக்ஷ்மியையும் கூப்பிட்டுவைத்து இடியப்பம் அவிக்கத் தொடங்கிவிட்டார் சின்னம்மா. இரவு இடியப்பத்துக்கு மீன்குழம்பும் சொதியும்தான் உவப்பாக இருக்குமென்று அன்று நிறையவே மீனும் வாங்கி வைத்திருந்தார்.

பாலசிங்கத்துக்கும் அன்றைக்குப் பார்த்துத் தொழில் நிமித்தம் யாழ்ப்பாணத்தில் ஹார்ட்வேர் வியாபாரம் செய்யும் ஹாஜியார் ஒருவரை மாலை வந்து வீட்டில் பார்ப்பதாக ஒரு சந்திப்பிணக்கம் செய்திருந்தார். இவர்கள் நேரத்துக்கு வந்தால் ஒருதரம் அவர்களுக்கு முகத்தைக் காட்டிவிட்டு ஹாஜியாரைப் போய்ப் பார்க்கலாம் என்றுதான் இருந்தார் பாலசிங்கம்.

உண்மையில் பெண் தனக்குப் பொருத்தமில்லாதவளாக இருந்தால் தட்டிக்கழித்துவிட இன்னும் பெண் பார்த்தல், சாதகம் பார்த்தல், சீதனப்பேச்சென்று சாதகமான பல சறுக்கல் முடக்குகள் இருக்கென்பதை அறியாதவரா பாலசிங்கம்? தாயாரின் விருப்பத்தை முற்றாகப் புறக்கணிப்பதும் ஆகாது என்பதற்காகச் சரியென்று காத்திருக்கலானார்.

ஒற்றைக் காகமொன்று அன்றைக்கென்று பார்த்து சின்னம்மா வீட்டுக்கூரையிலும் தேமாமரத்திலும் கிணற்றின் ஆடுகால்மரத்திலும் மாறிமாறி அமர்ந்து கத்திக்கொண் டிருக்கிறது. 'விருந்தினர் வரப்போகினமல்லே அதுதான் காகம் முன்னறிவிக்குது' என்று மனதுக்குள் நினைத்துக்கொண்டார் சின்னம்மா. வேறொரு நாளில் காகம் அப்படிக் கத்தியிருந்தால் அதைக் 'கெற்றா புல்டை'க் காட்டி விரட்டியிருப்பார்.

ஆறரையாகி இருள் கவியத்தொடங்கவும் பொறுமையிழந்து கார் வரும் சத்தம் ஏதாவது கேட்கிறதா என்று உன்னிப்பாகக் கேட்டபடி தங்கள் வீட்டு ஒழுங்கைக்கும் வடக்கு வீதிக்குமாக மாறிமாறி நடக்கலானார்.

வேலுப்பிள்ளையருக்கும் தாய்க்காரி எப்படியும் மகனை மடக்கி மசிய வைத்துவிடுவாரென்று நம்பிக்கை இருந்தது. ஏழுமணியுமாயிற்று எவரையும் காணவில்லை. இலங்கை வானொலியின் தேசிய சேவையில் உள்ளூர்ப்பாடகர் எவரோ கீரவாணியை விஸ்தாரம்பண்ணி நன்றாகவே பாடிக் கொண்டிருக்கிறார். அதை இரசிக்கும் மனோநிலை அங்கு எவருக்குமில்லை.

பாலசிங்கத்துக்குள் கோபத்தின் கங்குகள் மெல்லமெல்ல வியாபகம்கொள்கின்றன. அன்றைக்கு இரண்டாவது தடவையாகக் கிணற்றடிக்குப்போய் தலையில் அள்ளித் தோய்ந்தார். வந்து தலை

ஈரம் துவட்டிவிட்டு வேட்டியை வரிந்துகட்டிச் ஷேர்ட்டையும் அணிந்துகொண்டார்.

ஏழரை மணியுமாயிற்று.

தாய் கொடுத்த பாற்கோப்பியை ஒரே மடக்கில் குடித்தார். ஹாஜியார் எதிர்பார்த்து இருக்கப்போகிறார். தான் வரமுடியாதிருக்கும் வசதியீனத்தை எடுத்துச் சொல்ல கிராமத்தில் அப்போது என்ன எடுப்புத் தொலைபேசி வசதிகளா இருந்தன ? ஊரில் எவருக்கும் யாழ்ப்பாணத்தில் ஹாஜியாரின் வீடு தெரியாது. யாரையாவது அனுப்பித் தெரிவிக்கவும் முடியாது.

"இன்றைக்கு எனக்கொரு கொண்டிறாக்ட் விஷயமாய் பேசுறதுக்கு ஒரு அப்பொயின்ட்மென்ட் இருக்கு, டைமுக்கு வாறனென்று சொல்லியிருக்கிறன் அம்மா, பார்த்தியளா உங்கட ஆக்களின்ர யோக்கியதையை."

"அவங்களுக்கும் என்னவென்ன இடைஞ்சல்களோ, கொஞ்சம் பொறு ராசா."

இதைச் சொன்னது தாயாரென்றபடியால் பாலசிங்கம் பொறுத்தார். வேறு யாராவது அவர் புறப்படும்போது இப்படித் தடைசொல்லும்விதமாகப் பேசியிருந்தால் கிழிச்சுக் காயப் போட்டிருந்திருப்பார்.

எட்டுமணியும் ஆகியது.

எரிந்துகொண்டிருந்த பெற்றோமாக்ஸைப் பார்த்தார். அதன் ஒளிமங்கியிருந்தது. அதை இறக்கிவைத்துக் காற்றை அடித்துவிட்டு மீண்டும் அதற்கான கம்பியில் தூக்கினார்.

தனது மேசையின் பக்க அலமாரியினுள் இருந்த ஒரு ஃபைலை எடுத்துவந்து விசையுந்தின் பன்னியர் பாக்கினுள் வைத்துவிட்டு செருப்பையும் மாட்டிக்கொண்டு முற்றத்தில் தேமா மரத்தோடு நிறுத்தியிருந்த தன் விசையுந்திலேறி மேலும் ஒரு பத்து நிமிஷங்கள் யோசனையுடன் அதில் அமர்ந்திருந்தார். மகனின் வியாபாரமா அல்லது திருமண விவகாரமா சின்னம்மாவும் குழம்பியபடி 'அம்மாளாச்சி எங்களுக்கு நல்லதொரு வழியைக் காட்டு' என மனதுள் வேண்டிக்கொண்டிருந்தார்.

அப்போதுதான் தூரத்தில் ஒரு காரின் சத்தம் கேட்டது. பின்னர் அது இவர்கள் ஒழுங்கைக்குள் திரும்பிவரும் வெளிச்சமும் தெரிந்தது. வீட்டின் விறாந்தையில் அமர்ந்திருந்த வேலுப்பிள்ளையரும் அவர்களுக்கு மகன் முறையான இராசரத்தினம் என்றொருவரும் வாசலுக்கு வந்தனர். கார் வந்து நின்றதும் நாலைந்து வெள்ளைவேட்டி உடுத்தியிருந்த ஆண்கள்

இறங்கி நேராகப்போய் மாலின் திண்ணையில் விரித்திருந்த புற்பாய்களில் அமர்ந்துகொண்டனர். பின்னால் நடராசர் மெல்ல வந்தார்.

பாலசிங்கத்தின் ரௌத்திரம் வார்த்தையில் அனலைக் கலந்து சன்னங்களாக வெளிப் பாய்ந்தது:

“அய்யாமாரே வாங்கோ . . . இப்பதான் உங்கவூரில தவறணைகள் மூடினவங்களோ?”

நடு முற்றத்துக்கு வந்துவிட்ட நடராசர் அப்பிடியே அதிர்ந்துபோய் நிற்கவும் ஓங்கி மிதித்தார் விசையுந்தை பாலசிங்கம். அது ‘தொம்’ ‘தொம்’ ‘தொம்’ சத்தத்துடன் உருக்கொண்டு நொடியில் இருட்டினுள் மறையவும் பின் தூரத்தில் கேட்டது அதன் சத்தம்.

நடராசர் வாழ்க்கையில் ஒரு மனிதன் அவரெதிரில் இப்படியொரு வார்த்தையை விட்டதில்லை. செருப்படி பட்டவர்போல் தோளிலிருந்த சால்வையைக் கையில் எடுத்துக்கொண்டு திரும்பிப்போய் வண்டியில் ஏறிக்கொண்டார். சின்னம்மாவும் வேலுப்பிள்ளையரும், கூடவந்த ஓவசியர் சிவகுரு, ஆறுமுகம், கனகரத்தினம் எல்லோருமாகச் சூழ்ந்துகொண்டு அவரிடம் செய்த சமாதானங்கள் எதுவும் எடுபடவில்லை.

“உபச்சாரம் இவ்வளவும் போதும் . . . உங்கடை மசிர் ஞாயங்களை விட்டிட்டு எல்லோரும் போய் காரில ஏறுங்கோ.” அவருடன் வந்தவர்கள் எதிர்ப்பேச்சின்றி வண்டியுள் அமரவும் அதுவும் திரும்பியது.

வாழ்நாளின் ஒரு வெற்றிலைக் காம்பினால் தொட்டுக்கூடச் சாராயத்தைச் சுவைத்தறியாத நடராசருக்கு இப்படிக் கேட்கும்படி ஆகிவிட்டதே என்று கூடவந்தவர்களுக்கும் வெப்பிகாரமாய்த்தான் இருந்தது. கார் மாவிட்டபுரம் போய் சேர்கிறவரையில் எவரும் ஒருவார்த்தை பறையவில்லை.

❖

பாலசிங்கம் அடிக்கடிப்போய் புழங்குகின்ற ஒரு உறவுக்காரக் குடும்பமென்றால் அது புத்தூரில் இராசம் மாமி வீடுதான். அப்படி அங்கு போய்வருகையில் அம்சமான பெண்ணொன்று தண்ணீர்க்குடத்தில் நீர் மொண்டுகொண்டு அடிக்கடி அந்த ஒழுங்கையால் போய்வருவதையும் கண்டிருக்கிறார். பூச்சுகள் புனைவுகள் இல்லாமலே பேரழகியாயிருந்த அவள் நடந்து வருகையில் றேந்தைவைத்த பாவாடையின் விளிம்பு விலகவும்

மொழுமொழுவென்று தசைப்பற்றான பாதங்கள்கூட வெகு அழகாக இருந்ததையும் பார்த்தவரின் மனத்தைக் கொஞ்சம் கிள்ளியிருக்கிறது. அது யாரென்று அறியவேண்டுமென்று ஒரு எண்ணம் சிலநாட்களாய் வலுக்கவும் மாமியையே கேட்டுப் பார்த்தார்.

“மாமி நாகலிங்கம்மான் வீட்டு ஒழுங்கையில இங்கே வாறவேளைகளிலெல்லாம் ஒரு சிவப்பாய் ஒருத்தியைத் தண்ணிக்குடத்தோட பார்க்கிறன்... அது யார் ஆள்?”

“அதுதான் நாகலிங்கத்தானின் இளையவள் மரகதமணி. அவளைத்தான் பார்த்திருக்கிறாய், அருமையான பிள்ளை, குணமென்றால் குணம் சொக்கத்தங்கம்.”

“அப்ப... அவளுக்குப் பொருத்தமான மாப்பிள்ளை ஒன்று கைவசமிருக்கு... பேசிவந்தால் செய்வினமோ?”

“அவளுக்கும் மாப்பிள்ளை பார்த்தபடிதான் இருக்கினம். நீ சொல்றதும் தக்க இடமென்றால் செய்வினந்தானே... யார் மாப்பிள்ளை எங்கேனும் தொலையூரோ?”

“இங்கதான் பக்கத்தில நீர்வேலி.”

“நீர்வேலியில யாரப்பனே... அப்பிடி எங்களுக்குத் தெரியாம?”

“உங்களுக்கும் தெரிஞ்ச ஆள்தான்.”

“ஆங்... ஆரப்பனே அது?”

“நான்தான்.”

மரகதமணி பக்திப்படங்களில் அம்மன் வேஷம் போடும் பெண்கள் கிரீடத்தையும் ஆபரணங்களையும் ஜிகினா ஆடைகளையும் களைந்து வைத்துவிட்டு ஒரு நூல்சேலையில் வந்தால் எப்படி இருப்பார்களோ அப்படியிருப்பார். கஷ்டமென்றால் என்னவென்று தெரியாமல் வளர்ந்தவர், நடையுடை பாவனையில் ஒரு மிடுக்கும் மெத்தனமும் இருந்தாலும் உள்ளூரப் பயந்த சுபாவமுள்ளவர். காலதேச வர்த்தமானங்களுக்கமைய பத்தாவது படித்துவிட்டு தையல்வேலைகளிலும் றேந்தை பின்னுவதிலும் *குமுதம், ஆனந்தவிகடன், கல்கி, கலைமகள்* பைண்ட் நாவல்களிலும் மூழ்கியிருந்த ஒரு அப்பாவிப் பெண். இடறித் தடுக்கி விழுந்தெழும்பி எஸ். எஸ். சி. சித்தியெய்தி அரச எழுதுவினைஞர் சேவையில் நுழைந்து குப்பை கொட்டுகிறவர்களே கல் வீடுவளவு, காணி, நகையோடு ரொக்கம் ஒரு இலக்ஷம் கேட்கத் தொடங்கிவிட்ட காலம். நாகலிங்கத்தாரின் மகனொருவனும்

அரசாங்க உத்தியோகத்திலிருந்தான். ஆதலால் அவனுடன் சேர்த்து மாற்றுச் சம்பந்தமாகவோ இல்லை கொஞ்சம் உயர்ந்த சீதனத்திலென்றாலும் அவளுக்கும் அரசாங்க உத்தியோகம் பார்க்கிற ஒரு மாப்பிள்ளையைத்தான் தேடிக்கொண்டிருந்தார்கள். இராசம் மாமியின் அழுத்தமான சிபாரிசில் மரகதமணியைப் பாலசிங்கத்துக்குக் கொடுக்கச் சம்மதித்தார்கள். தட்புட்டென்று திருமணத்துக்கான ஏற்பாடுகள் ஆயின.

ஒரு ஆவணிமாதத்தில் பத்துமூலைச் சொக்கட்டான் பந்தல்போட்டு அம்பாள் ராமச்சந்திரன், வேதமூர்த்தி – தெட்ஷணாமூர்த்தி, குளிக்கரை பிச்சையப்பா என்று பிரபலமாயிருந்த அத்தனை கோஷ்டியினரின் நாதஸ்வரக் கச்சேரிகள், கல்யாணசுந்தர பாகவதரின் இசைக் கச்சேரி, நான்கு நாட்கள் விருந்தினர் நிறைந்த கொண்டாட்டத்துடன் மிகவும் சங்கையாக நடந்தேறியது கல்யாணம்.

திருமணத்தின் மூன்றாம்நாள் இரவு பெண்வீட்டில் விருந்து கொண்டாடிவிட்டுப் பெண்ணும் மாப்பிள்ளையும் ஒரு வாடகைக்காரில் நீர்வேலிக்குத் திரும்பியிருந்தனர்.

அடிக்கடி தேநீர், காப்பி குடிப்பதுவும்; பாணிப்புகையிலை, றோஸுச்சுண்ணாம்பு, கராம்பு, காசுக்கட்டி, சேர்த்து வாய்செழிக்க வெற்றிலைபோடுவதும் பாலசிங்கத்துக்கு வழக்கம். இன்னும் உறவுகள், விருந்துகளின் போக்கும்வரத்தும் கல்யாணவீட்டின் அமர்க்களங்களும் அடங்கவில்லை. இரவு ஒன்பது மணியிருக்கும். வந்திருந்தவர்களுடன் வீட்டின் கூடத்தில் ஒரு நாற்காலியில் அமர்ந்து பேசிக்கொண்டிருக்கிறார் மாப்பிள்ளை பாலசிங்கம். அனைவருக்குமாகத் தயாரித்து தட்டில் எடுத்துவந்த தேநீர்க் கோப்பைகளைப் பரிமாறிவிட்டுப் பாலசிங்கத்துக்கு அவர் வாய்கொப்புளிக்க வேண்டித் தண்ணீர்ச்சொம்பை எடுத்துவந்து கொடுத்தார் மரகதமணி. செம்பை வாங்கிகொண்டு எழுந்து மாலைக் கடந்துபோய் முற்றத்தில் வாயைக் கொப்புளித்துவிட்டுத் திரும்பியவரின் விரல்கள் சொம்பைப் பற்றிக்கொள்ள மறுக்கின்றன. அவசரமாக மரகதமணியிடம் “இதைப் பிடியும்” என்றார். அவர் போய் அதை வாங்குவதற்குள் ‘மடால்’ என்ற சத்தத்துடன் செம்பு விழுந்து தரைமுழுவதும் நீர் கொட்டியது.

“ஏன் என்னாச்சு……” என்கிறார் மரகதமணி. பாலசிங்கத்துக்கு ஒன்றும் சொல்லத்தெரியவில்லை. அவரைக் கவனமாகத் தோளில் பிடித்துக்கொண்டுபோய் கதிரையில் அமரவைத்தார். ஒருவருக்கும் ஒன்றும் புரியவில்லை. பாலசிங்கம் ஏதோ சொல்ல முயற்சிக்கிறார்.

“ப்ப்ப… டிக்குதில்ல… டிக்குதில்ல.”

ஒரு வசனமும் உருப்படியாய் வருகுதில்லை. விரல்கள் பிடிக்குதில்லை என்று சொல்கிறார்போல. உடம்புமட்டும் வியர்க்கிறது. ஓடிவந்து பார்த்த சின்னம்மா கூப்பாடு போடுகிறார். வந்திருந்த ஒவ்வொருத்தரும் ஒவ்வொரு பரிகாரம் சொல்கின்றனர்.

"குளிருக்குக் கொஞ்சம் தசைகள் பிடிச்சிருக்கு... கொஞ்சம் வேர்க்கொம்புத்தூள் கொண்டு தேய்ச்சுவிட்டால் பறந்திடும்."

யாரோ வேர்க்கொம்புத்தூளால் அவரது உள்ளங்கால் களைச் சூடுபறக்கத் தேய்க்கிறார்கள்.

"எதுக்கும் மூளாய்க்கு கொண்டுபோவம்"

"இல்லை... பெரியாஸ்ப்பத்தரிதான் நல்லது."

"இரவில அங்கே எங்கே டாக்கொத்தர்மார் இருக்கப் போயினம்"

"கலியாணத்தில பட்ட கண்ணூறுகளும் இருக்கும்."

கடைசியாக உள்ளூர் மாந்திரீகர் சின்னவிக்கிழவன் அவசரமாக வருவிக்கப்பட்டு அவருக்கு மந்திரிக்கப்பட்டது. 'பார்வை' பார்த்த மாந்திரீகர் செப்பலானார்: "கெட்ட ஆவியொன்று ஏவப்பட்டிருக்கு, நடப்பதொன்றும் நல்லதுக்கில்லை. மற்ற ஆட்களும் இனிக் கவனமாய் இருக்கவேணும்."

'என்ன இரும்புகூட்டுக்குள்ள சேர்க்கஸ் விலங்குகள் மாதிரி இருக்கவேணும்' என்கிறாரா? அவரின் பூடகப்பேச்சு எவருக்கும் புரியவில்லை. பாலசிங்கத்தின் கைகள் எல்லாம் நூல்கள்கட்டி உடலெங்கும் விபூதிபூசி, மந்திரிக்கும் சடங்குகள் நடுச்சாமம் வரைக்கும் நீடித்ததால் இனி விடிந்ததும் மூளாய் ஆஸ்பத்தரிக்குப் போகலாம் எனத் தீர்மானிக்கப்பட்டது. சின்னம்மாவும் மரகதமணியும் பிரமைபிடித்து உட்கார்ந்திருக்க மற்றவர்களுக்கும் அது உறங்காத இரவாகவே நீண்டது.

எந்த வைத்தியரைப்போய் பார்ப்பது நல்லது, பாலசிங்கம் என்ன நினைக்கிறார், அவரது அபிப்பிராயம் என்ன ஒன்றையும் அவரிடம் கேட்க முடியவில்லை. எது கேட்டாலும் பயந்தவர்போலத் தனது நீலக்கண்களை உருட்டிச் சும்மா சும்மா முளிச்சிக்கொண்டிருந்தார். அவரது மௌனத்திலிருந்து பிறர் சொல்வது அவருக்குக் காதில் விழுகிறதா புரிகிறதா என்பதையே அனுமானிக்க முடியவில்லை.

மறுநாள் அதிகாலையிலேயே வாடகை வண்டியொன்றில் அவர்கள் மூளாய் ஆஸ்பத்தரிக்கு விரைந்தனர். அவரைப் பரிசோதித்த மருத்துவர்கள் அவரை அங்கே வார்ட்டில் அனுமதித்தனர். நீர்வேலியும் புத்தூருமாகச் சேர்ந்து ஒரு கூட்டம்

சனம் ஆஸ்ப்பத்தரியில் திரண்டிருப்பதைக் கண்டு திகைத்த மருத்துவர்கள் சின்னம்மாவையும் மரகதமணியையும் தவிர எவரையும் பாலசிங்கத்தைப் பார்க்க அனுமதிக்கவில்லை. அவரைப் பார்க்க அனுமதியில்லையென்றவுடன் ஏதோ வில்லங்கமான வருத்தந்தான் எனக் கதைகள் மிதக்கலாயின. சின்னம்மா ஒவ்வொரு மருத்துவரையும் பார்க்கையிலும் கையெடுத்துக் கும்பிட்டு “அய்யா எத்தனை இலக்ஷம் செலவா னாலும் பரவாயில்லை, என்ர பிள்ளையைப் பழையமாதிரி மீட்டுத் தந்திடுங்கோ” என்று மன்றாடிக்கொண்டிருந்தார்.

நாலைந்து நாட்கள் கழிந்தும் அவர்களது சிகிச்சையில் எந்தவொரு முன்னேற்றமும் காணப்படவில்லை.

பாலசிங்கத்தின் இரண்டாவது சகோதரி புவனேஸ்வரி அப்போது கோப்பாய் ஆசிரியர் பயிற்சிப் பாடசாலையில் படித்துக்கொண்டிருந்தார். அவர்போய் நேரடியாகத் தலைமை மருத்துவரிடம் பேசினார். அப்போதுதான் அவர் சொன்னார்: “இவருக்கு வந்திருப்பது ஒரு ஸ்றோக்தான், ஒருவகை முடக்குவாதம், அதாவது மூளையின் ஒருபகுதி செயற்பாடிழந்து போவது. இது அதிஇரத்த அமுத்தத்தினால் மூளையின் மென்மையான இரத்தக்கலன்களில் அல்லது முள்ளந்தண்டு வடத்தில் வெடிப்பு ஏற்படுவதாலோ, வேறேதும் நோயின் தாக்கத்தால் மூளையின் திசுக்கள் சிதைவதாலோகூட ஏற்படலாம். நாங்கள் எங்களாலான அத்தனை சிகிச்சைகளையும் அவருக்கு வழங்கியுள்ளோம். அவரது மீட்சி இனிக் கடவுளின் கைகளில்தான். நம்பிக்கையுடன் இருங்கள். அது மிக அவசியம்” என்றார்.

புவனேஸ்வரிக்குப் புரிந்தது. சின்னம்மாவுக்கும் மற்றவர் களுக்கும் புரியவைக்க முயற்சித்தார்கள். வைத்தியர்களின் பரிந்துரையில் மேலும் ஒரு மாதம் மூளாயில் வைத்திருந்தார்கள். சொல்லத்தக்க எந்த முன்னேற்றமும் ஏற்படவில்லை. ஒருநாள் இரவு மீண்டும் ஒரு வாடகைக்காரில் பாலசிங்கம் வீட்டுக்கு அழைத்துவரப்பட்டார்.

வலது கையில் கொஞ்சமும் உணர்ச்சியில்லை. சாப்பாடு ஊட்டிவிட்டாலே சாப்பிட்டார். ஒற்றைக்கையினால் அவரால் சாரத்தைக்கூட உடுத்த முடியவில்லை. இறுக்கமான இடுப்புப்பட்டி ஒன்றினால் சாரத்தை வரிந்து கட்டிவிடவேண்டியிருந்தது. இடது கால்தசைகளும் கெட்டித்து காலை மடக்கி நடக்கமுடிய வில்லை. பேசமுடியவில்லை. ஆ... ஊ... ஞே... என அவர் எழுப்பும் சத்தங்களிலிருந்து எதையும் புரியமுடியவில்லை. ஒருமுறை அவருக்கு வெற்றிலை சாப்பிட ஆசை வந்திருக்கவேணும்போல இடதுகையால் சைகையால் கேட்டிருக்கிறார். சின்னம்மா

தம்பி கோப்பிதான் கேட்கிறானென்று கோப்பியைப்போட்டுக் கொண்டுபோகவும் அவர் எத்தித் தட்டியதில் முற்றத்தில்போய் விழுந்து உருண்டது பித்தளை மூக்குப்பேணி.

சின்னம்மாவின் எண்ணத்திலும் இந்த 'மாவிட்டபுரத்துக் குறுக்கறுந்து போவாங்கள்தான்கள் என்ர பிள்ளைக்கு ஏதோ வம்பு பண்ணிவிட்டாங்கள்' என்பதைத்தவிர வேறுவித சிந்தனைகள் வரமறுத்தன. தனக்குத் தெரிந்த எல்லாக் கடவுள்களிடமும் நேர்த்திகள் வைத்துக்கொண்டார்.

இனி பாலசிங்கத்தை 'வருத்தம்' பார்க்க வருகிறவர்களும் ஆளுக்கொவ்வொரு கதையும் ஆலோசனைகளையும் அள்ளித் தெளித்துச் செல்லவும் இன்னும் குழம்பிப்போனார் சின்னம்மா.

மட்டுவிலிலிருந்து வேலாயுதம் என்றொரு மாந்திரீகர் வரவழைக்கப்பட்டார். அவர் வந்து பார்த்துவிட்டு இவர்மீது வைக்கப்பட்டிருக்கும் சூனியத்தை வெட்டிவிடலாம். ஆனால், ஹோமத்துக்கு ஒரு ஆறாயிரத்துக்குச் செலவு அமையும் என்றவர் மூன்று ஃபூல்ஸ்காப் பேப்பரில் தேவையான பொருட்களைப் பட்டியலிட்டுக் கொடுத்தார்.

சாம்பிராணி, சூடம், அத்தர், பன்னீர், வெற்றிலை, பாக்கு, மஞ்சள், குங்குமம், பல்வகைப்பூக்கள், கற்கண்டு, சர்க்கரை, கோடித்துணி, வேஷ்டி, அங்கவத்திரம், அரைமூடைஅரிசி, தேங்காய் 30, இளனி இரண்டு குலைகள், 100 எலுமிச்சங்காய்கள், கரும்பு, நீத்துப்பூசணிக்காய், மா, பலா, வாழை, மாதுளை, விளாம்பழங்கள், நவதானியங்கள், பயறு, ஜவ்வாது, செந்தூரம், புனுகு, கோரோசனை, பசுநெய், வேப்பம் விறகு, முழுப்போத்தல் சாராயம், மூன்று கறுப்புக் கோழிகள், வெள்ளை அல்லது புள்ளிகளில்லாத கருப்புக் கடா உவப்பு.

இவற்றோடு வேலாயுதம் அடுத்த அமாவாசைக்கு முன்னர் தானும் சில இரகசிய மாந்திரீகப்பொருட்கள் பூமத்தங்காய் (அநேகமாகச் சுடலை மேடுகளில் முளைக்கும் ஒரு செடியின் காய்), ஒரு கன்னியின் முதல் தீட்டுஇரத்தம், (இறந்த) குழந்தையின் தலைமுடி எனச் சிலவற்றைச் சேகரிக்க வேண்டுமென்று சொல்லித் தனியாகச் சிறு பட்டியல் இட்டு அதுக்காக மேலதிகமாக 1000 ரூபாய் வாங்கிகொண்டார். அனைத்துப் பொருட்களுடனும் தயாராகிவிட்ட ஒரு அமாவாசை இரவில் மாந்திரீகர் ஒரு சிற்றாளுடன் வில்லுவண்டி ஒன்றில் வந்து இறங்கினார். அவரது வெள்ளை வேஷ்டி சிவப்பு உத்தரீயமும், தேகம் எங்கும் பூசிய சந்தனமும், நெற்றியில் இழுத்த திரிபுண்டரம் நடுவே பெரிய குங்குமப்பொட்டும், பெரிய குடுமியில் சொருகியிருந்த வெள்ளியாலான வேல்களும்,

நாகங்களும் மஞ்சள் அலரிப்பூக்களுமாக அவரது தோற்றமுமே எந்தத் துர்ப்பிசாசையும் கிலிகொள்ள வைக்கப் போதுமானதாக இருந்தது. வண்டியை ஓட்டி வந்தவர்தான் அவரது சிற்றாள். அவரும் மாந்திரீகரைப்போலவே முச்சூரணங்களும் சூடிக் கெத்தாகக் காணப்பட்டார்.

மாந்திரீகர் கால் கழுவிவந்து தலைவாசலில் நின்றதும் சிற்றாள் அதன் நீளத்துக்கு ஒரு கதிர்ப்பாயை விரித்தார். அதில் அரைமூடை அரிசியையும் பரவினார். பரவிய அரிசி நடுவில் குளித்துத் தயாராக இருந்த பாலசிங்கம் ஒரு காற்பலகை போட்டு அமரவைக்கப்பட்டார். அவரது பார்வை எதனோடும் ஒன்றாமல் ஒரு ஆட்டின் பார்வையைப்போல் அலைந்துகொண்டிருந்தது.

சிற்றாள் விரைந்து தலைவாசலுக்குள்ளேயே ஒரு கோலம்போட்டார். நான்குமூலைகளிலும் நான்கு கும்பங்கள் வைத்தார். அக்கும்பங்களின் நடுவில் மணல்பரப்பி அதன்மேல் வட்டமான பீப்பாய்த் தகடு ஒன்றை வைத்து அதில் அவர்கள் கொண்டுவந்த விஷேசச் விறகுகளை அடுக்கி அதன்மேல் நெய்யை விளாவி ஹோமம் செய்வதுபோல் தீயை மூட்டினார்கள். சிற்றாள், பாலசிங்கத்தின் குடும்பத்தினர், நீங்கலாக சும்மா நின்று விடுப்புப் பார்த்துக்கொண்டிருந்தவர்கள் அனைவரும் விரட்டப்பட்டனர். சிற்றாள் "பிரதானியை விட்டு நீங்கும் சாமான் வேறு யார் மேலாவது பற்றிச்சென்றால் அதுக்கு நாங்கள் பொறுப்பல்ல" என்றதும் வேடிக்கை பார்க்க வந்திருந்த அனைவரும் கணத்தில் மறையவும், மாந்திரீகர் அங்கு அனுமதிக்கப்பட்ட அனைவருக்கும் முதலில் காப்புக் கட்டினார். உள்ளூரில் பார்வை பார்க்கும் மாந்திரீகக் கிழவர் சின்னவி மட்டும் என்னை ஒருத்தராலும் அசைக்க முடியாது என்கிற தோரணையில் உட்கார்ந்திருந்தார். திடீரென சின்னவிக்குள் காய்ச்சல் கிளம்பியது, குலைப்பன் வந்ததுபோல் உடம்பில் உதறல் எடுத்தது. சின்னவி அதை வெளிக்காட்டாமல் அமுக்கிப் பொறுத்துப் பார்த்தார். காதுகளால் அனல் கனலத் தொடங்க 'வேலாயுதம்தான் ஏதோ வம்புபண்ணுகிறான்' என்பது புரியவும் அசுக்கிடாமல் அவ்விடத்தினின்றும் கழன்றார்.

பாலசிங்கம் அமர்ந்தானதும் சிற்றாள் அறிவித்தார்: "ஹோமம் முடியும்வரையில் யாரும் எதுவும் வீண்வார்த்தை யாடப்படாது. அப்படி ஏதாவது பேச வேண்டியிருந்தால் என்காதில மாத்திரம் பேசலாம். ஹோமத்திலிருக்கிற ஸ்வாமியைத் தொட்டோ, அவருடன் நேரடியாகப் பேசியோ ஆத்தாளைக் கோவிக்கப் பண்ணக்கூடாது, ஆத்தாள் கோவிச்சாவெண்டால் என்ன வேணுமென்றாலும் பண்ணிட்டுப் போடுவாள் . . . படுரௌத்ரக்காரியாக்கும் சாக்கிரதை."

சிற்றாள் சொல்வதையெல்லாம் அனுமதித்து மௌனித்தும் தனக்குள் மந்திரித்துக்கொண்டுமிருந்தார் மாந்திரீகர். அவர் தன் கைவிரல்களைப் பலதினுசுகளில் மடக்கியும் நிமிர்த்தியும், இரு கைவிரல்களையும் சேர்த்தும் கொழுவியும் பிரித்தும் பல கரணங்கள் புரிந்தானபின் ஒருகையால் தன் நாசியைத் தொட்டுக்கொண்டும், மறுகையை கொக்குப்போல் கவித்து நாடியைத் தாங்கிக்கொண்டும் வெகு நேரமாகப் பல மந்திரங்கள் சொல்லி ஜெபித்தார். பின் சிற்றாள் பக்கமாகக் கையை நீட்டவும் அவர் தயாராக வைத்திருந்த உடுக்கைக் கொடுத்தார். மாந்திரீகர் அதை வாங்கிக் 'க் குமுக்கா' 'க் குமுக்கா' 'க் குமுக்கா' என்று வாசித்தார், பின் அதை வாசித்தபடி இராகமிழுத்துப் பாடலானார்:

சஞ்சலங்கள் போக்கும் விஞ்சியளே வாருமம்மா
ஈசற்கினியவளே பூரணி நீ ஜெகஜோதி
மாயன் சகோதரியே மாரிமுத்துத் தாயாரே
வந்தவினை தீர வாழ்வெல்லாம் செழிக்க நம்பி
வந்தோம் உன்னைக் கைவிடுதல்தான் தகுமோ
நோயின்றி நாம்வாழ அன்னையளே கண்பாரும்
சோர்வின்றி நாம்வாழக் கனகமணி கண்பாரும்
தேவி கனிந்துன் கடைக்கண்ணால்தான் பாரும்
கண்பாரும் கண்பாரும் காரண சவுந்தரியே
உன்னை மனத்திருத்த பில்லி பிசாசோடிவிடும்
சூனியமும் சூழ்முனியும் சுழன்றலைந்தொழியும்
ஓங்கார நாயகியே காரணியே மீனாக்ஷி
தக்க வுடுக்கடித்துப் பாடுகிறேன் கண்பாரும்
நீயன்றி இடர் துடைக்க எம்மவர்க்கு யார்வருவார்
கண்பாரும் கண்பாரும் காமாக்ஷித்தாயாரே ...

மாந்திரீகர் பாடத்தொடங்கவும் பாலசிங்கத்துக்கு உள்ளூர ஏதோ அசௌகரியம் உண்டானது. அவர் எதையோ பார்த்துப் பயந்தவர் மாதிரி இருந்தார், பின் திடீரென முழிசத் தொடங்கினார். பின் தவில்காரர்களைப்போலத் தலையைச் சுழற்றத் தொடங்கினார். அவர் அப்படித் தலையை வேகமாகச் சுழற்றவும் மாந்திரீகரின் பாடலும் வேகம்பிடித்தது.

பாட்டுக்களும் மந்திர உச்சாடனங்களும் சாமம் வரை தொடர்ந்தன. இப்போது பாலசிங்கத்தின் உடல் உதறலெடுக்கத் தொடங்கியது, அவருக்கு கிட்டபோன சிற்றாளை அடித்தார். 'வந்திடு வந்திடு' என்று பாடிய மாந்திரீகர் இப்போது வேப்பிலைக்கொப்பினால் பாலசிங்கத்தை அடித்து அடித்துப் 'போய்விடு போய்விடு' என்று பாடினார். பின் ஒரு சூரிக்கத்தியை எடுத்துத் தன் அலகில் சொருகி அதைக்கிடுகிடுவென்று ஆட்டினார். கொஞ்சமும் குருதி கொட்டவில்லை.

தன் பிள்ளை படும் அவஸ்தையைப் பார்க்கச் சகிக்காத சின்னம்மா "தாயே... இது நீ போட்ட பிச்சை, இதைச் சுகமாக்கித் திரும்ப என்னட்டைத் தந்திடு ஆத்தா, அங்கப்பிரதட்சிணையாய் உன்ரை சன்னிதிக்கு வாறன் ஆத்தா" என்று அழுதுமன்றாடினார். பாலசிங்கத்தின் அவஸ்த்தைகளை விடவும் சின்னம்மாவின் புத்திரசோகம் பார்ப்போரை உலுக்கியது.

களைத்துப்போன பாலசிங்கம் இப்போது பின்புறமாகச் சாய்ந்தார். அவரைத் தரையில் கிடத்திவிட்டு ஒரு லோட்டாவில் இருந்த தண்ணீரை அவர் முகத்திலடித்தார் மாந்திரீகர். மயக்கந்தெளிந்தவர்போல எழுந்தவர் எல்லாவற்றையும் பேந்தப்பேந்த முழித்துப் பார்த்தார். வேள்வி ஒருவாறு முடிவுக்கு வந்தது. மாந்திரீகரும் சிற்றாளும் அனைத்து யாகப்பொருட்களையும் சாக்குகளில் போட்டுக் கட்டினர். மேலும் இருவருக்கும் வேலுப்பிள்ளையர் தக்ஷணைகள் வழங்கினார். கிடாயையும் கோழிகளையும் கொண்டுபோய் சுடலையில் பலிகொடுப்பதாய்ச் சொல்லி எடுத்துப்போயினர்.

'இனி எல்லாம் சுகமே' என்கிற மாதிரி எல்லோருக்கும் நம்பிக்கை இருந்தது.

ஒரு நாள், ஒரு வாரம், ஒரு மாதம் என்றாகியது. பாலசிங்கத்தின் அவஸ்த்தைகள் நின்று நிலைபெற்றன. சின்னம்மாவின் புலம்பல்கள் தொடர்ந்தும் ஊரையும் உறவையும் உலுக்கிக்கொண்டிருந்தன.

அது ஒரு சித்திரைமாதம். சித்திரை சிறுமாரி என்பார்கள். நாலைந்து நாட்களாக அடுத்து மழைபெய்தது. மந்தாரமாக இருந்த ஒருநாள் பகல் மழையுடன் சேர்த்து ஏதோ தொப்பெனப் பாலசிங்கம் வீட்டுக்கூரையில் விழுந்து சத்தம் கேட்டது. பின் அவை முற்றத்தில் விழுந்து துடித்தன. பார்த்தால் அனைத்தும் வெள்ளிச்செதில்கள் மினுங்கும் மீன்கள். சின்னம்மா பயந்துபோனார். 'யாரோ கெடுமதியம் பிடித்தவங்கள் எங்கள் குடிக்குச் செய்வினை செய்து ஏவிவிட்டிருக்கிறாங்கள், வளவுக்கை எலும்பிச்சங்காய் எறிஞ்சு கிடக்கு, கோடியுக்கே குங்குமம் கொட்டிக் கிடக்கு, என்று தினமொரு பிலாக்கணம் வைத்தார்.

"பிறன்மனைக்கு கெடுதி விதைக்கிறவங்கள் தாங்களே கெட்டழிஞ்சுபோவாங்கள்." சின்னம்மா முற்றத்து மண்ணை வாரித் தினமும் திட்டிக்கொண்டிருந்தார். விஷயமறிந்து போய்ப்பார்த்த சிலர் 'கடலில் மீனோடு நீருறிஞ்சிய முகிலிலிருந்து மழைபெய்கையில் மீன்கள் விழுதல் சாத்தியந்தான்' என்றனர். சின்னம்மாவோ ஒத்துக்கொள்வதாயில்லை. 'அது

எங்கேயெண்டாலும் விழட்டும், எதுக்கு எங்கள் வீட்டுக்கூரையில்' என்று பதில் கேள்வி போட்டார்.

கண்டநின்ற எல்லோருக்கும் வீட்டுக்கூரையில் மீன்விழுந்த கதையைச் சொல்லிச்சொல்லி மாயவும் சின்னவிக்கிழவன் மட்டும் மட்டக்களப்பில் இருக்கும் மலையாள மாந்திரீகர் ஒருவரின் மகத்துவத்தைப்பற்றி அவருக்கு மூன்றாவது முறையாக எடுத்துச்சொன்னார். நவுண்டிலில் ஏழு வருஷமாய் ஒரு குமரியைச் செஞ்சூலினி என்றொரு பேய் பிடித்து அவளை ஒரு கோமா நிலையில் வைத்திருக்கவும் அம்மாந்திரீகர் வந்து விரட்டிச் சொஸ்தமாக்கிவிட்டதையும், அவள் இப்போது திருமணமாகிப் பிள்ளைகுட்டிகளுடன் வாழும் கதையையும் சின்னவி எடுத்துச் சொன்னார்.

நாவாந்துறையில் ஒரு பாதிரியார் இந்தப் பேயை விரட்டிவிடுவார் என்றனர் சிலர்.

பனாகமவில ஒரு ஹாமத்துறு[2] இருக்கிறார். எப்பேர்ப்பட்ட பேயையும் கட்டிப் போட்டுவிடுவார் என்றனர் சிலர். ஏகப்பட்ட வாதப்பிரதிவாதங்களின் பின்னர் மட்டக்களப்பின் மலையாள மாந்திரீகரை சின்னவியே போய் அழைத்துவந்தார். பாலசிங்கம் சுகமானால் வேலாயுதத்துக்கு மாந்திரீகம் தெரியாதென்பதை நிறுவிடலாம், அதோட தனக்கும் ஊரில சின்னாதாய்க் கியாதியேறுமென்பது சின்னவியின் அனுமானம்.

அம்மாந்திரீகர் கிருகஸ்தர்கள் தங்கும் வீட்டில் தங்கமாட்டாரென்பதால் ஊரின் இராஜராஜேஸ்வரி அம்மன் கோவிலில் கட்டிலொன்று போட்டு அங்கே தங்கவைக்கப் பட்டார். அம்மாந்திரீகர் தூங்கும்போது அவருக்கும் கோவில் கூரைக்குமிடையில் மெல்லிய ஜோதியின் வட்டம் ஒன்றைத்தான் பார்த்ததாகச் சொன்னார் சந்தோஷம். அவரது யாகம், கிரியைகளுக்காக வீட்டு முற்றத்தில் தனியாக ஒரு பந்தல் போடப்பட்டு ஏழுநாட்கள் உக்கிரமான யாகங்கள் நடந்தன. பத்துப்பதினைந்து கோழிகள் தினமும் பலியாகின, கடைசி மூன்றுநாட்கள் மட்டும் மூன்று ஆடுகள் பலியிடப்பட்டன. யாகச்செலவுகள் பத்தாயிரம், போக்குவரத்துச் செலவுகள் போக மாந்திரீகரின் தக்ஷிணை மட்டும் தனியாக மூவாயிரம் ரூபா. தொடர்ந்த எதிர்பார்ப்பு மிகுந்த நாட்கள் நகர்ந்தன.

"மலையாள மாந்திரீகர் ஆனானப்பட்ட இயமாருதி, சுடலைமாடன், காட்டேரிகளையெல்லாம் விரட்டியடிச்ச ஜாம்பவான். அவரென்ன செய்யமுடியும், உங்களின் கெட்ட

2. புத்தபிக்கு

காலம் உங்க விரோதிகள்தான் வெட்ட வெட்டத் திருப்பித் திருப்பி ஏவிக்கொண்டிருக்கிறாங்கள்."

மரகதமணியின் பெற்றோரும் உறவுகளும் அவளின் வாழ்வும் இப்படியொரு சிக்கலுக்குள்ளாகி அவம் போனதைப் பார்த்துப் பார்த்துத் துக்கித்தனர்.

ஏதோ ஒருவிதத்தில் பாலசிங்கத்தின் திருமணத்துக்குக் காரணமாகயிருந்த இராசம் நீர்வேலிக்கு சுகம் விசாரிக்கப்போகும் போதெல்லாம் அப்பிராணி மரகதமணியை சின்னம்மா அறமுறியத் திட்டிக்கொண்டிருப்பது அவருக்கும் பொறுக்க வில்லை. மரகதமணிக்கும் சும்மா போய்க்கொண்டிருந்த தன் வாழ்வு இப்படி ஒரு பொறிக்குள் அகப்பட்டுக்கொண்டதேயென்று கவலைதான். அழுகை அழுகையாக வரும். இரவில் இரகசியமாக அழுதுவிட்டுக் கண்ணை முந்தானையில் துடைத்துக்கொள்வார். சின்னம்மா பார்த்துவிட்டால் எங்கே தன்னைத் துக்குணி, அழுகுணிநாச்சியார் எனத் திட்ட ஆரம்பித்துவிடுவாரோ என்கிற பயம். சின்னம்மாவின் திட்டல்கள், சபித்தல்கள் எதுவும் தனக்கல்ல வேறு யாருக்கோ என்கிற பாவனையில் "எல்லாம் அவருக்கு கெதியில சுகம் வந்திடும் நீங்கள் அழாதையுங்கோ மாமி" எனச் சின்னம்மாவுக்கும் தைரியம் சொல்லுவார். சிலகாலத்தின் பின்னர் புத்தூர்க் காளியம்மன் கோவிலில் ஒரு நேர்த்தியிருக்கென்று சொல்லி மரகதமணியை அழைத்துப்போன நாகலிங்கர் குடும்பம் திரும்ப அவளை நீர்வேலிக்கு அனுப்பச் சம்மதிக்கவில்லை.

பாலசிங்கம் அன்றைக்கே மாரடைப்பிலோ, பக்கவாதத்திலோ போயிருந்தால் சின்னம்மாவுக்கு இத்தனை சஞ்சலமில்லை. துன்பங்கள் தனியாக வருவதில்லை என்பார்கள். தனக்குப் பின்னால் யார்தான் இவனைச் சிரத்தையாகப் பார்ப்பார்கள் என்று துக்கித்துக்கொண்டிருந்த சின்னம்மாவுக்கு இன்னொரு துயரம் காத்திருந்தது. அதே ஆண்டில் வேலுப்பிள்ளையர் வவுனிக்குளத்திலிருந்து வரும்போது நீர்வேலிச்சந்தியில் பஸ்ஸிலிருந்து இறங்கித் தெருவைக் கடக்கையில் எதிர்த் திசையிலிருந்து வந்த விசையுந்தொன்றுடன் மோதியதில் வலதுகை மணிக்கட்டு சிதறி அது முற்றாகவே செயலிழந்தது.

ஒருமுறை பட்டறைக்குள் புகுந்து யாரையும் கேளாமல் அங்கிருந்த புதிய அரம் ஒன்றை எடுத்துத் தன் புல்லுச் சத்தகத்தை அராவிக்கொண்டிருந்த நன்னியனை அடிப்பதற்காக அவனை வாழைத்தோட்டங்களூடாக மாசுவன் காண விரட்டியதல்லாமல் வேறொரு வன்முறையிலும் ஈடுபட்டவரல்லர் பாலசிங்கம். இயல்பில் யாரையும் அப்படி வையக்கூடியவரும் அல்லர்.

அன்றைக்கு அவ்வாறு மூர்த்தண்யம் கொண்டதும், அவர் வாயில் அப்பிடி ஒரு வார்த்தை வந்து தொலைத்ததும் ஒரு விபத்துத்தான்.

பாலசிங்கத்தின் சுகவீனத்தையிட்டுப் பலவிதமான கதைகளைக் காற்றும் சுமந்துகொண்டு திரிந்தது.

'இது அவற்றை நுட்பங்களையும் வேலை வித்தகங்களையும் பொறுக்காத ஆட்கள் அவரை விளங்கவிடாமல் செய்வதற்காகப் பண்ணியது.'

'மரகதமணியை மணப்பதற்குக் காத்திருந்த யாரோ ஏமாற்றத்தின் நிமித்தம் வம்பு பண்ணிவிட்டார்கள்.'

'அவசரப்பட்டு சாதகப் பொருத்தம் சரியாகப் பார்க்காமல் செய்த கலியாணம். பெண்ணின் சாதகம் பாவங்கள் கூடினது, அதுதான் ஆம்பிளையை விழுத்திப்போட்டுது.'

'நடராசர் பாலசிங்கம் தங்களை அவமதித்துப் போட்டார் என்கிற கோபத்தில பழிவாங்கலாகச் சூனியம் வைத்திருக்கிறார்.'

நிஜத்தில் நடராசர் ஒருவரைத் தனக்குப் பிடிக்கா விட்டால் விலகிப்போய்க்கொண்டே இருப்பாரே தவிர அப்படி எவருக்கும் வம்புசெய்யக்கூடிய மனிதரல்லர். சூனியம் செய்து ஒரு குடும்பத்தைச் சாய்க்கமுடியுமென்பதற்கு இதுவரை எந்த அறிவியல் தடயங்களும் இல்லை. சரி சாய்க்க முடியுமென்றேதான் வைத்தாலும் நடராசரை அதன் அபராதியாக்கவல்ல ஏதுக்கள் எதுவுமில்லை. சந்தேகத்தின் பலனை அவருக்கே வழங்கவல்ல அறங்கள் இன்னுமுள்ளன.

அப்படி ஒரு பிரகிருதி தன்னுடைய குடும்பத்துக்குக் கெடுதல் பண்ணமுடியுமென்றால் தான் காலத்துக்கும் வணங்கிவந்த அத்தனை கடவுள்களும், சிவனும் காமாக்ஷியும் என்ரை குஞ்சைக் காபந்து பண்ணாமல் மாறிமாறி என்ன மசிர் எண்ணிக்கொண்டிருந்தவையோ என்பதும் சின்னம்மாவினது வாதமும் கோபமும்.

உலகத்தில் தான் கண்டிராத அத்தனை கடவுள்களையும், கண்ணில்பட்ட அத்தனை மனிதர்களையும் வெறுக்கத் தொடங்கினார். எவராலும் அவருக்கு ஆறுதல் சொல்ல முடியவில்லை. பார்த்த எவர்மீதும் வெறுப்பை உமிழ்ந்த அவர் விழிகளை நோக்கியவர்களுக்குச் சின்னம்மாமீதுதான் மோகினி ஏறிச் சவாரி செய்கிறதோ எனச் சந்தேகம் வரத்தொடங்கியது.

சின்னம்மாவுக்குத் தாறுமாறாக எண்ணங்கள் ஓடத் தலைப்படவும் பலவாறெல்லாம் இப்போது யோசிக்கத்

தொடங்கினார். சிலவேளை மாறாட்டமான கதைகளும் அவரிடமிருந்து வந்தன.

வாய் நமநமத்தால் ஒருவாய் ஊர்வெற்றிலை போடலாம் என்று வந்தவர்கள்கூட அந்த முற்றத்தை மிதிக்கத் தயங்கினர். பட்டறைக்கு வேலை தேடிவரும் தொழிலாளர்கள் நின்றுவிட்டிருந்தனர். பாலசிங்கத்தினாலதான் இது முடியுமென்று பிறவூர்களிலிருந்து தேடித்தேடி வரும் வாடிக்கையாளர்கள் எவரும் இப்போது வருவதில்லை. அவர்களது மடைப்பள்ளியில் ஓங்கியெரிந்த கங்குகள் ஒடுங்கிவிட்டன. அவர்கள் வாழ்வில் படியத்தொடங்கிய பாசி வீட்டின் கண்ணாடிக் கூரையிலும் படரத்தொடங்கியதோ, அவர்கள் முற்றத்தில் இப்போது பொழுதுகள் மந்தாரமாகவும் மூடாப்பாகவுந்தான் புலர்கின்றன. 'தொம்' 'தொம்' 'தொம்' என்று வெடிபோட்டு ஓடித்திரிந்த விசையுந்து சீண்டுவாரற்றுப் பூஞ்சணம் பிடித்தும் துருவேறிப்போயும் கிடக்கிறது.

பாலசிங்கத்தின் கல்யாணம் நடந்ததும் நேத்து என்பதுபோல் நான்கு வருடங்கள் கடுகிச் சென்றுவிட்டன. இரண்டு நாட்களுக்கு முன்னர் பெய்த கனமழையால் வாரடித்து ஓடிய வெள்ளம் மிருதுவான வெண்மணலை ஊரிலிருந்தெல்லாம் சேகரித்து ஒழுங்கைகளில் கொண்டுவந்து பரவியிருந்தது. அலையலையாக இருந்த அம்மணலில் புஸுக்கு புஸுக்கென காலைவைத்து நடக்க சுகமாக இருந்த ஒரு காலைவேளையில் பருத்தித்துறை பஸ் பிடித்து வேலுப்பிள்ளையரையும் பாலசிங்கத்தையும் 'வருத்தம்' பார்க்க சின்னம்மாவின் பால்யசிநேகிதியும், மைத்துனியுமான சந்தானம் அரியாலையிலிருந்து கொழுக்கட்டையும் அவித்துக்கொண்டு வந்தார். சந்தானம் கொழுக்கட்டை செய்வதில் சூட்டிகை. எளிதில் யாருக்கும் வந்துவிடாத ஒரு கைவண்ணம் அவருக்கு. வானநீலத்தில் கொஞ்சம் சாம்பலைக் குழைத்தால் வருமொரு வெண்சாம்பல் நிறத்தில் அவர் அவிக்கும் கொழுக்கட்டைகளைத்தூக்கி வெளிச்சத்தில் பிடித்தால் பல்லியின் வயிற்றுக்குள் முட்டைகள் தெரிவதுபோல ஏலம் கமழும் அதன் பூரணம் தெரியும்.

பலகாலம் காணாத தோழிகள் திடீரெனப் பார்க்க நேர்ந்ததால் பேச்சிழந்து ஒருவரையொருவர் பார்த்துக்கொண்டு நின்றனர். ஒரு புலியின் மிடுக்கோடு வெடிப்பேச்சும், வெற்றிலைவாயுமாய் வளைய வந்துகொண்டிருந்த ஒரு கட்டிளைஞன் ஒரு கையையும் காலையும் இழுத்துக்கொண்டு வாய்ப் பேச்சிழந்து வாணீர் வடித்துக்கொண்டிருந்தால் பெற்றவள் மனது எப்படித் தாங்கும்? பின் தம்மையும் பாலசிங்கத்தையும்

மாறிமாறிப் பார்த்துக் கலங்கினர். சின்னம்மாவுக்குத் தாறுமாறாக எண்ணங்கள் இப்போது ஓடத் தலைப்பட்டன.

"என்னமாதிரிக் கொழிச்சிருந்ததடி என்ர குடி, ஒரு கறிவேப்பிலைக் கொழுந்துக்கேனும் வேறொரு முற்றத்தை மிதிச்சிருப்பனே . . . என்ரை அடுக்களைக்குண்டான உப்புச்சிரட்டை மட்டும் இருபத்திரெண்டடி... எல்லாத்தையும் தந்திட்டு ஆண்டவன் பாதியிலை என்ரை குஞ்சின்ரை வாழ்க்கையைக் குலைச்சு இப்பிடி வம்பு பண்ணிட்டானே...

"இந்த அவிசாரியின்ரை பாவக்கிரகங்கள்தான் ராசா மாதிரியிருந்த என்ரை குஞ்சையும் முடக்கி விழுத்திப் போட்டுது. ஏழில செவ்வாய், அட்டமத்தில சனியன் எண்டு வில்லங்கமான கிரகங்கள் ஏதும் இருந்திருக்கும் மறைச்சுப்போட்டாங்கள் பாவியள்," என்று சந்தானத்திடம் புலம்பத்தொடங்கினார் சின்னம்மா. இது பாலசிங்கம் தானாகப்போய் ஏற்படுத்திய பந்தமே என்பதைச் சொல்ல அவருக்கும் இப்போ குரல் இல்லை.

மதியம் சாப்பாடு முடித்துக்கொண்டு சின்னதாகக் கண்ணயர்ந்துவிட்டுப் பொழுதுசாயத் தொடங்கவும் வீட்டுக்குக் கிளம்புகையில் சந்தானம் ஐம்பதுரூபாய் தாளொன்றை மடித்துச் சின்னம்மாவிடம் நீட்டவும் அவரும் "இது வேண்டாமணை, நம்ம நிலமை அவ்வளவுக்கு இன்னும் போகயில்லை, என்ரை குஞ்சுகள் பொம்பிளைப் பிள்ளையள் எண்டாலும் ஏதோ தங்கள் தங்கள் பாட்டுக்குப் புலுண்டுதுகள், பொழுதுகள் எப்படியோ ஓடிக்கொண்டிருக்கு" என்று மறுத்தார். ஒழுங்கை வரைக்கும் வந்து அவரை வழியனுப்ப வந்த சின்னம்மாவிடம் சந்தானம்: "இவர் எத்தனை தரம் வான்மதிக்குப் பாலசிங்கத்தைக் கேட்டுப்பார் பாரென்று என்னட்டைச் சொல்லியிருப்பார். நீயொருவேளை நிலபுல ஆதனங்களோட வாற ஒரு இடமா எதிர்பார்த்திருந்து... எங்கட நிலமைக்காக என்ர மகளை மறுத்திட்டியென்டால் அது நம்மடை நட்புக்குச் சேதமாயிடுமென்றதாலதான் நானும் மௌனம் காத்தனான்."

சின்னம்மாவிடம் இப்போது வார்த்தைகள் எதுவுமில்லை.

"உன்ர நல்ல மனசுக்கு அவள் இப்பவும் மகராசியாய்த்தானே இருக்கிறாள், அவளுக்கு ஒரு குறைவும் வராது" என்று ஆசீர்வாதமும் சமாதானமும் சொன்னார்.

அலோபதி, ஆயுர்வேத, சித்த, ஹோமியோபதி, யுனானியென உலகிலுள்ள வைத்தியமுறைகள் எல்லாமே பாலசிங்கத்தைக் கைவிட்டுவிடவும் இருந்த கொஞ்சநஞ்ச நம்பிக்கையும் அவர்களுக்குச் செய்வினை சூழ்வினைகளிலேயே இருந்தது.

பாலசிங்கமும் இதுகளால் இனி என்ன பிரயோசனம் என்று விரக்தி அடைந்தாரோ இப்போ மருந்து மாத்திரைகளை விழுங்க முடியாதென்று அடம்பிடிக்கிறார். பாலசிங்கம் எப்போதும் தன் வழங்காத இடதுகையைத் தூக்கிப்பிடித்திருப்பார். அது லேசாக நடுங்கிக்கொண்டுமிருக்கும். ஒருகாலும் தசைகள் இறுகி உணர்வற்றுச் சும்மா போடுதடியைப் போலிருந்தது. ஈவினையிலிருந்து நாட்டுவைத்தியர் ஒருவர் இரண்டு வருஷமாக மனம் சோர்ந்துபோகாமல் தினமும் மிதியுந்தில் வந்து சில தைலங்களைத் தேய்த்து வருகிறார். அதில் சோர்ந்து துவண்டுபோயிருந்த இடதுகாலுக்குச் சற்றே பலம் வந்ததுபோலிருந்தது. முழங்கால் மூட்டும், பாதக்குளச்சும் மெல்ல வசைந்துகொடுத்தன. ஆனாலும் தூக்கிவைச்சு நடக்க நரம்புகளின் ஆணைகள் இல்லை. அவராகவே எதையாவது பிடித்துக்கொண்டு எழுந்து நிற்கவும் அந்தக் காலை இழுத்தபடி சில அடிகள் தானாகவே நடக்கவும் தலைப்பட்டார். இறக்கைகள் கட்டிவிட்டதுபோலத் தன் விசையுந்தில் யாழ்குடா முழுவதும் சதாவலம் வந்துகொண்டிருந்த மனிதனுக்கு ஒரு சாய்மனைக் கதிரைக்குள் இரவுபகலா முடங்கிக்கிடப்பது துன்பமாக இருக்கவும் சிலவேளைகளில் தன் காலை இழுத்துக்கொண்டும், 'ஆய் . . .' 'ஊய் . . .' என்று கத்திக்கொண்டும்போய் இரண்டு வீடுகள் தள்ளி வாடகை வண்டி வைத்திருக்கும் பேரம்பலத்தின் வீட்டுப்பக்கமாகப் போவார். சின்னம்மாவும் அவர் பின்னால் ஓடிப்போவார். அவர் அப்படியே போய் அந்த வண்டிக்குள் அமர்ந்துவிடுவார். அப்படி அமர்ந்தாராயின் எங்காவது வண்டி போயே ஆக வேண்டும். அல்லது எதிர்ப்பட்டவர் அனைவருக்கும் அடிப்பார். சிலவேளைகளில் வண்டியில் கீரிமலை மடம் வரையில் போய்க் கொஞ்சநேரம் அமர்ந்துவிட்டு வருவார்கள். சில நாட்களில் தையிட்டியில் மணமாகியிருந்த மூத்தமகள் இலங்காதேவியின் வீடுவரையில் சென்றுவருவார்கள். காலை இழுத்துக்கொண்டாவது நடக்கிறானே மகன் என்பதில் சற்றே ஆறுதல்பட்டார் சின்னம்மா.

வீட்டுக்கு வரும் உறவினர் எவராவது அவரிடம் "நான் யாரென்று தெரிகிறதா?" எனக் கேட்டால் 'ஆம்' எனத் தலையாட்டுவார்.

"சரி யாரென்று சொல்லுங்கோ..."

"ராப்பு... ராப்பு ராப்பு."

"ப்பப்... டிக்காதாம்... டிக்காதாம்" என்பதுதான் அவர் பேசிய கடைசி வார்த்தைகள். இப்போது எல்லோரும் அவருக்கு 'ராப்பு'த்தான். சிலவேளைகளில் வந்திருப்பவர்

களைப் பார்த்துப்பார்த்து இடியிடித்துச் சிரிப்பார். கண்களில் நீர் துளிக்கும், 'என்னே வாழ்வின் விசித்திரம்' என்றுதான் எண்ணுகிறாரோ... பின் பார்வை எதிலாவது நிலைத்துவிடும். சந்தானம் மாமியையும் அன்று 'ராப்பு' 'ராப்பு' என்றுவிட்டுத் தன் மரகதப் பாவைகளை மலர்த்திச் சிரித்தார். பாலசிங்கம் அடிக்கடி ஓடிப்போய் காருக்குள் ஏறியிருப்பதுவும், சின்னம்மா வுக்கு மொத்துவதும் புத்தூருக்குப்போய் மரகதமணியைப் பார்க்கும் மனவிழைச்சலால்தான் என்பது சந்தானத்தின் வாதம். அவர் மனதில் என்ன இருக்கிறது என்பதை யாரால் எப்படி அறியமுடியும்? ஆனால், மீண்டும் அவர்கள் ஒருவரையொருவர் சந்திப்பதற்கான சந்தர்ப்பத்தைப் பெருசுகளும் ஏற்படுத்திக் கொடுக்கவுமில்லை.

சந்தானத்துக்கு நீர்வேலிக்குச் சென்றுவந்த நாள்முதலாய் மனம் அமைதியாய் இல்லை. புத்திக்குள் பூரான் புகுந்து ஊர்ந்து திரியவும் மூச்செடுக்கவே அவஸ்த்தைப்படும் புலியொன்றின் காட்சிதான் திரும்பத்திரும்ப வந்துகொண்டிருந்தது. கீரிமலை யிலிருந்து கூவில் தாண்ட வரும் வயல்வெளிகளைத் தாண்டிப் போனால் பன்னாலை என்றொரு கிராமம் வரும். அங்குள்ள நரசிம்மவைரவர் கோவில் பூசாரியார் அருள் விபூதிபோட்டுக் கனபேருக்குச் சுகமாக்கியிருக்கிறார், நினைத்த காரியமும் அச்சொட்டாய் சொல்லுவாராம் என்று ஊரெளு வடிவேலு ஒருமுறை பேச்சோடு சொன்னது ஞாபகத்துக்கு வரவும் வடிவேலுவுக்கு ஒரு போஸ்ட்காட் எழுதிப்போட்டார் சந்தானம். 'பன்னாலைச் சுவாமியாரை நான் ஒருதரம் பார்க்க வேணும், தயவுசெய்து உனக்கு எப்போ வசதிப்படுமென்று எனக்குத் தெரிவித்து எழுத வேண்டுவது.'

அவரும் சிரத்தையாக பதில் காட் போட்டார். 'அவர் ஒவ்வொரு செவ்வாயுந்தான் அருள்வாக்குச் சொல்லுவாராம். வசதிப்பட்டால் அடுத்த செவ்வாய் முதல் பஸ் எடுத்து வீட்டை வாங்கோ மாமி, சுவாமியைப் போய்ப் பார்க்கலாம்.'

காலையில் சந்தானம் தண்ணீர் வெந்நீர்கூடக் குடிக்காமல் மடியாய் ஊரெளு வந்ததும், வடிவேலரின் பழைய ஒஸ்டின்– 8 காரிலேயே பன்னாலைக்குப் புறப்பட்டனர். கோவிலின் முன் மண்டபத்தில் இவர்களுக்கு முன்னதாகவே காத்திருந்த வேறுசில ஆட்களுடன் இவர்களும்போய் அமர்ந்தனர். பூஜை முடித்துக்கொண்டு சூடத்தட்டைத் தூக்கிக்கொண்டு வந்த பூசாரி கூட்டத்தை மையமாகப் பார்த்து: "ஒரு குஞ்சுவின்ர சுகவீனம் தேகநலம்பற்றி விசாரிக்க கிழக்கூரிலிருந்து வந்திருக்கும் குஞ்சு முன்ன வா" என்றார்.

வடிவேலர் சந்தானத்தை முன்னே போவென்று சாடை காட்டவும் அவர் முன்னே போய் பூசாரியை நமஸ்கரித்தார்.

"உன்ரை உறவுக்காரக் குஞ்சொன்று அலகு கட்டிப் போயிருக்கு."

"அலகு மட்டுமில்லைத் தேவே... பாவி மொத்த உடம்பே வழங்காமல் இப்போ நாலு வருஷமாய் பாடாய் படுத்திருக்கிறான் சுவாமி..."

"குஞ்சோட ஷாகினிதான் கொஞ்சம் விளையாடி யிருக்கிறாள்... கூட்டிகொண்டாங்கோ அவளுக்குக் குளிர்ச்சி செய்யவேணும்."

வடிவேலரை ஊரெளுவுக்கு அனுப்பிவிட்டுப் பன்னாலை யிலிருந்து சங்கானைக்கு அங்கிருந்து புன்னாலைக் கட்டுவனுக்கு அங்கிருந்து புத்தூர் பின் அங்கிருந்து நீர்வேலிக்கென நாலு பஸ்கள் பிடித்து சந்தானம் நீர்வேலிக்கு வந்தார். பன்னாலைப் பூசாரியார் சொன்ன ஷாகினிச் சமாச்சாரத்தை அப்படியே சின்னம்மாவிடம் ஒப்புவித்தார்.

'அட ஆளைப் பார்க்காமலே மகனுடைய பிரச்சனையை அந்த மகான் சொல்லிவிட்டாரா... அப்போ அப்பெரியவரிடம் ஏதோவொரு அமானுஷ்யசக்தி இருக்கத்தான் வேணும்.'

இன்னும் யார்யாரெல்லாம் எதைச் சொன்னாலும் செய்வதற்குத் தயாராகயிருந்த சின்னம்மா அப்போதே மகனுக்குச் சுகம் வந்து அவன் எழுந்து நடப்பதைப்போல மகிழ்ந்தார். இந்த பூசாரியார் யாகம் ஹோமம் என்கிற கதைகள் ஒன்றும் விடவில்லை. ஆடுகொண்டா கோழிகொண்டா என்றுஞ்சொல்லவில்லை.

'வரும்போது வீட்டில் இருந்தால் ஒரு நாட்டு மண்வெட்டியும் கத்தி அலவாங்கு மட்டும் கொண்டுவாருங்கோ' என்று சொல்லிவிட்டார்.

ஒரு செவ்வாய்க்கிழமை மாலை வடிவேலரிடம் பூசாரியார் சொல்லிவிட்டபடி பாலசிங்கத்தையும் கூட்டிக் கொண்டு சபாரத்தினமும் செல்லத்துரையரும் இன்னும் இரண்டு கார்கள் நிறைந்த உறவினர்களும் போய் பன்னாலை அம்மன்கோவில் அரசமரத்தின்கீழ் காத்திருக்கவும் பட்டை கொட்டை வேஷங்களற்று எளிமையாக நாலுமுழம் மட்டும் உடுத்தியிருந்த பூசாரியார் அங்கே வந்தார். மௌனித்திருந்த பூசாரியார் வந்தவுடன் தியானத்தில் ஆழ்ந்தார். பின் விழித்துத் தேவாங்குக் கண்ணீர்கொண்டு சிலேட்டுப்போலிருந்த ஒரு கரிய பலகையில் மைபோட்டுப் பார்த்தார். பார்க்கவும்

அருள் வந்ததுபோல் அவரது தேகம் பதறத் தொடங்கிது. அப்பதற்றத்துடனேயே போய் வேகமாகப்போய் பாலசிங்கமிருந்த வண்டியில் ஏறி அமர்ந்தார். அவர் சைகை காட்டிய திசையில் வண்டி சென்றது. மற்ற வண்டியும் அவர்களைத் தொடர்ந்தது. கார் முதலில் மாவிட்டபுரத்தின் திசையில் செல்லவும் எல்லோரும் இது நடராசனின் கைங்கரியந்தான் என மனதுக்குள் எண்ணிக்கொண்டனர். பொழுதும் சாயத்தொடங்கிவிட்டது.

திடுப்பெனப் பூசாரியார் காரை வலமாக மடக்கி ஓட்டும்படி சைகை காட்டினார். கார் இப்போது கீரிமலையின் திசையில் சென்றது. தனது மைப்பலகையைப் பார்த்தபடி ஒரு குறுக்கொழுங்கையுள் வண்டியைச் செலுத்தச் சொன்னார். வண்டி ஆர்த்திமயிலிட்டியின் திசையில் கல்லொழுங்கையுள் பலதோட்டவெளிகளையும் தாண்டிக்கொண்டு கலட்டிகளூடாகச் சென்றது. ஒரு பற்றைத்திடலை வண்டி கடக்கையில் நிறுத்தச் சொன்னார். பின் பின்னோக்கிப் போகும்படி சைகைகாட்டினார். அந்தப் பற்றைத்திடலருகில் நிறுத்தச்சொல்லி இறங்கினார். அத்திடலில் ஆமணக்கு, பாக்குவெட்டிச் செடிகளும், விடத்தல், சூரை, புல்லாந்தி, காரைகளுடன், பெயர்தெரியாத பலசெடிகளும் மண்டிப்போயிருந்தன. இருட்டுக்குள் சரியாகக் கணிக்க முடியவில்லை. சற்றே வளர்த்தியானதாய் இலந்தையோ விளாத்தியைப் போலொரு மரமும் நின்று கொண்டிருந்தது. சிள் வண்டொன்று எங்கிருந்தோ ‘சிள்’ ளென்று கொண்டிருந்தது, மின்மினிகளும் பறந்து திரிந்தன. இலேசான குளிர்காற்று காங்கேசன் கடலிலிருந்து தையிட்டியைமேவி வந்துகொண்டிருந்தது. பூசாரி தான் கொண்டுவந்திருந்த பந்தங்கள் இரண்டையும் வேப்பெண்ணையில் தோய்த்துக் கொளுத்திவிட்டு நிலத்தில் இரண்டு இடத்தில் மண்வெட்டியால் கொத்துப்போடச்சொல்லி அந்த இடத்தில் ஊன்றினார். பின் இரண்டு பந்தங்களின் நடுவிலும் வெட்டச்சொன்னார். வடிவேலுவும் சபாரத்தினமும் மாறிமாறி வெட்ட ஆரம்பித்தார். தரை கடுவலாக இருந்தது. ஒரு அடியாழம் இறங்கியிருக்கும். சபாரத்தினம் களைத்துப்போகவும் தம்பி செல்லத்துரை மண்வெட்டியை வாங்கிப் போடத்தொடங்கினார். செம்மண் கண்டதும் மண்வெட்டி இப்போது இலேசாக இறங்கியது. கூட வந்த எல்லோரும் ஆர்வமாகக் கிடங்குக்குள் பார்த்தபடியிருக்க ஒரு வெள்ளைத்துணி முதலில் தெரிந்தது. அதன் இரு பக்கமாகவும் அதள் எடுத்துவெட்டினால் ஒரு குழந்தையின் உடல்போல் ஒரு உருவம் தென்பட்டது. ஒரு குழந்தையின் உடலாக இருக்குமோவென அனைவருக்கும் சந்தேகம் முகிழ்த்தது. பூசாரியார் கிடங்கில் இறங்கி அதைவெளியே தூக்கினார்.

அது ஒரு மரப்பாச்சிபொம்மை. அதற்கு கண், மூக்கு, வாய் எல்லாம் அழகாகப் பண்ணப்பட்டிருந்தன அதைச்சுற்றியிருந்த துணியெல்லாம் அப்போதுதான் தோய்த்ததுபோல இரத்தத்தின் கறைகள் ஈரமாய் மினுங்கிக்கொண்டிருந்தன. பூசாரிக்கு மீண்டும் அருள் வந்தது, கண்களை மூடிக்கொண்டு சொன்னார்: "இது காஞ்சூர மரப்பாவை. இதைப்போல இன்னுமொரு பாவை செய்து ஒன்றில ஷாகினியையும் மற்றதில மாடனையும் ஏவி ஒன்றை இஞ்சை புதைச்சிருக்கினம், மற்றதை எரிச்சுக் கீரிமலைக்கடலில கரைச்சுப்போட்டினம். எல்லாம் முடிஞ்ச கதை. இனி ஈசன் வந்தாலும் ஒண்டுஞ் செய்யேலாது. எல்லாமே தீராதவிதியாயிடுத்து," என்றார்.

செய்வினை சூழ்வினையை நம்பியவர், நம்பாதவர், பிறரைச் சபித்தவர், துதித்தவர், அருளர், மருளர், சித்தர், மத்தர், ஆத்திகர், நாத்திகர், பொதுவுடமைவாதி, தனியுடமைவாதி அனைவருமே ஒவ்வொருத்தராக விடைபெறுதல் கண்டும் மென்நகை கொள்வாளோ பூமி.

***குவர்னிகா* – 40வது இலக்கியச்சந்திப்பு மலர், 2013. (இலங்கை)**

4

வெயில் நீர்

வெயில் நீர்

ஆயிஷா துருக்கியின் கிழக்கு Aegean வலயம், Aydin மாநிலத்திலுள்ள Koedeke எனும் கிராமத்திலிருந்து வருகிறாள். அவ்வத்துவானக் கிராமத்தவர்கள் தொடர்வண்டியைப் பார்ப்பதானாற்கூட 300 கி.மீ பயணம் செய்து Izmirக்கோ Konyaவுக்கோ போனாலே உண்டு. Menderes பள்ளத்தாக்கில் அமைந்த தோராயமாக 27 சதுர கி.மீ பரப்பளவுள்ள இவர்களது கிராமத்தில் ஈவாக வாழும் 72 குடிகளின் வாழ்விடமும் தோட்டங்களும் சிறுபண்ணைகளும் நீங்கலாக மீதி முழுவதும் அங்கே மேய்ச்சல் நிலங்கள்தான்.

ஆயிஷா, அக்கிராமத்தில் இருந்த ஒரே ஆரம்பநிலைப்பள்ளிக்கு எட்டு ஆண்டுகள் அவர்களது கழுதைக்கு முடியாமல்போகும் வரையில் போய்வந்திருக்கிறாள். அது இளைத்து மேலும் சுமக்க முடியாதிருந்த வேளையில் அதை யாரோ திருடிப்போய்விட்டார்கள், மூன்றுநான்கு மாதங்கள் கழித்து அதைத் திருடிப்போனவர்கள் விரட்டிவிட்டார்களோ அதுவாக வழியைத் தெரிந்துகொண்டோ திரும்பிவந்தது. வந்தபின்பும் உணவை வெறுத்து உண்ணாநிலையிலிருந்த அக்கழுதை பின்பொருநாள் மௌனத்தில் இறந்துபோனது. அத்தோடு ஆயிஷாவின் படிப்பும் நின்றுபோனது.

❖

ஆயிஷாவின் தினப்படி வாழ்வு சராசரியாக அங்கே வாழும் ஏனைய சிறுமிகளுடையதைப் போலத்தான் இருந்தது. அவளது பாபாவின் பெயர் Akhtar Mehmet.

எமது தொலைபேசிப் பெயர் நிரலியை வெங்கட், நாராயணன், நடராஜ்கள் நிறைத்திருப்பதைப்போல அங்கே *Abdul, Ali, Mehmet*கள் மிகப் பொதுவான முதற்பெயர்களாக இருக்கும். ஒரு கூட்டத்தில் அலி என்றோ, மெஹ்மெட் என்றோ அழைத்தால் 50 பேராவது திரும்பிப் பார்ப்பார்கள். இந்தக் கிராமத்தின் வகைக்குடியாகிய மெஹ்மெட் குடும்பத்திடமும் 15 வரையிலான கறவைமாடுகளும் அதேவரையிலான செம்மறியாடுகளும் இருக்கின்றன. பாபா மெஹ்மெட் ஐந்து கி.மீ தொலைவிலுள்ள ஹாஜியார் அப்துல் ஹகீம் எனும் பணக்காரர் ஒருவருக்குச் சொந்தமான பெரியதொரு மாட்டுப்பண்ணையில் வேலை செய்கிறார். பாபாவின் அப்பண்ணை ஊதியத்தாலும், இந்தக் கால்நடைகளிலிருந்து கிடைக்கும் வருமானத்திலும் அவர்கள் வீட்டின் அடுப்புகள் எரிகின்றன.

ஹாஜியார் அப்துல் ஹகீம் வம்சத்தால் தனவந்தராயினும், ஈமானும், பொதுநலப்பணிகளில் ஆர்வமுடைய மனிதர். அவரது பண்ணையில் அங்கே 1000 க்கும் அதிகமான கறவைமாடுகள் உள்ளன. மாடுகளை மேய்ச்சலுக்கு ஓட்டிச் செல்லவும், அவற்றுக்குத் தீவனங்களாகச் சோளம், சேமித்த புல்லுச் சிப்பங்களை எடுத்துவந்து போடவும், தண்ணீர் வைத்தல், குளிப்பாட்டுதல், சாணங்களை அகற்றித் தொழுவங்களைச் சுத்தப்படுத்தலாகிய பணிகளைச் செய்வதற்கும் மெஹ்மெட்டைப்போலவே அங்கே மேலும் பத்துப்பன்னிரண்டு நிரந்தரத் தொழிலாளர்கள் உள்ளனர்.

அப்துல் ஹகீமின் பண்ணையில் மாடுகள் இன்னும் இயந்திரங்களின் உதவியின்றிக் கைகளாலேயே கறக்கப்படுவதால் அங்கே உற்பத்தியாகும் பால், வெண்ணெய், பாற்கட்டி, பாலடை, உலர்தயிர்[1], அயிரான்[2] ஆகிய உற்பத்திப்பொருட்களுக்கு நல்ல மரியாதை இருக்கிறது. பாற்பொருட்களை உற்பத்தியாக்கும் *Tugba Dairy Farms* போன்ற பிரபலமான குழுமங்களின் சேகரிக்கும் உந்துகள் அதிகாலையிலேயே அங்கே வந்து குழுமத்தொடங்கும்.

மெஹ்மெட் ஓரளவு வசதியான குடும்பத்தில் பிறந்தும் சிறுபிராயத்தில் நோஞ்சானாக அடிக்கடி நோய்வாய்ப்படுபவராக இருந்ததால் இரண்டு ஆண்டுகள் அதுவும் அரைகுறையாகவே பள்ளிக்கூடம் சென்றாராம். அதனால் அவர் எழுத்துக்களை இலக்கங்களை இன்னதென்று தனித்தனியே கண்டுகொள்வார். ஆனால், சேர்த்து வாசிக்கவோ எழுதவோ வராது. கணிதத்திலும் கூட்டல் மட்டும் வரும், கழித்தலும் வகுத்தலும் வராது.

❖

---

1. பாலடை, paneer Quark
2. கெட்டியான மோர்

மெஹ்மெட்டுக்கு அவர் வீட்டோடு சேர்ந்திருந்த முதுசநிலம் இரண்டு ஏக்கர் விசாலமானது, அதில் பின்னுக்கு வடக்குப்பக்கமாக நீள்சதுரவடிவில் அனைத்துப் பருவங்களிலும் வற்றாது நீர்சுரக்கும் ஒரு துரவு இருக்கிறது. படைபடையான முருகைக் கற்பாறைப் பூமியைக் குடைந்து அதை யார் எப்போது தோண்டினார்கள் என்கிற ஸ்தல வரலாறை எவரும் அறிந்திலர். இயற்கையாக அமைந்ததென நம்பப்படும் அத்துரவிருப்பதால் நெடுங்காலமாகவே அவ்வளவுக்கு Gölet Zemin[3] என்று பெயர். அவர்களது பாட்டன், முப்பாட்டன், கொப்பாட்டன்கள் எல்லோரும் தண்ணீர் அள்ளிக்குடித்த அக்குட்டைக்குள் ஆடுகள், குட்டிகள், பிராணிகள் விழுந்துவிடாமலிருக்க அதைச் சுற்றிக் கம்பிவலையால் அச்சறுக்கையாக அடைத்து வைத்திருக்கிறார்கள். ஆண்டுக்கொருமுறை கனகதியில் நீரிறைக்கும் இயந்திரத்தை வாடகைக்கு அமர்த்தி நீர் இறைத்தும் தூர் வாரியும், துப்பரவு செய்வார்கள்.

அவர்களது பண்ணை வளவின் மையமாக ஆடுமாடுகளுக்கான தகரத்தால் வேயப்பட்ட தொழுவம் உள்ளது. பீப்பாய் பொருத்திய நான்கு சில்லுகளுள்ள சிறிய கைவண்டி ஒன்றில் நீரை இறைத்துக் கொண்டுபோய் தொழுவத்தின் மந்தைகளுக்கும் வீட்டுத் தேவைகளுக்கும் பயன்படுத்துவார்கள்.

அவர்கள் வளவின் பின்னால் துரவைச்சூழ அவரை, கத்தரி, மிளகாய், போஞ்சி, லீக்ஸ், தக்காளி பயிரிடுவார்கள். எம்மவர் சமையலில் ஏதாவது ஒரு ரூபத்தில் வெங்காயம் இருப்பதைப்போல துருக்கியர், இத்தாலியர்கள், போர்த்துக்கீசியர்கள் சமையலும் தக்காளி இருக்காமல் போகாது. தோட்டத்தோடு இணைப்பாக அவர்களுக்கு மேற்கிலும் ஒரு துண்டு நிலம் உண்டு. அதில் 100 வரையிலான துருக்கிக் கோழிகளையும் வளர்க்கிறார்கள். கோழிகள் தம்பாட்டுக்கு வெளியேறிவிடாமலிருக்க சிறிய கண்ணுடைய உலோக வலையால் வேலியமைத்துக் காணியை அறுக்கை பண்ணியிருக்கிறார்கள். கோழிப் பண்ணைப் பக்கமாகவுள்ள நிலத்தில் மொச்சைப் பயற்றை விதைத்து அவை இலை விரிக்க முதல் கோழிகள் அவற்றின் முளைகளை மேய்வதற்காய் திறந்துவிடுவார்கள்.

அவர்களுடைய அந்தக் கிராமத்து வீடு அயலிலுள்ள ஏனைய வீடுகளைவிடவும் சற்றே பெரியது. வெளியிலிருந்து நோக்குவோருக்கு அந்தப் புகைக்கூண்டு மட்டும் இல்லாவிட்டால் அதுவொரு களஞ்சியக் கொட்டாரத்தைப் போலவோ, ஒரு பர்ணசாலையைப் போலவோ தெரியும். அதன்

---
3. கேணிவளவு

அத்திவாரத்திலிருந்து ஒரு ஆளளவு உயரத்துக்குச் சீமெந்துச் சுவராலும் கூரையைத் தொடும்வரையிலான மீதி கெட்டியான இரட்டைப்பலகைச் சுவராலாலுமான வீடு அது. அக்கிராமத்தில் அநேகமானோரின் வீடுகள் அப்படித்தான். வீட்டின் முன்பாதி சீமையோடு வகையிலான ஓட்டினாலும், பால்காய்ச்சவும் சமையலுக்கும் பயன்படுத்திற கூடமும் அதனைத்தொடரும் சாய்விதானமும் துத்தநாகம் மெழுகிய தகரத்தாலும் வேயப்பட்டவை. வீட்டின் மையமாக வடக்குத்தெற்கான இடைகழியின் வலதில் இரண்டும் இடதில் இரண்டுமாக நான்கு சம அளவிலான அறைகள். பின் சாய்ப்பின் சரிபாதி சமையல்கூடம். அறைகள் அனைத்தையும் இணைக்கும் இடைகழியும், பின் இரண்டு அறைகளும் பின் சாய்ப்பும் சமையல்கூடமும் பெண்களின் பரிபாலனத்துக்குரியவை. அவர்களாக யாரும் உறவுகளை அழைத்துச்சென்றால் சரி, மற்றும்படி அந்நியர்களோ காபிர்களோ, அப்பகுதிவரை செல்வதில்லை. தெற்கே பார்த்திருக்கும் வீட்டின் முன்சாய்ப்பும் மரச்சலாகைகளால் வலையுருவில் கிராதியமைக்கப்பட்டு அறுக்கைப்படுத்தப் பட்டிருக்கிறது. வாசற்பக்கம் தலைவாசல் விதானத்தின் தொடர்ச்சியாகப் போடப்பட்டிருக்கும் பந்தலில் செழிப்பாக முல்லையும் மயிர்மாணிக்கையும் படர்ந்திருக்கின்றன. தெருவீதியுடன் இவர்கள் வளவை இணைக்கும் சிற்றொழுங்கைக்கும் வீட்டுக்குமிடை யிலான விஸ்தீரணமான முன்வளவில் அன்னேயினதும்[4], அன்னேயன்னே[5]யின் உழைப்பினால் துருக்கிக்கேயுரிய சில செடியினங்களையும், கிச்சிலி[6], எலுமிச்சை, கொடித்தோடை, மாதுளை, பப்பாசி மரங்களும் செறிவாக வளர்ந்துள்ளன. ஆயிஷாவுக்கும் அக்கை ஷமீகாவுக்கும் கோழிப்பண்ணையில் வேலை செய்வதைவிடவும், அன்னே பாபாவுடனும் தம்பி அக்கானுடன் சேர்ந்து தோட்டத்தில் வேலையென்று செடிகளின் பாத்திகளில் மண்ணை அணைக்கவும் கிண்டவும் பிடுங்கவும் கிளறவுந்தான் விருப்பம்.

❖

ஆயிஷா குடும்பத்துடன் பாபாஅன்னேயும்[7] இவர்களுடனேயே வாழ்ந்தார். ஐம்பது வயதாகும் பாபாவை ஒரு சின்னப் பையனைப்போலக் கண்ணுக்குள்ளே வைத்துச் சீராட்டுவார். வீட்டின் வேலைகள் அனைத்தையும் இழுத்துப்போட்டுக்கொண்டு

4. உம்மா
5. உம்மும்மா
6. Cirtus
7. வாப்பும்மா

அவரே செய்வார். ஆயிஷாவுக்குப் பத்துவயது இருக்கும்போது ஒருநாள் ஜூரம் வந்து படுத்த பாபாஅன்னே பின்னர் எழுந்திருக்கவில்லை.

இப்போது பாபாஅன்னேயின் இடத்தில் ஆயிஷாவின் அன்னேயன்னே இவர்கள்கூட வாழ்கிறார். நார்பாய்ந்த தேகி, எப்போதும் சுறுசுறுப்பாக இருப்பார். பாபா அன்னேயைப்போலவே நல்ல ஒத்தாசை. அன்னேக்கு உடம்புக்கு முடியாத நாட்களில் சமைப்பது, இவர்களின் மாடுஆடுகளைக் கறப்பது, அவற்றைத் தொழுவத்திலிருந்து அவிழ்த்து மேய்ச்சலுக்குச் சாய்த்துப் போகிறவர்களிடம் கொடுத்துவிடுவது, மாலையில் திரும்புபோது அவற்றைத் தொழுவத்தில் ஏற்றுவது, மீண்டும் கறப்பது, பாலைக் காய்ச்சுவது, அதைக் கொப்பரைகளில் ஊற்றிப் புளிக்கவைப்பது, புளித்த பாலை ராட்டையுடன் இணைத்த 'மத்து' ஒன்ற ஓட்டி தப்புத்தப்புத்தப்பென அடித்துக் கடைந்து நெய் எடுப்பது, பாலடை பாற்கட்டி செய்வது பின் அவற்றை அதற்கான ஒரு மூலையில் மரத்தாங்கிகளில் பீங்கான் ஜாடிகளில் அடுக்கிச் சேகரஞ்செய்து நீரூற்றிக் குளிர்ச்சியாகப்பேணி பாலடை, பாற்கட்டி, நெய் வாங்க வருவோருக்கு விற்பனை செய்வது இப்படி அவரது இரண்டுகைகளிலும் வேலைகளனைத்தையும் நிரப்பிவைத்துச் செய்துகொண்டிருப்பார். அம்மையார் செய்வதனைத்திலும்வெகுசுத்தமாக இருப்பார். பாற்கலன்களி லிருந்து, வீடும் வதியுமறையும் சமையலறை அனைத்திலும் கடும் சுத்தம்பார்த்து அவ்வாறில்லையானால் சத்தம்போட்டு 'ஆயிஷா இதை மினுக்கு, ஷமீகா அதைத் துடை' என்று அனைவரையும் ஏவிக்கொண்டு வீடுமுழுவதும் உழன்றுகொண்டிருப்பார். பாபா தன் வெளியுலக ஊழியங்களை முடித்துக்கொண்டு வீட்டுக்குத் திரும்பிவிட்டால் அன்னேயன்னே இருக்குமிடத்தைக் கண்டுபிடிக்கமுடியாது. பாபா நின்றால் அவர் வீட்டின் முன்பக்கம் வரவோ, முன்னுக்குள்ள ஆசனங்களில் அமரவோ மாட்டார். மருமகனுக்கு அவ்வளவு மரியாதை. மோர் கடைதல், பாற்கட்டியை வடித்தல் போன்ற வேலைகள் இல்லாவிட்டால் ஹிஜாப்பைத் தளர்த்தித் தோளில் விட்டுக்கொண்டு வீட்டின் பின்பகுதியிலேயே அவருடைய சிம்மாசனத்தில் அடைந்து கிடப்பார்.

ஆயிஷா தவழ்பருவத்திலிருந்தபோது பாபா ஏதோவொரு வைரமான மரத்தினால் இணக்கப்பட்ட அந்தக் கதிரையை அயலூரான *Soeke*யின் சனிக்கிழமைச் சந்தையில் வாங்கி ஒரு திருக்கல்[8] வண்டியில் ஏற்றிவந்தார். இலேசான சாய்மானமும் தலையைச் சாய்த்துவைக்க ஒரு பொறுதியும் கொண்ட

8. ஜட்கா

அக்கதிரை பிரம்பினால் பின்னப்பட்டிருந்தது. பாபா அன்னே அப்பின்னலுக்கு மேலாகவும் பஞ்சுமெத்தையால் இருக்கை ஒன்றைத்தைத்து அழகாக இணைத்திருந்தார். வீட்டின் ஊழியங்கள் அனைத்தும் முடிந்ததும் பாதங்கள்கூட வெளித்தெரியா வண்ணம் போர்த்திக்கொண்டு சிம்மாசனத்தில் இருப்பதைப்போல் அதில் அமர்ந்திருப்பார். பாபா அன்னே அதைக் காலியாக்கவும் சிம்மாசனம் அன்னேயன்னேயின் கைகளுக்கு வந்தது. அதிலிருந்து கொண்டு எங்களுக்குக் கதைகதையாய்ச் சொல்லுவார். அலிபாபாக் கதைகள், அருளாளர்கள், இறைநேசர்கள் கதைகள், பாலைவனத்தில் பயணம் செய்த அரேபிய ஒட்டக வியாபாரிகளின் கதைகள், மந்திரதந்திர மாயாஜால வித்தைக்காரர்களின் கதைகள், கடல்விரிந்து அருளாளர்களுக்கு வழிவிட்ட கதைகள் என்று செவிவழிவந்த பல சங்கிலித் தொடர்கதைகள். யார் எப்போ சொல்லிக்கொடுத்தார்களோ தெரியாது. அன்னேயன்னே புனிதகுரானின் சில வரிகளைத் திரும்பத்திரும்ப ஓதுவார். எழுத்தறிவில்லாத அன்னேயன்னேக்குத் தான் சொல்லும் பிரவசனங்களின் அர்த்தம் எதுவும் தெரியாது. பழக்கதோஷத்தால் தனக்கே மட்டும் கேட்கும்படி ஓதுவார். மனம் சமாதானம் இல்லாத வேளைகளில் தஸ்பீஹை[9] எடுத்துவைத்து அதன் 33 மணிகளையும் உருட்டியபடி முணுமுணுத்துக் கொண்டிருப்பார். அது என்னவென்று கேட்டால் 'அனைத்தும் மோக்ஷத்துக்கு வழிகாட்டும் அல்லாஹ்வின் திருநாமங்கள்' என்பார்.

துருக்கியில் நெய்யைவிடவும் பாற்கட்டிகளின் பாவனை அதிகம். காலை ஆகாரத்திலிருந்து இரவு உணவுவரை அவற்றில் ஏதோவொரு ரூபத்தில் பசு அல்லது செம்மறியாட்டின் பாற்கட்டியோ இணைந்திருக்கும்.

Koedeke குடியடர்த்தி மிகவும் குறைவான கிராமமாதலால் பாலையோ நெய்யையோ அயிரானையோ அதிக அளவில் அங்கே யாருக்கும் விற்கமுடியாது. நெய்யையும் பாற்கட்டியையும் விலைகொடுத்து வாங்கிச்செல்ல கிராமங்கிராமமாக வரும் வாடிக்கையான சில்லறை வியாபாரிகளுக்கே இவர்களும் தம் உற்பத்திகளை விற்பார்கள்.

பாபாவும் இப்ராஹிம் மாமாவும்

பாபா வெள்ளி தவிர்த்த பிறநாட்களில் அதிகாலையிலேயே அன்னே சமைத்துப் பெட்டிக்குள் வைத்துக்கொடுக்கும் மதியச் சாப்பாட்டை ஒரு கைப்பையில் எடுத்துக்கொண்டு தன் மிதியுருளியில் அப்துல் ஹக்கீமின் இன் பண்ணையில் ஊழியத்துக்குப் புறப்பட்டுவிடுவார். அங்கே வழமையைவிட

---

9. செபமாலை

மேலதிகப் பணிகள் ஏதும் இருந்தாலன்றி மாலை ஐந்து ஆறுமணிக்கெல்லாம் வீட்டுக்குத் திரும்பிவிடுவார். வந்ததும் குளித்து இஷா தொழுகை முடித்துச் சாவகாசமாக அமர்ந்திருக்கையில் எப்போதாவது அவரது நண்பர்களில் சிலர் அவரைப் பார்க்கவருவார்கள். அவர்களுள் இப்ராஹிம் மாமா வந்தால் மட்டும் பாபாவுடன் ஆத்மவிசாரங்கள் செய்வார்.

“ஸல்லல்லாகு அலைஹிவஸல்லம் முகமது நபி காலத்தில் இப்படி நடந்தது. அவரிடம் விபச்சாரம் செய்தாளென்று ஒரு இளம் விதவையைப் பிடித்துவந்தார்கள். நபி அவர்களோ அவளைப் பிடித்துவந்த இளைஞனை நோக்கி ‘நீ இவளைப் பிடித்து வந்ததின் காரணம் என்னவென்று கேட்டார்கள், அவனும் ‘இவள் விபச்சாரம் செய்து எம்சமுதாயத்தைச் சீரழிக்கிறாள்’ என்பான். ‘சரி... அவள் சமுதாயத்தைச் சீரழிப்பது ஒருபுறமிருக்கட்டும்... நீ அவள் மேலும் சீரழியாமல் இருக்க வேண்டும் என்று விரும்புகிறாயா’ என்று அவனிடம் திருப்பிக் கேட்டார். அவனும் ‘நிச்சயமாக அருளாளரே, அதுதான் என் விருப்பம்’ என்பான். ‘நீ சொல்வது சத்தியமானால் அவளை நீ ஏன் திருமணம் செய்யப்படாது’ என்பார். அல்லாஹ்வின் கருணையினால் அவனுக்குள் ‘திவ்யஒளி’ ஒன்று தோன்றவும், அவனும் ‘தேவரீர் சித்தமும் ஆக்ஞையும் அதுவேயானால் எனக்குச் சம்மதமே’ என்பான். நபி அவர்கள் தன் தோழர்களை அழைத்துக் கொஞ்சம் பேரீச்சம் பழங்களும் சர்க்கரையும் பாலும் பாலமுதும் கொண்டுவரச்செய்து அப்பெண்ணை அவனுக்குத் திருமணம் செய்துவைப்பார்” என்பதுபோன்ற அநேகமும் மார்க்கம் சார்ந்த நீதிக்கதைகளைச் சொல்வார்.

விருந்தினர்களுக்கு அன்னே ரொட்டியும் விதைநீக்கிய ஒலிவ் பழங்களும் குஸ்குஸும் பாற்கட்டியும் அவித்த பீற்றும்[10] அயிரானும் அல்லது பீடெ–பாணும்[11] குடைமிளகாயும், காரெட்டும் சலாட்டும் பாலடையும் உப்பு மிளகு தூவித் தக்காளித்துண்டங்களும் தேநீரும் பரிமாறுவார்.

அந்நண்பர்கள் பாபாவுடன் அநேகமும் நீண்டநேரத்துக்கு நாட்டு நடப்புகளையும், தங்கம் என்ன விலை போகுது, குஸ்குஸ் என்ன விலைபோகுது, கருங்கடலிலிருந்து என்ன மீன் இப்போ வருகுது, சந்தையில் என்ன வகை மீன் என்ன விலை போகுது போன்ற விபரங்களை அலசுவார்கள். பொருண்மிய விவகாரங்களில் பாபாவுக்கு அத்தனை ஈடுபாடில்லை. அவற்றில் விருப்புவெறுப்பின்றி ஒரு சாதுவைப்போல அவர்கள் பகல்வது அனைத்தையும் தஸ்பீஹின் மணிகளை உருட்டியபடியும்

10. பீற்றூட்

11. Flat bread

கண்களைக் குறாவிக்கொண்டும் கேட்டுக்கொண்டிருப்பார். பேசி ஓய்ந்ததும் அவர்கள் "மாஷா அல்லாஹ்" சொல்லிக்கொண்டு கலைந்துவிடுவர். பாபாவின் நண்பர்களில் இப்ராஹிம் மாமா பாபாவுக்கு அதிகம் நெருக்கமானவர். எங்கள் குடும்ப அபிமானியுமாவார். இவரிடம் அவரும், அவரிடம் இவரும் லீறாக்கள்[12] கைமாற்றுச் செய்வதுகூட உண்டு. இப்ராஹிம் மாமா ஈமான்[13] மிகுந்தவர், ஹதீஸ்களில் ஆண்களுக்கு விதித்துள்ளபடியே அழகாகக் கத்தரிக்கப்பட்ட தாடி வைத்திருப்பார். அவரது மீசை தாடியோடும் வெள்ளை முண்டாசு, தொளதொள பிஜாமாவோடும் பார்ப்பவர்கள் அவரை 'முல்லா' என்றும் 'லெவ்வை' என்றும் கிண்டலடிப்பார்கள். மாமாவும் அவற்றையெல்லாம் பெரிதுபடுத்தாமல் அவர்களுடன் சேர்ந்து சிரிப்பார். முல்லா, மௌலவி, ஆலிம் என்பதெல்லாம் மார்க்க அறிஞர்களுக்கான தகமைகள், பட்டங்கள். யாராவது அவரைக் கலாய்க்கவேண்டி "மாமாவைத்தான் *Fatih Camii* மசூதியில மௌலவியாக்கப் போறாங்களாமே..." என்றால் "யாருக்குத் தெரியும்? ஆலிம்களின் கனவில் அல்லாஹ் வந்து சொல்லியிருப்பானோ என்னவோ..." என்று பதிலுக்குக் கலாய்ப்பார்.

❖

எங்கள் வீட்டில் பாபா சுருட்டுப் பிடிப்பதும் அவருக்கு அத்தனை உவப்பில்லை. இப்ராஹிம் மாமா எத்தனையோ விதமாக பாபாவிடம் அது ஆரோக்கியக்கேடு, பணவிரயம், நாற்றம் என்றெல்லாம் நைச்சியமாகப் பேசிப் பார்த்தும் அவரை அந்த விஷயத்தில் மட்டும் அசைக்கவே முடியவில்லை. பாபாவின் வாதம் "சுருட்டோ புகையோ 'ஹராம்' இல்லை. பல ஆனானப்பட்ட அவ்லியாக்களும் மலாயிக்குகளும் 'ஹூக்கா' புகைத்திருக்கிறார்கள், மூக்குப்பொடி போட்டிருக்கிறார்கள்" என்பது.

"மெஹ்மெட்... நீர் புகைப்பிடிக்கிற சுகத்துக்காகச் சும்மா அவ்லியாக்களை மலாயிக்குகளை எல்லாம் சாட்சிக்கு இழுக்காதீரும்" என்று வன்மையாக மறுப்பார் இப்ராஹிம் மாமா.

அடுத்தது எங்கள் வீட்டில் நாய் இருப்பதும் அவருக்கு அத்தனை உவப்பில்லை. றோஜர் குட்டியாயிருக்கும் போதிருந்தே இப்ராஹிம் மாமாவுக்கு பயம், அசூசை. வாசலில் அதன்மீது வந்ததுமே அன்னேயிடம் கூவுவார் "அதைப்பிடித்துக் கட்டேன் ஆப்லா[14]"

---

12. துருக்கி நாணயம்
13. இறை நம்பிக்கை
14. தங்கச்சி

பன்றியைப்போலவே நாயும் நஜீஸ்[15] விலங்கு என்றும் அதன் உமிழ்நீர் அசுத்தமானதென்றும் அதுவே தன்னுடலை அடிக்கடி நக்குவதால் அதைத் தொடுவதுவும் அளைந்து விளையாடுவதுவும் அணைத்துச் செல்லம்கொஞ்சுவதும் எம்மை நஜீஸ் ஆக்குவதாகும் என்று ஹதீஸ்களில் சொல்லப்பட் டுள்ளதால் நாயைச் செல்லப்பிராணியாக வீட்டில் வளர்ப்பதையும் அதன் அணுக்கத்தையும் மாமா கட்டோடு வெறுப்பார். பாபாவுக்கும் ஆரம்பத்திலிருந்தே நாய் பிடித்தமான ஜீவன் இல்லைத் தான், ஆனாலும் அவரின் மனதை மாற்றிக்கொள்ளும்படியாக இருமுறை அது நடந்துகொண்டது. ஒரு முறை பாபா ஈஷாத்தொழுகைக்கு முன்பதாக கிணற்றடியிலுள்ள தொட்டியில் நீரைமொண்டு 'ஒளு' செய்துவிட்டு வரவும் றோஜர் இவரைச் சுற்றிசுற்றி ஓடிக்குரைத்து ரகளை பண்ணியிருக்கிறது, அவர் அதை விரட்டவும் மீண்டும் இவர் கால்களைப்போய் முட்டியது. பாபா அங்கிருந்து "யாராவது மின்சூள்விளக்கை எடுத்துவாருங்கள்" என்று சத்தம்போடவும் அன்னே விளக்கை எடுத்துக்கொண்டு ஓடினார். பார்த்தால் பாதையில் மஞ்சளும் கரும்பும் சேர்ந்த கொழுத்த விரியன் பாம்பொன்று ஊர்ந்துகொண்டிருந்தது. அன்னே அதன்மேல் ஒளியை வீசவும் றோஜர் பாய்ந்து அதன் கழுத்தில் கவ்விப்பிடித்துத் தூக்கி ஒரேயடியாய் நிலத்தில் அடித்துக் கொன்றது. அன்றிலிருந்து பாபாவுக்குத் தன் உயிரைக்காத்த அதன் மேலொரு பிரியம் வந்தது.

றோஜர் ஆறேழுமாதக் குட்டியாக இருக்கும்போது யார் வீட்டிலிருந்து விரட்டினார்களோ, அல்லது அதன் எஜமானர்தான் மௌத்தாகிவிட்டாரோ எங்கள் வீட்டுப் பின்சாய்ப்பின் தாழ்வாரத்தில் வந்து படுத்தது. ஒரு ஓவியரின் கற்பனையில் தீட்டியதுபோல் அதன் முகம் சமச்சீராக வகிடின் இடப்பக்கம் வெள்ளையாகவும் வலப்பக்கம் கறுப்பாகவுமிருந்தன, அதன் அங்க லட்சணம் எல்லோருக்கும் பிடித்துப்போக அதற்குத் தீனி போட்டோம். எவ்வளவுதான் கொடுத்தாலும் இன்றுவரை அதன் தோற்பட்டை எலும்புகளும் விலாஎலும்புகளும் எண்ணிவிடக்கூடிய மாதிரி வெளிப்புடைத்திருக்கும். அது அதன் இனத்துக்குரிய தோற்றமோ என்னவோ... நாய்சாஸ்திர வல்லாளரும், அல்லாஹுமே அறிவர். றோஜர் இன்னொருநாள் கோழிக்கூண்டுக்குள் புகுந்துவிட்ட ஒரு மரநாயை மடக்கி அதைக் குதறிக் கௌவிக் கொண்டுவந்து பாபாவின் காலடியில் போட்டபின்னால் அதன் கடமையுணர்வு மேலும் அவரைக் கவர்ந்துவிட்டது.

15. அசுத்தமான

இப்ராஹிம் மாமா ஒரு காலம் *Koedeke* கிராமத்தில் தன் வீட்டோடு சேர்ந்து ஒரு ஒத்தாப்புக்குள் சின்னதாகப் பலசரக்குக்கடை ஒன்றை வைத்திருந்தார். இளகிய மனமுடைய அவருக்கு வியாபாரம் கைகொடுக்கவில்லை. ஏமஞ்சாமத்தில்தான் யாராவது கிராமத்தவர்கள் தெரிந்தவர்கள் வந்து இன்று முழுக்க வீட்டில் அடுப்பேற்றவேயில்லை, குழந்தைகள் எல்லாம் பட்டினி என்றால் அவர் உருகிப்போவார். அங்குள்ள ரொட்டியோ பாணோ றஸ்க்கோ சீனிக்கிழங்கோ கோதுமைமாவோ முட்டையோ குஸ்குஸ்ஸோ கடையில் என்ன இருக்கிறதோ அதைக் கொடுத்து அனுப்பிவிடுவார். பயனாளிகள் எவராவது எப்போதாவது மீண்டும் அவரது கடைப்பக்கம் வந்தால், அவர்களும் கடனை ஞாபகத்தில் வைத்துக்கொடுத்தால் உண்டு. நாளடைவில் அவரது வியாபாரத்துக்கான முதலைவிடவும் அறவிடமுடியாக் கடன்களின் தொகை இரட்டிப்பாகிவிட கடையைத் திறப்பதுவும் மூடுவதும், திறப்பதுவும் மூடுவதுமாக போக்குக்காட்டி இறுதியில் நிரந்தரமாக மூடிவிடவேண்டியதாற்று. இளகிய மனமுள்ளவர்களுக்கும் மற்றவன் வலியில் தூங்க முடியாதவர்களுக் கெல்லாம் சொந்தக் கிராமத்தில் சில்லறை வியாபாரங்கள் சரிப்பட்டு வராது.

கிராமத்தில் குழந்தைகள் எவருக்காவது காய்ச்சலோ வலிப்போ வாந்தியோ உடம்புக்கு முடியாமல் போனால் எந்தச் சாமத்திலும் மாமா அங்கே பிரசன்னமாகி கைவைத்தியம் செய்து ஓதிக்கொடுத்து அவர்களுக்காக துஆவும் செய்துவிட்டு வருவார்.

ஊரில் எக்குடும்பங்களிலாவது புருஷனோ பெண்டாட்டியோ எவராவது சண்டையிட்டுக்கொண்டு விலகிப்போயிருந்தால் அவர்களை இணங்கிக் குடும்பத்தோடு வாழவைக்க அஸ்மா[16] வேலைகள் செய்தோ துஆ செய்தோ எப்படியோ அவர்களைச் சேர்த்துவைக்கும் கராமத்[17] தெரிந்தவர்.

இன்னும் யாராவது 'மாமா தோட்டத்தில் நூறு தக்காளிக்கன்று ஊன்றிவிடுங்கள் என்றாலோ, விதைப்புக்கு இரண்டு சாக்கு நிலக்கடலை உடைக்கவேணும் ஒரு கைகொடுங்கள்' என்றாலோ மறுப்பின்றித் துண்டை விரித்துக் கொண்டு உட்கார்ந்துவிடுவார். அவர் போகும் வீடுகளில் குழந்தைகள் இருந்தால் அவர்களுக்கு குர்ஆன் ஓதிக்காட்டுவார், திரும்ப அவர்களை ஓதச்சொல்லி உச்சரிப்புகளைத் திருத்திச் சொல்லிக்கொடுப்பார். ஒவ்வொருவர் பெயருக்கும் என்ன வென்ன அர்த்தங்கள் என்றும் சொல்லிக்கொடுப்பார். அவரது

16. மாய வேலைகள் செய்வோர்

17. வித்தை

நல்லுரைகள் எப்போதும் 'அல்லாஹூ அக்பர்' என்றோ 'சுப்ஹானல்லாஹ்' என்றோ நிறைவுறும். அவரது ஊழியத்துக்காகப் பயனர்கள் எவராவது தாமாகச் சிறு கிரயமோ, சம்பாவனையோ தந்தால் மட்டும் பெற்றுக்கொள்வார். மற்றும்படி சமூக ஊழியந்தான்!

இப்ராஹிம் மாமாவுக்கு இரண்டே இரண்டு பெண்கள், இருவரையும் காலத்துடன் *Ankara*வில்[18] வசதியான வணிகக் குடும்பங்களில் கொடுத்துவிட்டிருந்தார். ஆக வீட்டில் அவருக்கு மாமி மாத்திரந்தான். பாய்ந்து பிடுங்கி உழைத்தாக வேண்டுமென்கிற நிர்ப்பந்தம் எதுவுமில்லை. மாமியும் சும்மா இருக்கமாட்டார். இலாமிச்சை (வெட்டி) போன்றொரு புல்லில் தொப்பி, தொழுகைப்பாய்கள், கொட்டைப்பெட்டி மாதிரியான அடுக்குப்பெட்டிகள், சிறிய கைப்பைகள், வல்லுவங்கள் என்பவற்றை இழைப்பார். நன்னி திரிப்பது நயினாரின் கௌபீனத்துக்கே அத்தாப்பத்தியமாக இருந்தாலும் ஏதோ அவர்களின் சீவியசகடம் உருண்டுகொண்டுதான் இருக்கிறது.

❖

Koeteke கிராமத்தில் பள்ளிக்கூடம் மட்டுந்தான் இல்லை. ஆனால் பள்ளிவாசல் இருந்தது. நிலச்சுவாந்தர் ஒருவருக்குச் சொந்தமான அந்தப்பரந்த நிலத்தின் ஒரு மூலையில் மந்தைகளை அடைப்பதற்காக ஒரு கட்டடம் கட்டப்பட்டிருந்தது. ஆரம்பத்தில் ஒரு ஊரிலிருந்து இன்னொரு ஊருக்குக் கால்நடைகள் ஓட்டிவந்த சிலர் அக்கிராமத்தைக் கடக்கையில் பராமரிப்பின்றிக் கிடந்த அக்கட்டடத்தில் இரவைக் கழித்தனர். அவர்கள் அங்கே தொழுகைகளையும் நடத்தினார்கள். ஊரிலுள்ளவர்களும் அவர்களைப் பார்த்துத் தாமும் இயற்கை அழகுடனிருந்த அந்தச் சூழலில் சென்று தொழவாரம்பிக்கவும் நாளடைவில் அதுவே அந்தச் சுற்றுவட்டத்தில் ஒரு தொழுகைத் தளமாயிற்று. அங்கே கிரமமாகத் தொழவந்தவர்கள் உண்டியல் வைத்தும், ஊரவரிடம் சிறுகப் பணம் சேர்த்தும் சில திருத்தங்களைச் செய்து பாங்கு ஒலிக்கும் மேடையையும் பீடத்தையும் அமைத்துவிட அதுவே நிரந்தர *Fatih Camii* பள்ளிவாசலானது.

தனியாரொருவரது நிலத்தில் பள்ளிவாசலை அமைப்பதற்கு முனகியவர்களுமுண்டு. 30 ஆண்டுகளுக்கும் முன்னர் அயலூரவராக இருந்தும் பாபாவின் முதலாளியான அப்துல் ஹக்கீம் குடும்பத்தினரே அவ்விஷயத்தில் முன்னின்று அப்பள்ளிவாசலுக்கான ஒரு நம்பிக்கையாளர் குழுவை அமைத்து

18. Central Anatalia

அந்நிலத்துக்குச் சொந்தமான நிலச்சுவாந்தார்களுடன் பேசி அந்நிலத்தைக் கிரயம்பண்ணி வாங்கிக்கொடுத்ததும் அல்லாமல் அதன் *Qubba*[19] மையக் கவிகையையும் அதன் இரண்டுபக்கமும் எழுந்துநிற்கும் மினார் கோபுரங்களையும் நிர்மாணித்துக் கொடுத்தனர். *Soeke* அயற்கிராமமாக இருந்தும் *Fatih Camii* மசூதியின் நம்பிக்கையாளர்கள் குழுவில் இப்ராஹிம் மாமாவின் ஈமானுக்காகவும் பொதுசன ஊழியத்துக்காகவும் அவரையுமொரு அங்கத்தவராகச் சேர்த்திருந்தார்கள். மோதின்கள் எவருக்காவது சுகவீனமோவன்ன அசௌகரியங்களால் தொழுகைக்குச் சமூகமளிக்க முடியாமலிருந்தால் அன்று இப்ராஹிம் மாமாவே தொழுகை அறிவிப்புக்கான பாங்கை ஓதுவார். அவருக்கு அதையிட்டும் உள்ளூர ஏக பவிசும் பெருமையும் இருந்தன. இப்போ சும்மா யாரும் லெவ்வையென்று அழைத்தால் கோழியறுக்கவும் ஆடு அறுக்கவும் போய்வந்துகொண்டிருக்கும் மாமாவுக்குத் தான் எந்த ஒரு மதரஸாவிலேயோ முஸ்லிம்களிடமோ முறையாகப் படித்து மார்க்கக்கல்வியைப் பெற்றிருந்தால் ஒரு கதீஃபாகவோ இமாமாகவோ மௌலவியாகவோ வந்திருக்கலாமே என்று அவர் உள்ளூரக் கவலை கொள்ளாத நாட்கள் இல்லை. நதிகளும் வாழ்க்கையும் ஒரேமாதிரி. அவை நாம் விரும்பும் திசைகளில் பாய்வதுமில்லை; எம் விருப்பம்போல் அமைவதுமில்லை.

ஆயிஷாவின் பள்ளிப்பருவமும் தோழிகளும்

*Koeteke*யில் பள்ளிக்கூடம் எதுவும் இல்லாததினால் ஆயிஷா, அக்கை ஷமீகா, தம்பி *Akcan* அனைவரும் *Soeke*க்குப் போய்த்தான் படித்தார்கள். ஏகத்துக்குச் சுருக்கங்கள் வைத்த தொள்ளல் பிஜாமாக்களும் அதற்குமேல் முட்டிக்கும் கீழாகத் தொங்கும் முக்கால் பாவாடைகளும் அன்னே கம்பளி நூலில் பின்னிய தலையையும் சேர்த்துமூடும் புல்—ஓவர்களும் அணிந்து அவர்களின் கழுதையில் ஏறிக்கொண்டு ஒரு காலம் பள்ளிக்கூடம்போய் வந்ததை இப்போது நினைத்தாலும் அவளுக்குச் சிரிப்பும் வெட்கமாயுமிருக்கும். கொஞ்சம் கால்நெடுத்த பையன்கள் மிதியுருளிகளிலும் இன்னும் வேற்றூர்களிலிருந்தும் கொஞ்சம் வசதியானவர்கள் குதிரைவண்டிகளிலும் மகிழுந்திலும் வருவார்கள். அப்படிச் சில ஆசிரியர்களும் மகிழுந்தில் வந்தனர். சில மாணவர்களை அவர்கள் வீட்டுச் சாரதிகள் கொண்டுவந்து இறக்கிவிட்டுப் போவார்கள். *Aydin* இலிருந்து சிலர் ஒன்று சேர்ந்து வாடகைச் சிற்றுந்துகளை அமர்த்தி வந்தார்கள்.

அந்தப் பள்ளியிலும் எட்டாவது ஆவது வரையில்தான் இருந்தது. எட்டாவதுக்கும் மேலும் படிப்பைத் தொடர்பவர்கள்

19. கலசம்

*Sultanhisar*க்கோ *Kuyucak*க்கோதான் செல்ல வேண்டும். வசதியான பிள்ளைகள் சிலர் தனியார் சிற்றுந்துகளில் *Izmir*க்குங்கூடச் சென்று படித்தார்கள்.

❖

Koeteke கிராமத்தின் ஆகக்கூடிய பள்ளிப்படிப்பான எட்டாவதை முடித்துவிட்டிருந்த பதின் வயதுப் பெண்களுக்கு இருந்த ஒரே வேலையும் பொழுதுபோக்கும் தோட்டவேலையும் துருக்கிக் கோழிகளைப் பராமரித்து வளர்ப்பதும்தான். அவர்களிலும் அங்கே எட்டாவதை எட்டியவர்கள் பாதிப்பேரிலும் குறைவாகத்தான் இருந்தார்கள்.

மெஹ்மெட் குடும்பத்திலேயே ஆயிஷாதான் அப்பாவிச் சுபாவம் கொண்ட பெண், வீண் வம்புதும்புகளுக்குப் போகமாட்டாள். மற்றவர்கள் இன்னல் கண்டு இரங்குவாள். யாரையும் எதிர்த்து வாயாடத் தெரியாது. இவர்களது வீட்டிலிருந்து நாலைந்து வீடுகள் தள்ளி இவளின் வயதையொத்த நூர், சலோமியா என்று பதின்வயதுப் பெண்கள் இருவர் இவர்களுக்குத் தோழிகளாக இருந்தார்கள். அவர்களுடைய குடும்பங்களுக்கு இவர்களைப்போலத் தொகையான ஆடுகள் மாடுகள் இல்லை. பள்ளியிலும், இவர்கள் பள்ளிசெல்வதை நிறுத்திக்கொண்ட பிறகும் ஆயிஷாவுக்கும் ஷமீகாவுக்கும் உற்ற விளையாட்டுத் தோழிகள் அவர்களே. காய்கனிகள் பறித்தல், களை பிடுங்குதல் போன்ற வேலைகளிருக்கும் பட்சத்தில் இவர்களது தோட்டத்தில் அவர்களும், அவர்களது தோட்டதில் இவர்களும் உதவிகரமாகச் சேர்ந்து செய்வதுண்டு, அன்னேகூட உடம்புக்கு இயலுமாயிருந்தால் ஒத்தாசையாகப் பிள்ளைகளுடன்போய் அவர்களுக்கு உதவிசெய்வாள். நாரும் சலோமியாவும் கொஞ்சம் வசதியான வீட்டுப்பிள்ளைகள். நூரின் பாபா உள்நாட்டு அலுவல்கள் அமைச்சில் அலுவலகராக இருந்தார். சலோமியாவின் பாபா சிற்றுந்துகள் வாடகைநிலையம் ஒன்றினை *Aydin* இல் நடத்திக்கொண்டிருந்தார். அதனால் நூருக்கும் சலோமியாவுக்கும் *Aydin* இலுள்ள உயர்நிலைப்பள்ளியொன்றில் கல்வியைத் தொடரமுடிந்தது.

❖

கிராமங்களில் மார்க்கம் சம்பந்தமான சடங்குகளின் போதுதான் பெண்கள், கன்னிப் பெண்கள், வளரிளம் பெண்கள் ஒன்றாகக் கூடும் சந்தர்ப்பங்கள் அமையும். மொஹமத் நபி அவர்களின் பிறப்பைக் கொண்டாடும் மீலாத் விழாவொன்றுண்டு. அன்று பெண்கள்கூடி நபி ஸல் அவர்களின் புகழ்பாடும்

பாடல்களைப் பாடுவார்கள். சிலநாட்களில் முஹைதீன் மாலை, ஃபாத்திமா மாலை போன்ற இதர அவ்லியாக்[20]களின் புகழையும் போற்றிப்பாடும் சடங்குகளையும் செய்வதுண்டு. அச்சடங்குகளை ஃபாத்திஹா என்பார்கள். அன்று விஷேசமான சமையல்கள் இருக்கும். இறைச்சி, மீன் சமையல்கள் தவிர பழங்கள் சேர்த்த கேக் வகைகள், புடிங்கையொத்த காரமல் சேர்த்த ஒருவகை வட்டிலப்பம் முந்திரி, பிஸ்தா, மோண், பாதாம் பருப்பு வகைகள் சேர்த்து வெதுப்பிச் செய்யப்படும் பலவகை அப்பங்கள், ஹல்வாக்கள், மஸ்கெட், தொதல்கள் எனச் செம்பகுதியும் இனிப்புப் பண்டங்களே அமர்க்களப்படும். ரம்ஷான் கொண்டாட்டங்கள் கழியவும் *Şekerfest* என்றொரு தனியான கொண்டாட்டமும் துருக்கியிலுண்டு. பெண்களுக்கும் அவர்கள் தங்கள் தங்கள் உறவுகளையும் ஸ்நேகிதிகளையும் சந்திக்க வாய்க்கும் இச்சந்தர்ப்பங்களை அனுபவித்துக் கொண்டாடுவார்கள். ஆயிஷா வீட்டில் ஃபாத்திஹா என்றால் அவள் பிரிய ஸ்நேகிதிகள் நூரும் சலோமியாவும் வராமல் இருக்கமாட்டார்கள். அதேபோல் அவர்கள் வீட்டில் ஃபாத்திஹா என்றாலும் ஆயிஷாவும் ஷமீகாவும் பிரசன்னமாகிவிடுவார்கள்.

❖

கிராமத்தில் பள்ளிப்படிப்பை முடித்துக்கொண்ட பதின்வயதுப் பெண்கள் முறைவைத்துக்கொண்டு அவர்களது மாடுகளுடன் இன்னும் அறுபது வரையிலான அயலவர்களின் மாடுகளையும் சேர்த்துக்கொண்டு கிராமத்தின் சிறுவர்கள் சிறுமிகள், இல்லாத குடும்பங்களிலிருந்து பெரியவர்களும் கால்நடைகளை மேய்ப்பார்கள்.

ஒவ்வொரு திங்களும் ஆயிஷா வீட்டுக்காரர்களின் மேய்க்கும்முறை வரும்போது ஷமீகா ருதுவாகும் வரையில் ஷமீகாவும் ஆயிஷாவும் சேர்ந்துபோய் ஆநிரைகளை மேய்க்கப் போனதுண்டு. ஊரிலுள்ளவர்களின் மாடுகளை ஒவ்வொருவர் வீட்டு வாசலிலும் ஐந்து பத்தாகச் சேர்த்துக்கொண்டு ஐந்து கி.மீட்டர் தூரத்திலுள்ள சாய்வுநிலமான *Aydin* மலைத்தொடரின் சாரலாக முடிந்து *Menderes* சமதரை தொடங்கும் வெளியை அடையவும் மாடுகளின் எண்ணிக்கை 100 ஆகிவிடும். அனைத்தையும் ஜாக்கிரதையாக விரட்டிச்சென்று அங்கே மேய்க்க வேண்டும்.

உயரமான அந்த *Koeteke* எனும் அந்த இடத்திலிருந்து மேற்காகச் செல்லும் பெயரில்லாத அந்த வீதி போக்குவரத்து குறைந்தது, வீதியின் இருமருங்கிலும் வேலிகளில் அவ்வந்த நிலங்களின் சொந்தக்காரர்கள் நட்டு வளர்த்தவையும்

20. இறை நேசர்கள்

இயற்கையாக வளர்ந்தவையுமான சைகஸ் மரங்களும் வால்நட்[21]மரங்களும், குழிப்பேரி[22] மரங்களும் ஹாசல் மரங்களும் கயிறடித்து நடப்பட்டவைபோன்று ஓர் நிரையில் நிற்பது எமக்கு பேராதெனிய தாவரவியற் பூங்காவையோ, பிருந்தாவனத்தையோ நினைவுபடுத்தும். *Koeteke* விலிருந்து கீழே நோக்கினால் வெல்வெட்போல விரியும் பசிய மேய்ச்சல் நிலம் திவ்யமாகத்திரைப்படம்போல்விரியும். ஆரம்பத்தில் அடுத்தடுத்துச் சில குடியிருப்புகள், ஒரு கி.மீ கடந்தான பின் ஒலிவ்மரத் தோப்புகள் விரியும். அவற்றை அடுத்துச் சில பழத்தோட்டங்கள். காக்கி என்றொரு வகை. *Persimmon*[23] சுவையான நார்ச்சத்து மிகுந்த பழம் ஸ்பெயினின் பிரதான ஏற்றுமதிப்பழங்களில் ஒன்று. அதை இங்கேயும் உற்பத்தியாக்கும் முயற்சிகள் உண்டு. அங்கே அநேகமும் *Mulberry* குடும்பத்தைச் சேர்ந்த *FIGS*[24] என்றொரு பழம் விளைவிக்கப்படுகிறது. அதன் வெளித்தோற்றம் வயலெட் / ஊதா நிறத்திலிருக்கும். சில இனம் வெளித்தோலில் வரிகளைக் கொண்டிருக்கும். ஒரு உள்ளிப்பூண்டையொத்து அதன் குமிழம் இருக்கும். உள்ளே எள்ளின் பருமனில் விதைகளும் சுவையுடைய சிவப்புச்சதையும் செறிந்திருக்கும். இப்பழம் குருதி அழுத்தத்தைக் குறைப்பதாலும் விட்டமின் *K* மகனீஸ் செறிந்திருப்பதாலும் ஐரோப்பிய நாடுகளில் மருத்துவத்துறையிலும், இப்பழத்தை கேக்குகளன்ன இனிப்புப் பண்டங்கள் தயாரிப்பிலும் நிரம்பப் பயன்படுத்தப்படுகிறது. *FIGS* பழத்தோட்டங்கள் முடிய ஸ்ராபெரிப் பழத்தோட்டங்கள், அவையும் முடிய மீண்டும் இருபக்கங்களிலும் ஒலிவ், ஹாஸல் மரத்தோப்புகள்.

ஆநிரைகளை ஓட்டிச்செல்வோர் எங்களூரைப்போல அவை மேய்ச்சலுக்குச் செல்லும் வழியில் எவருடைய பண்ணைக்குள்ளோ, பசுஞ்சுவாலையென எழும்பிக் கதிர் தள்ளத் தயாராகவிருக்கும் கோதுமை வயல்களினுள்ளோ, தோட்டத்துக்குள்ளோ, இறங்கிவிடுமென அஞ்சவேண்டியதில்லை. தெருவாற்போகும் கால்நடைகள், இரவில் காட்டுப்பன்றிகள் என்பன வளவுகளுக்குள் புகுந்து பயிர்களுக்குச் சேதாரங்கள் விளைவித்துவிடாதிருக்க வேலிகளில் 90 வோல்ட்ஸ் றிப்பிள் மின்சாரத்தைப் பாயவிட்டிருப்பார்கள். அதனைத் தொட நேரும் விலங்குகளுக்குத் தாங்கமுடியாத கூச்சத்தையூட்டும். ஆதலால் அவை வேலிகளைத் தீண்டப் பிரியப்படா.

---

21. *Juglans regia*
22. *Peach*
23. *Diospyros*
24. சீமை/தேன் அத்தி

ஆயிஷாவின் *Koeteke* கிராமம், *Aydin* மலைத்தொடருக்கும் *Mentese* மலைத்தொடருக்கும் இடைப்பட்ட தாழ்நிலத்தில் அமைந்துள்ளது *Mentese* பீடபூமி. அங்கிருந்து மேற்கே நோக்கினால் *Mentese* பீடபூமி முடியும் இடத்தில் ஆரம்பிக்கும் தாழியும் முடியுமாக முஷ்டி எலும்பைப்போல் மலைத்தொடர் கண்ணுக்கெட்டாத் தூரம்வரை வளர்ந்து செல்கிறது. சூரியக்கதிர்கள் நேராக மலையின்மேல் விழும்போது அது பளிங்குபோல் தெறித்து அழகு காட்டும். சூரியவெளிச்சம் மிதமாகவுள்ள நாட்களில் முகிலின் அலை எது, மலையின் முடி எது என்று கணிக்கமுடியாமல் மாறிமாறிக் கோலங்கள் காட்டும். மழையும் புகாருமான தினங்களில் அதன் முஷ்டிக்கோலங்கள் எதுவும் தெரியவராது, மலையே நெடிதாய் வானம் தொட உயர்ந்து அதைத் தாங்கிக்கொண்டு நிற்பதைப் போலிருக்கும்.

✣

ஆநிரைகள் ஆடியசைந்து வரும் வீதி *iF Kusadasi*யில் லேசாக வளையத் தொடங்கிப்பின் *Mogla* நோக்கி விரைந்து மறைய, இடையர்கள் நேராகப் பள்ளத்தாக்கு விரியும் தரைக்கு ஆநிரைகளைச் சாய்த்துக்கொண்டு இறங்குவர். அகன்று பரந்த அம்மேய்ச்சல் நிலத்தின் ஏனைய பகுதிகளில் பிறவூர்களிலிருந்து வரும் ஆநிரைகளும் மேய்ச்சலுக்கு வருவதுண்டு.

பள்ளத்தாக்கின் அடியில் சமதரையில் வடகிழக்காக *BAFA* எனும் ஒரு கடலேரி உள்ளது. அது தேக்கும் தண்ணீர் மழைநீரானதால் உவர்ப்பற்று நன்னீராக விளங்குகிறது கடலேரி. மழைக்காலத்தின் அதன் கரைகள் மலைச்சாரலில் ஏறுவதால் ஆழம் அதிகரித்திருக்கும். முன்பகல் முழுவதும் சலனமற்ற கடலேரியில் *Aydin* மலைத்தொடரும் அதன் பைன், மேபிள், ஓக், ஜூனிபர் மரங்களின் பிம்பங்களும்; பிற்பகலில் *Mentese* மலைத்தொடரும் அதன் குயின்ஸ்[25], பைனஸ், குயகஸ் மரங்களின் பிம்பங்களும் *BAFA* கடலேரியில் தலைகீழாக விழுவதும், மாலையில் கால்நடைகள் அனைத்தும் தொழுவங்களுக்குத் திரும்புமுன் ஏரியின் கரைக்கு வந்து தாகம் நிவர்த்திக்கையில் அவற்றைக் கசக்கிக் குலைத்துப்போடுவதும் அவற்றுக்குத் தெரியாது. தாக சாந்தியான பின் சாய்நிலத்தில் இடையர்களோடு இறங்கிவந்த ஆநிரைகள் அசைந்தசைந்து மேட்டுக்கேறி வீடுகளுக்கேகும். மேய்ச்சலுக்குப் புதிதாகவரும் கன்றுகள் சிலவேளைகளில் அங்கேயுள்ள மந்துகள் பற்றை படப்புகளில் மறைந்துபோகாமல் இடையர்கள் சற்றே விழிப்பாக இருக்க வேண்டும். சில மாட்டுச் சொந்தக்காரர்கள் தம் கன்றுகளுக்கு

25. சைடோனியா

மணிகளைக் கட்டிவிட்டிருப்பர். பெயரைச் சொல்லிக் கூப்பிட்டால் பறந்தோடி வந்துவிடுபவையும் உண்டு.

அன்னே மதியத்துக்குச் செய்துதந்த ரொட்டியையும் தொட்டுச் சாப்பிட மிளகாய்ச் சம்பலும், மசூர் பருப்பும் தக்காளியும் காரட்டும் சேர்த்துச் சமைத்த சூப்பையும் முதுகுப்பைக்குள் வைத்துக்கொண்டு ஆயிஷாவும் ஷமீகாவும் மந்தைகளை ஓட்டிக்கொண்டு வருவார்கள். பள்ளி இல்லாத அல்லது விடுமுறை நாட்கள் என்றால் ஆயிஷாவுடன் ஒரேவகுப்பில் படிப்பவளும் அவள் நண்பியுமான மெஹ்ரூனும் இவர்களுடன் தானாகவே சேர்ந்துகொள்வாள். அப்படிச் சேரும் நாட்களில் வளரிளம் பெண்களான மெஹ்ரூன், ஆயிஷா, ஷமீகா இவர்களின் சங்கமம் ஒரே குதூகலமாக இருக்கும். பேசுவார்கள், பேசுவார்கள், பேசிக்கொண்டேயிருப்பார்கள். மதியமானால் கொண்டுவந்த சாப்பாடுகளைக் கலந்து பரிமாறி உண்பார்கள், பின் பேச்சுத்தான். சில நாட்களில் ஆயிஷாவும் ஷமீகாவும் வீடு திரும்பத் தாமதமானால் இன்று மெஹ்ரூனும் வந்திருந்தாள் என்பதை அன்னே தெரிந்துகொள்வாள்.

“எதுக்கடி இவ்வளவு தாமதம் என்று கேட்டால் மெஹ்ரூனுடன் பேசிக்கொண்டிருந்தோம்... தாமதமாச்சு அன்னே” என்பார்கள்.

“என்ன 10 மணி நேரம் மேய்ச்சல் தரவையில் பேசியும் முடியாத பேச்சா ... இரு பாபாவிடம் போட்டுவைக்கிறேன் ...” என்று மிரட்டினால் அன்னேயை இருவரும் ஒருசேர இழுத்து அணைத்து முத்தமிட்டுப் அவரைப் பேசவிடாமல் ஆக்கிவிடுவார்கள்.

மெஹ்ரூனின் காதலும் ஷமீகாவுக்கு வரனும்

இளமை முகிழ்த்து நின்ற மெஹ்ரூனுக்கு 15 வயதுதான், ஒரு கொடியைப்போல் அசைந்து துவண்டுகொண்டிருக்கும் அழகி. அவளின் குமிண்சிரிப்பு பார்ப்போரைக் கவிழ்த்துப் போட்டுவிடும். அதிலும் இவள் துணிச்சற்காரி. சொல்லவும் வேண்டுமா? அதற்குள் அப்பாஸ் Baqir என்றொரு இளைஞனின் காதலில் வீழ்ந்துவிட்டதால் அவள் கண்கள் எப்போதும் கனவில் ஆழ்ந்திருக்கும். அவனுக்கு 19வயது. அடுத்த ஊரொன்றில் மகிழுந்து / சீருந்துகளின் திருத்தகம் ஒன்றில் பயிலுநனாக இருந்தான். மெஹ்ரூன் மாடுகளை மேய்க்கும் நாட்களில் தொழுகை நேரங்களாகப் பார்த்து மிதியுருளி ஒன்றை எடுத்துக்கொண்டு மேய்ச்சல் தரவைக்கே வந்துவிடுவான். அப்பாஸைக் கண்டதும் ஆனந்தப் பரவசத்தில் அவள் மனதுக்குள் கூத்தும் குதியாட்டமும் தொடங்கிவிடும். இருவரும் எங்காவது படப்புக்குள், புதர்களுக்குள் ஒதுங்கிவிடுவார்கள். அப்பாஸின் மீதான மோகத்தில் அவள்

தழுவல்களும் குலவல்களும் அவளுக்குச் சுகமாகவும் இன்னும் இன்னும் வேண்டும்போலவும் தாகமெடுத்துத் தவித்திருந்தாள். அப்பாஸ் போயானபின் கண்கள் சொக்கத் திரும்பிவருபவளின் மோனக்கிறுக்கைப் பார்த்தால் ஆயிஷாவுக்கும் ஷமீகாவுக்குங்கூட தாமும் யாரையாவது காதல் செய்தால் நல்லது போலிருக்கும். போதாததுக்கு ஆயிஷாவுக்குத் தனியாகவும், ஷமீகாவுக்குத் தனியாகவும் அப்பாஸின் விரல்கள் எங்கெங்கெல்லாம் ஊர்ந்தன, எப்பிடி நீவின, எதையெதை அளைந்தன, எங்ஙினை பிசைந்தன என்பதையெல்லாம் தாளிதங்களோடு விபரித்து அவர்களையும் சூடாக்கிச் சிலிர்க்கவைப்பதில் மெஹ்ரூனுக்குத் தனிச் சுகம். ஆயிஷாவுக்கும் ஷமீகாவுக்கும். எங்கே அவள் எல்லைகளை மீறிப்போய் ஏதாவது வம்பை வாங்கிவிடுவாளோவென்றும் பயமாக இருந்தது. “அடியே… கவனம்டி குட்டிக்குரங்கே…, எக்குத்தப்பாய் ஏதாவது வில்லங்கத்துக்கபோய் மாட்டிக்கொள்ளப்போறாய்…” என்று அவளை எச்சரித்துக்கொண்டிருந்தனர்.

✥

ஷமீகாவுக்கு *16* வயதாகியது, இப்ராஹிம் மாமா அவளுக்கு வரன் தேட ஆரம்பித்தார். ஒருவாறாகத் தெற்குக் கரையோரப் பிரதேசத்தில் *180* கி.மீ தொலைவிலுள்ள *Yenipazar* என்கிற இடத்தில் நெருங்கிய சொந்தபந்தங்களோ, பாபா, அன்னே இல்லாமல் தனியாகத் தன் தாய்மாமன் குடும்பத்துடன் வாழ்ந்துகொண்டிருக்கும் சோலி சுரட்டில்லாத ஒரு பையனைக் கண்டுபிடித்தார். பையனுக்கு *Hogan* என்று பெயர். பெரிய வசதியான குடும்பம் என்றில்லை. மத்தியதரைக்கடலில் மீன்பிடிக்குப்போகும் வள்ளங்கள் கொண்டுவந்து குவிக்கும் மீன்களை வாங்கிக் கரையில் வைத்துவிற்கும் சிறுவியாபாரி யாகவும்,சில நாட்களில் அம்மீன்பிடி வள்ளங்களில் மீனவர்களுக்கு உதவியாளனாகவும் சென்று வாழ்வை ஓட்டிக்கொண்டிருந்தான். அவன் சார்பில் அவனது திருமணம் சம்பந்தமான விடங்களைப் பேசுவதற்கு அவனுக்கு அந்த மாமன் குடும்பம் மட்டுமே இருந்தது. ஒருவாறு அவர்களுடன் கலந்து பேசிப்பேசி மாமா அத்திருமணத்தைப் பொருத்திவைக்கவும், மெஹ்மெட்டும் மனைவியும் தங்கள் ஹஜ் யாத்திரைபோகும் எண்ணத்தைக் கைவிட்டுவிட்டுச் சிக்கனமான முறையில் ஷமீகா–அப்பாஸ் திருமணத்தை நடத்திவைத்தனர்.

Hogan என்றால் அழகான மரத்தாலான ஒரு சிறிய வீடு என்று அர்த்தம். நிஜத்திலோ அவனுக்கெனச் சொந்தமாக ஒரு வீடே இல்லாதிருந்தது. *Yenipazar*இல் அவனை வளர்த்த மாமாவின்

வீட்டில் தன் புதுமனைவியையும் கூட்டிக்கொண்டுபோய் வாழ அவனுக்கு விருப்பமில்லாமலிருக்கவும் சிறிதுகாலம் ஷமீகா வீட்டிலேயே வாழ்ந்தான். அவன் மாமா பரவாயில்லை, அத்தைக்குத்தான் வாய்நீளம். அவர் எதையாவது சொல்லி ஷமீகாவுடன் சண்டை வலிப்பாரோ, உறவுக்குள் விரிசலையுண்டு பண்ணிவிடுவாரோவென்று ஹோகானுக்குப் பயமாக இருந்தது. திருமணத்தின் பின் சிறிது காலத்தால் *Yenipazar*க்கு தான் அங்கே நிலமைகளைக் கவனித்துவருவதாகச் சொல்லிப் போனவன் போய் அங்கே புதிதாகத் திறக்கப்பட்ட குளிரூட்டப் பட்ட மீனங்காடி ஒன்றில் வேலை தேடி ஷமீகாவையும் அங்கே கூட்டிப்போனான்.

ஷமீகா கணவனுடன் *Yenipazar*க்குச் சென்றுவிட்ட பிரிவு தொடக்கத்தில் குடும்பத்தில் அனைவருக்கும் வருத்தமாக இருந்தது. வார்த்தைகளில் பிரியமல்லாதவர் போலிருக்கும் மெஹ்மெட்கூட அடிக்கடி "அந்தக் குஞ்சுகளின் கீச்சொலி இல்லாமலிருப்பது என்னவோ போலிருக்கடி" என்றுசொல்லி அன்னேயிடம் வருத்தப்பட்டார். அன்னே ஆயிஷாவைக் கொண்டு அவர்களை அடிக்கடி அங்கே வந்துபோகும்படி கடிதம் எழுதிப்போட்டார். பின் ஹோகானும் ஷமீகாவும் மாதம் ஒருமுறை வந்து விருந்தாடிச் சென்றுகொண்டிருந்ததில் அவர்களுக்கும் கொஞ்சம் ஆறுதலாக இருந்தது. ஒரே வருஷத்தில் அவர்களும் 100 ச.மீ உள்ள சிறிய நிலமொன்றை வாங்கி அதில் பிரயாசையுடன் இரண்டு அறையில் சீமெந்தாலும் மரத்தாலுமான ஒரு சிறிய வீட்டைக்கட்டி அதில் குடியேறினார்கள். பிள்ளைகள் வீட்டில் இல்லாதது வெறுமையாய் இருந்தாலும், ஆயுளுக்கும் கவனமாக வைத்துக் கஞ்சியூற்றக்கூடிய ஒருவன் கையில்தான் மகளைக் கொடுத்திருக்கிறோம் என்று மெஹ்மெட் குடும்பத்தினர் ஆறுதலடைந்தனர். இனி அவர்களுக்கு ஒரு குழந்தையும் பிறந்துவிட்டால் ஆனந்தம் ஆனந்தமே.

❖

ஒரு சோம்பேறித் தவளை தலையை உயர்த்துவதைப் பக்கவாட்டிலிருந்து பார்த்தால் எப்படியிருக்குமோ அப்படி ஒரு தோற்றம் தரும் துருக்கிஸ்தானின் வரைபடம். மேற்கில் *Aegeansea* கடலுக்கப்பால் கிரேக்கத்தையும் தரைத்தொடுப்பில் பல்கேரியாவையும், வடக்கில் அகன்ற கருங்கடலையும், கிழக்கில் ஜோர்ஜியா, அமீனியா, ஈரானையும் தெற்கில் ஈராக்கையும் அகன்ற சிரியாவையும், மெதித்திரேனியன் கடலையும் கொண்டிருப்பதைக் காணலாம். எட்டு இலட்சம் சதுர கி.மீ அகன்ற இத்தேசத்தை ஏழு பெருவலயங்களாகப் பிரித்திருக்கிறார்கள்.

ஈஜியன்–கார்கியக் கடலின் மார்மோரா–போஸ்போரஸ் பாலம் தவளையின் தலைபோன்ற மேற்குத் துருக்கியை ஐரோப்பா எனவும் கிழக்கேயுள்ள முண்டப்பகுதியை ஆசியா எனப் பிரிப்பதுவும், *Ural* மலையில் உற்பத்தியாகும் *Ural* நதி ரஷ்யா–கசகஸ்தான் எல்லை தீரம் *2000* கி.மீ வழிந்தோடி கஸ்பியன் கடலில் கலப்பதுவும் அவ்விடத்தின் மேலதிகப் புவியியல் விநோதங்களாகும்.

ஆயிஷா கிழக்கு *Aegean* வலயத்தில் பிறந்து வாழ்ந்தாள். அவ்வலயத்தின் முதன்மை நகரம் *Izmir*. எட்டு ஆண்டுகள் மட்டும் ஆயிஷா பெற்ற பள்ளிக்கல்விக்கு அவளுக்குத் தனது நாட்டைப்பற்றி இவ்வளவுதான் தெரியும். அதற்கும் மேலும் புவியியலையோ சரித்திரத்தையோ அறிந்துகொள்ளும் சூழமைவுகள் அவளுக்கு வாய்த்ததில்லை.

முதலாம் உலகமகா யுத்தகாலத்தில் *Izmir* நகரின் பெரும்பகுதி கிரேக்கத்தின் முற்றுகைக்குட்பட்டிருந்தது. அதற்கு அப்போது *Smyrna* என்று பெயராம். நோபல் பரிசுபெற்ற இலக்கியகர்த்தா *Ernest Hemingway* முதலாம் உலகயுத்தத்தின்போது அமெரிக்க இராணுவத்தின் தன்னார்வ உயிரணிக[26] சாரதியாக இக்கேந்திரங்களில் பணியாற்றியிருக்கிறார். அவ்வனுபவங்களின் விளைச்சலே 1940இல் எழுதிய *'A Farewell to Arms'*, *'To Who the Bell Tolls'* ஆகிய நாவல்கள். இன்னும் அவர் படைப்புகள் பலவற்றிலும் இந்நகரைப்பற்றி மாய்ந்துமாய்ந்து எழுதியிருக்கிறார்.

Aegean வலயத்திலுள்ள *Aydin* மாநிலம் அப்பிரதேசத்தின் வடமேற்கு எல்லையில் தொடங்குகிறது. கண்டிக்கும் மாத்தளைக்கும் இடையே விரியும் *Knuckles* மலைத்தொடரைப் போன்றே அசப்பில் முஷ்டிமொளியையொத்து அலையுருவில் ஏறியிறங்கும் மலைத்தொடர்களும் பள்ளத்தாக்குகளும் கிழக்கிலிருந்து அதன் மேற்கு எல்லைவரை வியாபிக்கின்றன. புவிசரிதவியலின்படி காலத்தால் பிந்திய எரிகோள மலைகளான இப்பாறைகளில் புவித்தாதுக்கள், கனிமங்கள், உக்கல் என்பவற்றின் வளம் குறைவு. ஆதலால் இரப்பர், தேயிலைபோன்ற பெருந்தோட்டப் பயிர்ச் செய்கைக்கு இம்மலையின் சாரல்கள் இசைந்தவையில்லை. அம்மலைகளிலும் மலைச்சரிவுகளிலும் வளரும் பச்சைப்புல்கள் செடிகளைக்கொண்டு கால்நடைகளை வளர்க்கவே அந்நிலங்களின் செவ்வீதமும் பயன்படுகின்றன. *Aegean* வலயத்துக்கு மேற்காகவுள்ள *Central Antalia* வலயத்தில் பருத்தியும், ஸ்றோபெறியும் *FIGS* பழங்களும், கொடித்தோடையும் பயிர்செய்யப்படுகின்றன. இவற்றுடன் துருக்கியிலிருந்து

---

26. அம்புலன்ஸ்

இப்போது *Halloumi*, பாற்கட்டி, பாலடை, உலர்தயிர், அயிரான் போன்ற பாலுணவுகள் ஐரோப்பிய நாடுகளுக்கு ஏற்றுமதியாகின்றன. இவை தவிர்த்த வேறு குறிப்பிடத்தக்க விவசாய உற்பத்திகள் இங்கே இல்லை.

❖

அல்கிமின் 1960இன் ஆரம்பத்தில் தொழில் வாய்ப்புத்தேடி அல்மானியாவில் குடியேறிய *Aydin* மாநிலத்து மஜீத் குடும்பத்தின் ஐந்து பிள்ளைகளில் மூன்றாவது பிள்ளை. *Kuyucak*இல் 1974இல் பிறந்து பெர்லினிலேயே வளர்ந்தவன். அல்கிமின் பாபா மஜீத் மூன்றாண்டுகளின் முன்னே நோய்வாய்ப்பட்டுக் காலகதியடைந்த பின்னால் அவனது விதவைத்தாயார் *Duisburg* எனும் இடத்தில் அல்கிமின் மூத்த சகோதரி லைலாவின் குடும்பத்துடன் வாழ்ந்துகொண்டிருக்கிறார். ஜெர்மனியில் பொதுவாக ஏனைய பிறநாட்டுச் சமூகத்தினரைவிடவும் துருக்கிச் சமூகத்தினர் பள்ளிக்கல்விக்குப் பின்னாலான உயர்கல்வியை மிகக்குறைவான வீதத்தினரே தொடர்வார்கள். சின்னதாக ஏதாவதொரு வேலையைத் தேடிக்கொண்டு 25 வயதுக்கு முதலே அதிசிரத்தையாகக் கல்யாணமும் செய்துகொண்டுவிடுவார்கள். இழுத்துப்பறித்துப் பத்தாவதை எட்டிய அல்கிமுக்கு அதுக்குமேல் போகமுடியவில்லை. மிக முக்கியமாக ஜெர்மன்மொழியிலும், கணிதத்திலும் சாதாரணதரச் சித்திகளையே அடைய முடியவில்லை. வெதுப்பகம் ஒன்றில் வேலை கிடைத்ததும் பெண் கொள்ளத் துருக்கிக்கு வந்தான்.

ஆயிஷாவின் அல்மானியா[27] மாப்பிள்ளை

வெள்ளிக்கிழமைகளில் பாபாவும் இப்ராஹிம் மாமாவும் அஸருக்கோ, மஃரிப்புக்கோ *Soeke* இன் *Fatih Camii* பள்ளிவாசலுக்குப் போவார்கள். இப்ராஹிம் மாமாவுக்கோ மிதியுருளி ஓட்டத்தெரியாது. பாபாவுக்கு மிதியுருளியில் இன்னொருவரை ஏற்றிவைத்து ஓட்டத் தெரியாது. ஒரு வெள்ளிக்கிழமை, மஜீத் தொழுகையை முடித்துவிட்டு மிதியுருளியை பாபா உருட்டிக்கொண்டுவர அவருடன் கூடப் பேசிக்கொண்டே இப்ராஹிம் மாமாவும் வீட்டுக்கு வந்தார். இருவரும் முன் சாய்ப்புக்குள் அமர்ந்து பேசிக்கொண்டிருக்க அன்னே இருவருக்கும் வட்டிலப்பமும் பால்த்தேநீரும் பரிமாறினார். வட்டிலப்பத்தை சாப்பிட்ட இப்ராஹிம் மாமா "இன்று இனிப்பான வட்டிலப்பத்தைப் பரிமாறியிருக்கிறாய் என் *Kız kardeş* தங்கையே... பதிலாக நானும் நம்ம குடும்பத்துக்கு

27. ஜெர்மனி

ஒரு இனிப்பான நல்ல சேதி கொண்டுவந்திருக்கிறேன். இன்ஷா அல்லாஹ்... எல்லாம் நல்லபடி அமையுமென என் உள்மனம் சொல்கிறது" என்று ஒரு புதிர் போட்டார்.

✥

பாபாவும் அன்னேயும் கைகளை விரித்து அல்லாவின் கருணையை வியந்து "அல்லாஹூ அக்பர்... இன்ஷா அல்லாஹ்" என்று மனதுக்குள் வேண்டியபடி இப்ராஹிம் மாமா சொல்லயிருப்பதை ஆவலுடன் கேட்பதற்காய் அவரது முகத்தை நோக்கியபடி நின்றனர். அவரும் "இன்ஷா அல்லாஹ்... அல்லாஹும்ம அர்ஷிதுனா"[28] என்றுவிட்டுத் தொடர்ந்தார்.

"*Kuyucak* ஐச் சேர்ந்த நம்ப பையன் ஒருவன் அல்மானியா விலிருந்து வந்திருக்கிறான்... 24 வயதாம், அவன் மீண்டும் அல்மானியாவுக்குத் திரும்பும்போது அவனுக்கு ஒரு திருமணத்தை முடித்து *Gelin*[29] ஐயும் கூட அனுப்பிவிட அவன் குடும்பத்தினர்கள் விரும்புகின்றனர். அல்லாஹ் சித்தமிருந்தால் ஏன் நம்ப ஆயிஷாவை அவனுக்குக் கொடுக்கப்படாது... யோசியுங்கள், அல்லாஹ் கிருபையால் எல்லாம் நல்லபடி நடக்கும்" என்றுவிட்டு அவரது வல்லுவத்திலிருந்து வாசனைப் பாக்குப்பொடியை எடுத்து வாயிற்போட்டு மெல்லத் தொடங்கினார்.

✥

ஒரு கனவில் நிகழ்வதைப்போலும் அடுத்தடுத்த விஷயங்கள் வேகமாக நிகழ்ந்தேறின. இப்ராஹிம் மாமா பம்பரமாய்ச் சுழன்று காரியங்கள் பார்த்தார். பையன் சித்தப்பா குடும்பத்துடன் வந்து பெண்ணைப் பார்த்தான்.

ஒரு சிற்பி தன் கவிதையென வடித்திருக்கக்கூடிய அவளது மோவாயும், குருவிச்சம்பழ நிறத்ததான அதரங்களும், தீட்சண்யம் மிக்க விழிகளும் ஒட்டோமன் பேரரசர்களின் யௌவன குமாரிகள் இவளைப்போலத்தான் இருந்திருப்பார்களோ என்று எண்ண வைக்கும் அழகி. மருக்கள் எதுவுமற்றும் கன்னிச்சேனையில் புதைத்த மஞ்சள்கிழங்கெனத் தழைத்துத் தகதகத்து நிற்கும் ஆயிஷாவை யாருக்குப் பிடிக்காது.

இப்ராஹிம் மாமா சொன்னார்: *Alkim* என்றால் வானவில்லாம், பலவர்ணம்கொண்டது, அதுவே அழகின் குறியீடு. பெண்வீட்டாருக்கு மாப்பிள்ளையையும் மாப்பிள்ளை வீட்டாருக்குப் பெண்ணையும் பிடித்துப்போய்விட்டது.

---

28. எல்லாம் வல்ல அருளாளன் தூயவன் எல்லேருக்கும் நல்வழி காட்டட்டும்.
29. பெண்ணையும்

அல்கிம் பார்வைக்கு ஒரு சாதாரண இளைஞனைப்போலவே இருந்தான். சராசரித் துருக்கியருக்குரிய 165 செ.மீட்டர் உயரம், அடர்த்தியான புருவங்களும் கரியகேசமும் அவனுக்கும் இருந்தன. விழிகள் மட்டும் விதிவிலக்காக ஒளிப்பான தவிட்டு நிறத்தில் துளைப்பதைப்போல் இருந்ததைக் கண்டு ஆயிஷா கொஞ்சம் பயந்தாள்.

ஆயிஷாவைப் பார்க்க வந்த அன்றே திருமணத்தை நிச்சயப்படுத்துவதைப்போலத் தடாலடியாக பெண்ணுக்கு பத்தாயிரம் லீராக்கள் 'மஹர்'[30] வைத்தான்.

Alkim ஐப் பார்த்த மெஹ்ரூன் அவளின் காதோடு: "அடப் பார்றா... மஹர் பத்தாயிரம் விசுக்குகிறானென்றால் மச்சானுக்கு எத்தனை ஆசை இருக்கவேணும்... எல்லாத்திலேயும் வேகமாகத்தான் இருக்கப்போகிறான் சிங்கன், ம்ம்ம்... எப்பிடித்தான் தாக்குப் பிடிக்கப்போறியோ சின்னப்பெண்ணே..." என்று கிசுகிசுக்கவும் ஆயிஷா மிரண்டாள்.

"உனக்கு எப்பிடீடி அதெல்லாம் தெரியும்... சும்மா எல்லாம் தெரிஞ்சவள் மாதிரி அளந்தியோ... உன் மண்டையை வகிர்ந்திடுவேன், வாயாடிச் சிறுக்கி."

அல்மானியா திரும்ப வேண்டும் அதே பிறையில் திருமணத்தை வைத்துக்கொள்ள வேண்டும் என்று பிள்ளை வீட்டார் விருப்பப்பட்டனர். இதே நேரத்தில் அல்மானியாவிலிருந்து வந்திருந்த இன்னொரு வசதியான கல்யாணக்குழு அயலூரான *Kuşadası*யில் அவர்களது திருமண விருந்துக்காக இவர்களிடம் ஒரேயடியாக ஆறு செம்மறியாடுகளையும் இரண்டு கிடாரிகளையும் நல்ல விலை கொடுத்து வாங்கிப்போனார்கள். மெஹ்மெட்டின் முதலாளி *Abdul Hakim* அவராகவே ஆயிஷாவின் திருமணத்துக்குவேண்டி மெஹ்மெட்டின் இரண்டுமாத ஊதியத்தை முன்பணமாகத் தந்தார். பால், நெய், பாற்கட்டி, முட்டைகளை விற்றவகையாலும் அன்னேயிடம் சேமிப்பொன்றிருந்தது. மெஹ்மெட்டும் மனைவியும் இம்முறையும் தம் ஹஜ்ஜாத்திரையை ஒத்திப்போட நேர்ந்ததன்றி, அவர்களுக்கு அத்தனை பொருண்மிய நெருக்கடிகள் இருக்கவில்லை.

மனம் குதூகலமாயிருந்தால் மெஹ்மெட் விலை அதிகமாயிருந்தாலும் CAPSTAN சிகரெட்டுக்களை டின்னாக வாங்கித்தான் புகைப்பார். இப்போதும் குதூகலத்துடன் பந்தாவாகச் சிகரெட்டும் கையுமாக அமர்ந்து திருமண ஆரவாரங்களையும் முன் தயாரிப்புகளையும் பார்த்துக்கொண்டிருந்தவருக்கு

30. பரிசம்

பையனின் ஊரான *Kuyucak*இன் *Hasanoglu Camii* பள்ளியின் கதீஃப் அல்ஹாஜ் மொஹிடீன் பேக்தான், ஆயிஷா – அல்கிம் நிக்காஹை நடத்துவது என்கிற கதைவந்தபோது அதிர்ந்துபோனார். அவரது நினைவுகள் 25 ஆண்டுகளுக்கு முன்னான முன்நிகழ்வுகளை நோக்கிப் பாய்ந்தன. மொஹிடீன் பேக்கும் மெஹ்மெட்டும் ஒருகாலம் *Küçük Menderes* நதிதீரத்திலுள்ள *Tire* நகரிலுள்ள பிரபல *Bautänzerin*[31] நடனக்காரியும் பேரழகியுமான ஜஹிதாபீவியின் வீட்டில் அடுகிடையாகப் படுத்துப் புரண்டதும் அவள்மேல், அரைக் கச்சைகளுக்குள் லீறாக் கற்றைகளாகச் சொருகியதும், மேலே வீசி இறைத்ததெல்லாம் ஜென்மத்தில் மறந்துபோகக் கூடிய விடயங்களா? அதை நினைக்கையில் அல்ஹாஜ் மொஹிடீன் இப்போது என்னதான் கதீஃப் பதவியை வகித்தாலும் அவர் கையால் ஆயிஷாவுக்குத் திருமணம் நடத்திவைப்பதை மெஹ்மெட்டின் மனம் ஒப்பவில்லை. கடந்தகாலத்தின் சாங்கியங்களை எல்லாம் விரித்து வியாசம் எழுத இதுவா நேரம்?

"ஹாஜியாருக்கும் எனக்கும் ஒரு சின்னக் கருத்து வேறுபாடு அங்கே *Hasanoglu Camii* மசூதியில் மட்டும் நிக்காஹ் வேண்டாம்" என்று ஒரேயடியாக மறுக்கவும் முக்காலம் உணரும் இப்ராஹிம் மாமாவே எதுக்கென்று புரியாமல் முழித்தார்.

கடைசியில் *Soeke*வின் *Fatih Camii* மசூதியின் நம்பிக்கை யாளர்கள், ஊரவர்கள், உறவினர்கள் மத்தியில் *Abdul Hakim* அவர்களின் முன்னிலையில் கதீஃப், இமாம் எவருமின்றித் நிக்காஹ் நிறைவேறியது. எந்த மசூதியின் பேரேட்டிலும் அவர்களின் திருமணப்பதிவு ஏற்றப்படவில்லை.

அல்மானியாவை நோக்கி இணையர்

எங்கள் நிக்காஹ் உத்தியோகபூர்வமாகப் பதிவுசெய்யப் படாததினால் அல்கிம் என்னை சுற்றுலாப் பயணிகளுக்கான விஸாவிலேயே அல்மானியாவுக்கு அழைத்து வந்தான். அன்று எம்மை வழியனுப்ப எங்கள்வீட்டு கன்றுகள், ஆடுகள், றோஜர் எல்லாங்கூட சிற்றுந்துத் தரிப்பிடத்துக்கு வந்தன. அல்கிமின் குடும்ப உறவினர்களும் *Kuyucak* இலிருந்து *Koedeke*க்கு வந்திருந்தனர்.

இனி எப்போதுதான் வீடு திரும்பமுடிகிறதோ, குடும்பத்தை யும் பாபாவையும் அன்னேயையும் அக்கை ஷமீகாவையும் தம்பி அக்கானையும் இனி எப்போது காண்பேனோ... எனக்கிருந்த பதற்றத்தில் எதையும் சிந்தித்துப் பார்க்க முடியவில்லை. ஒரு பெண் முதன்முதல் பிறந்த வீட்டைவிட்டு வெளியேறுகிறாள்,

---

31. மார்பையும் வயிற்றையும் பிட்டத்தையும் குலுக்கி சிருங்காரத்துடன் ஆடும் துருக்கிஸ்தானின் ஒருவகை நடனம்.

மெஹ்ரூன், நூர், சலோமியா, ஆப்லா, ஆக்கான், அன்னே அன்னேயன்னே அனைவர் கண்களாலும் ஒழுகுகின்றது. பாபா உதடுகள் துடிக்க வார்த்தைகள் வராமலும் நிற்கிறார். ஏதாவது பேசியிருந்தால் நிச்சயம் உடைந்துபோயிருப்பார். பாபா அழுதிருந்தால் என்னால் தாங்கியிருக்க முடியாது. நான் தைரியசாலிபோல் நடித்துக்கொண்டிருந்தேன். என் பக்குவப் படாத மனத்தில் நான் அன்றைய பிரிவுக்காக வருத்தப்பட்டது கொஞ்சம்போல இப்போது நினைத்துப் பார்க்கையில் இருக்கிறது. எதுவுமே திரும்பாத காலங்கள்.

❖

வீட்டின் பின்கட்டில் அன்னே, அன்னேயன்னே பால் காய்ச்சும் மணமும், அண்டாக்களில் புளிக்கும் மோராலும், தண்ணீர்த்தொட்டிகளில் மிதக்கும் பாற்கட்டிகளாலும் காற்றோடு கலந்துவிட்டிருக்கும் தீராத புளிச்சல்மணம், அன்னேயோ அன்னேயன்னேயோ சமைக்கும்போது கிளம்பும் கறியின் வாசம், பாபாவின் சுருட்டு வாசம் எல்லாம் முதலில் மெல்லமெல்ல விடுபட, அழகிய என் *Koeteke*ஐ பின்னுக்குத் தள்ளிவிட்டுக்கொண்டு பேருந்து முன்னேறிக்கொண்டிருந்தது.

எனக்கு இதுதான் முதல் பேருந்துப் பயணம். எம் *Koeteke* கிராமத்திலிருந்து பிற இடங்களிலுள்ள உறவினர் வீட்டு வைபவங்களுக்கும், *Karacasu* மருத்துவமனையுக்கும் சிறியவகையிலான சிற்றுந்துகளில் பயணங்கள் செய்திருக்கிறேன். அல்மானியாவை நோக்கிய இப்பயணத்தில் *Koeteke* இலிருந்து *Goelaik*க்கு சிற்றுந்து ஒன்றில் வந்தோம். அங்கிருந்து ஒரு பகல்முழுவதும் பேருந்தில் பயணித்து *Izmir*ஐ அடைந்தோம். *Izmir*இல் வீதியில் அமைந்திருந்த தொடர்வீடுகள், வியாபார நிலையங்கள், தனியார் குழுமங்கள் அனைத்தினதும் வாசல்களில் இரவில் தெருநாய்களுக்குத் தட்டுகளில் உணவும் தண்ணீரும், அவை தூங்குவதற்குச் சணல் சாக்குக்கள் அல்லது நெகிழிப்பாய் களையும் விரித்துவைத்திருந்தது எமக்கு விநோதமாக இருந்தது. அங்கே அல்கிமின் உறவினர் வீட்டில் ஒரு நாள் தங்கினோம். அவர்கள் வீட்டில் புதிதாக மணந்த இணையென்று எமக்குச் சிறப்பான விருந்துபசரணை நடந்தது.

அன்னே தைத்துத்தந்த அழகான தலையணை உறைகளை அந்த வீட்டு மாமிக்குப் பரிசளிக்கவும், அவரும் புரிதலுடன் 'இதெல்லாம் உங்களுக்குத்தான் தேவைப்படும் கண்ணுகளா... அதை நீங்களே வைத்துக்கொள்ளுங்கள்' என்று திருப்பித் தந்துவிட்டார். அவர்களின் எதிர்பார்த்திராததும் நினைவில் கொள்ளக்கூடியதுமான விருந்தோம்பலுக்கு நன்றிசொல்லி, அடுத்தநாள் அல்மானியாவை நோக்கிப் பறந்தோம்.

ஒரு சுற்றுலாப்பயணி விஸாவில் அந்நியனின் வழிகாட்டலில் அவன் என்னைக் கூட்டிப்போன திசையில் செம்மறி ஆட்டைப்போல அவனைத் தொடர்ந்துகொண்டிருந்தேன். நாம் அல்மானியாவில் வந்திறங்கிய இடத்தை பெர்லின் என்றார்கள். பெர்லினில் எம்மை வரவேற்க அல்கிமின் தாயார், மூத்த இளைய சகோதரிகள், மைத்துனர்கள், உறவும் நண்பர்களுமெனக் கணிசமான கும்பல் *Tegel* விமான நிலையத்துக்கு வந்திருந்தது. அல்கிமின் மைத்துனர்களும் நண்பர்களும் அன்று *Antalia* பாணி உணவகமொன்றில் எமக்கு விருந்தளித்தனர். ஒரு வாரம் கழித்து நாமும் ஐம்பது வரையிலான நண்பர்களையும் உறவுகளையும் வரவழைத்து விருந்தளித்தோம்.

❖

ஒரு கிராமப்பெண்ணான எனக்கு ஆரம்பத்தில் எல்லாமே புதிதாகவும் புதிராகவுமிருந்தன. தொடரிப் பயணம், ஈரடுக்குப் பேருந்துப் பயணம், சிலந்திவலைபோலான தடங்களில் விரையும் சுரங்கத்தொடரிகள், விரைவுத்தொடரிகள், நகரும் படிகள், மின்னுயர்த்திகள் அனைத்தையும் கண்டுகண்டு வியந்தேன்.

ஐந்துமாடியுள்ள ஒரு தொடர் அடுக்ககத்தின் முதலாவது தளத்தில் எமது இரண்டரை அறையுள்ள அடுக்ககம் இருந்தது. அதுக்குள்ளேயும் சமையலறையிலிருந்த மின்அடுப்புக்கள், வெதுப்பி, குளிரூட்டி, கணப்புக்கள், மிதமான வெந்நீரைத் தானாகக் கலந்து தாரையாகப் பொழியும் குளியல்தாரை, சலவைப்பொறி எல்லாமே வித்தியாசமான அனுபவங்கள்தான்.

❖

வாழ்க்கை முழுவதும் இழைந்து வாழப்போகும் ஒரு புதிய மனிதன் – தன்னுடன் வாழவந்த ஒரு தோழியை எப்படி எதிர்கொள்வான், அரவணைப்பான்? கொஞ்சம் பெண்களுக்கே யான பயம், கொஞ்சம் கனவு, கொஞ்சம் புதிர், கொஞ்சம் போதை, எம் மஞ்சத்தில் நாட்கள் வேறுமாதிரியிருக்கும் என்ற கற்பனையில் இருந்தேன். ஈர்ப்பு, ஈடுபாடு, அன்னியோன்யம், அணைப்புகள், கொஞ்சல்கள் மிகுந்த திவ்ய உறவாயிருக்கும் அதுவென எதிர்பார்த்திருந்தேன். அந்தத் தவிப்பின் அனுபவத்தில் ஒரு சுகம்... இருக்காதா பின்னே?

அவனது குணங்கள், சுபாவங்கள், பழக்கவழக்கங்கள், அன்பு பாராட்டும் தன்மை எல்லாம் எப்படி... என்னவென்ன விஷயங்கள் அவனுக்குப் பிடிக்கும், அவன் இரசனைகள் எப்படியிருக்கும், மறையாகவும் எதெதெல்லாம் பிடிக்காது, எப்போது எதுக்குக் கோபப்படுவான் என்பதைப்பற்றி எல்லாமும்

அறிய விரும்பினேன் – அதைப்போலவே என்னைப்பற்றியும் அவன் அறிய விரும்புவான் என எண்ணினேன். என்னளவில் நான் ஒரு ஸ்படிகமாக வெளிப்படைத் தன்மையுடன் இருந்தேன்.

தன் வாழ்க்கைக்கு வாசமூட்ட வந்த ஒருத்தியைக் கையாள எதிர்கொள்ள அவனுக்குத் தெரியவில்லை. ஆரம்பத்திலேயே தான் ஒரு ஷேக்குப்போலவும் நான் அவனுடைய செவிலியைப்போலவும் இருந்தன அவன் பாவனைகளும் தோரணைகளும். எனது எண்ணங்களை அறிந்தவனாகவோ அறிய விரும்புகிறவனாகவோ அவன் இல்லை. அந்தக் கற்பனையான தவிப்புச் சுகத்தின் நடைமுறையனுபவம் வேறுமாதிரியிருந்தது. மெஹ்ரூனின் அசட்டுத்தனமான ஆரூடங்களை நிரூபிப்பவன்போல அல்கிம் சம்போகத்தில் காட்டிய தீவிரத்தை வேறெதிலும் காட்ட முனையவில்லை. அல்மானியாவின் அறிவியல்பொறிகளை விடவும் அல்கிம் என்கிற மனிதனே எனக்கு அருகிலிருந்தும் புதிராக நின்றான்.

எம் பயணத்தின்போதும், *Izmir* உறவினர் வீட்டிலும், இன்னும் ஒதுங்க வாய்ப்புக் கிடைத்தபோதெல்லாம் ஏதோ ஓடிவிடப்போகிறவள் மாதிரி அல்லது சம்பளத்துக்கு அழைத்துவந்த ஒருத்தியைப்போல என்னைக் கிடத்திவைத்துக் குதிச்சான். கட்டிலில் சாய்ந்தால் காமத்துக்குத்தான் என்றானது. இருந்தால் ஊருவதும், சாய்ந்தால் முயங்கலுமாக இருந்தான். ஒரு கழுதைப்புலியின் தீராத பசியைப்போல, அடங்காத பாலிணைவிழைவுடன் இருந்தான். அவனது விழைவுகள் எனக்குத் திகட்டலாம் என்பது அவனுக்குத் தெரியவில்லை. சரி... பெண்ணுடல்மீதான அவன் மோகங்கள், ஆசைகள் தீர அடங்கிவிடுவான் என்றே முதலில் எண்ணினேன். அவனது போக்கில் அணுகுமுறையில் மாற்றங்கள் வரவேயில்லை.

படுக்கையில் எப்போதும் ஒரு வன்முறையாளனாகவே இருந்தான். சிலசமயம் எதிர்பாராதபோது உட்தொடையில் கடிப்பான், பிட்டத்தில் உள்ளங்கை பதியும்படி அடிப்பான். யாரிடந்தான் கற்றானோ? அவனிடம் ஒரு நூற்றுக்கணக்கான முயங்கல் முறைகள் இருந்தன. ஒருதடவை நான் கட்டிலில் ஒருக்களித்துப் படுத்திருந்தபோது திடுப்பென இடது காலைப்பிடித்து இசைவற்ற ஒருகோணத்தில் மேலுயர்த்தினான், அய்யோ... எனக்கு இடுப்பின் தொடைமூட்டிணையத்தில் கெளித்துக்கொண்டுவிட்டது. அய்யோ அன்னே... துடித்தேன், அழுதேன், இரண்டுநாட்களாக எழுந்து நடக்க முடியாமலிருந்தேன். ‘எதுக்கப்படி’ என்றதுக்கு ‘அதொருமுறை’ என்றான். அவனது ‘சர்வங்க புஜங்க முயங்கல் முறைகள்’ அருவருப்பானவை. அவை பிடித்தமான வேறு பெண்களும் இருக்கலாம்.

நான் முலைகளும் தசைகளும் கொண்ட ஒரு ஆகுதியாக மட்டுந்தான் அவனுக்குத் தெரிந்தேன். பல இரவுகளிலும் உடுத்த விடமாட்டான். காய்ந்த குங்கிலியம் விளாவிய விறகை தீ நக்கித் தழுவி எரிவதுபோல் என்னைச் சூழ்ந்து பரவி எரித்தான். ஒருவேளை நான் அவனுக்கு இசைவான பெண்ணாக இல்லையோ என்னமோ... அவனோடு என்னால் மல்லுப்பிடிக்க முடியவில்லை.

திருமணத்துக்கு முன் அலரும் அகவைகளில் ஒரு பையனுடன் பேசப்பழக விளையாட அனுமதிக்காத எம் குடும்பங்கள் / சமூகம் ஒரே நாளில் திருமணம் என்கிறதொரு பந்தத்தை ஏற்படுத்திவிட்டு இவன்தான் உன் மெசையா, இவன்கூடத்தான் நீ இனிமேல் உன் குப்பையைக் கொட்ட வேண்டுமெனக் காட்டிக் கப்பலேற்றிவிடுவது எத்தனை பெரிய அபத்தம்?.

அன்னேயோ "ஆயிஷாக் கண்ணே நீ அல்மானியாவுக்குப் போய் அங்கே ஒரு புதிய வாழ்க்கையைத் தொடங்கப்போகிறாய், சதா எங்களையே நினைத்துக்கொண்டிராதே; பல விஷயங்கள் உனக்குப் புதிதாக இருக்கும். கணவனின் தேவைகளை எல்லாம் நல்லபடி கவனி, சந்தோஷமாயிரு" என்றுதான் சொல்லித்தான் எனக்கு விடைதந்தார். படிப்பறிவு இல்லாத அன்னே நான் அனுபவிக்கப்போகும் இந்தப் புதுத் தொல்லையைத்தான் எனக்குப் பூடகமாக முன்னறிவித்தாரோ...

பாபாவும் அன்னேயை இப்படித்தான் கையாண்டிருப்பாரோ...

மைத்துனர் *Hogan* உம் இப்படித்தான் ஆப்லாவைப் படுத்துவாரோ...

தம்பி *Akcan*னுங்கூட இப்படித்தான் இருப்பானோ...

எல்லா ஆண்களும் இப்படித்தான்... சதா பாவாடைக்குள் தலையைப் புதைத்துக்கொண்டு பெண்களைப் படுத்துவார்களோ...

அப்படியானால் அன்னேயன்னே, அன்னே, ஆப்லா எங்க குடும்பத்துப் பெண்கள் எல்லோருமே ஆண்களின் கொத்தடிமைகள்தானா? என் தம்பி *Akcan* பெரியவனான பிறகு நீயொரு காமுகனாக இருக்கவே கூடாது, அல்லாஹ்வே தீராத அருளாளரே என் வேண்டுதலுக்குச் செவிசாயும். அவன் பாலகனாக இருந்ததைப்போலவே அவனுடைய *Akcan* என்கிற பெயருக்கேற்றாற்போல அவனது மென்மையான சுபாவமும் இரக்கமும் அவன் வசம் என்றைக்கும் குறையாதிருக்க அருளும்.' எனக்கு ஓடிப்போய் அன்னேயின் மடியில் விழவேணும் போலிருந்தது.

விரிசலின் ஆரம்பம்

அல்கிம் வார்த்தைகளின் பிரியன் அல்லன். தினசரிகளைப் படிக்கும் பழக்கங்கூட அவனுக்கில்லை. ஜம்பங்களும் வக்கணைப்பேச்சும் அலப்பறைகளும் இல்லைதான், ஆனாலும் ஒரு சீண்டல் இல்லை; குறும்பு இல்லை; எள்ளல் இல்லை. நச்சென்று மனதைக்கொட்டிட அவனுக்குத் தெரியவில்லை. பேசவேண்டிய வேளைகளில் மௌனியாக இருந்தான்.

பாபாவும் அன்னேயும் மகளுக்கு ஒரு மாப்பிள்ளையைத் தம் கடமையாகப் பிடித்துத் தந்துவிட்டனர். நான் எனக்குள் தேடிய என் ஸ்நேகிதன் இவன்தானா? காதலிக்கத் தெரியாத இந்த அமானுடனை என் இனிய ஸ்நேகனாக ஆயுள் முழுமைக்கும் எப்படி வரிப்பேன்? இந்த *Anaconda* பாம்பின் கூட்டுக்குள் என்னை அடைத்து வைத்ததும் நீர்தானா ... ஒளியுருவான என் அருளாளரே?

வீட்டுக்குத் தொலைக்காட்சியையெல்லாம் வாங்கிப் பொருத்தியவன், தொலைபேசியைப் பொருத்த மட்டும் ஒப்பவில்லை. கேட்டதுக்கு "எனக்கோ இரவுப் பணி, நீ தனியாக வீட்டிலிருப்பதை யாரும் தெரிந்துகொண்டு உனக்கு இரவில் தொந்தரவு தருவார்கள்" என்றான். உண்மையாக இருக்கலாம் என்று நானும் நம்பிவிட்டேன், அதற்குமேல் அவனைத் தொந்தரவு செய்யவில்லை.

✥

ஒருநாள் காலையில் எங்கள் வீட்டு அழைப்பான் ஒலித்தது, அது தபால்காரரும் வரும் நேரமுமாதலால் உள்ளிணைக்கும் தொலைப்பன்னியில் 'யார் எவெரென்று' விசாரிக்காமலே கதவைத் திறந்தேன். இளம், நடு வயதுப்பெண்கள் ஐந்துபேர் வாசலில் நின்றுகொண்டு கூட்டாக "அஸ்லாம் அலைக்கும்" என்றனர். நானும் "வலைக்கும் அஸ்லாம்" எனப் பதில் முகமன் கூறவும் "மாடெம்... நாங்கள் பெர்லின் இஸ்லாமிய சுதந்திர மாதர்கள் எனும் துருக்கிப்பெண்களாலான அமைப்பினர் ... எங்களின் சேவைகள், நற்பணிகள்பற்றியும் பெண்களுக்குச் சுதந்திரத்தின் அவசியம்பற்றித் தெரிவிக்கவும், அவைபற்றிய உங்கள் கருத்துக்களைச்சேகரிக்கவும் வந்திருக்கிறோம்" என்றனர். எம்மவராயிற்றே... நான் சம்பிரதாயமாக அவர்களை உள்ளே அனுமதித்துத் தேநீர் வழங்கி உபசரித்தேன்.

அவர்கள் அல்மானியாவில் வாழும் மொழியறிவற்ற துருக்கிப் பெண்கள் எதிர்கொள்ளும் சிரமங்கள்பற்றிச் சொல்லிவிட்டுத்

தங்கள் அமைப்பின் உறுப்பினர்கள் அவ்வகைப் பெண்களுக்கு அவர்கள் நோய்வாய்ப்பட்ட நேரங்களிலும் கர்ப்பகாலத்தில் பிரசவகாலத்திலும், மருத்துவர்களிடம் அழைத்துச்சென்று ஆலோசனைகள் கேட்க உதவிகள் செய்வதுபற்றிக் கூறி என்னையும் தங்கள் அமைப்பில் சேரும்படி வலியுறுத்தினார்கள். 'இன்னும் எங்களிடமிருந்து நீங்கள்கூட ஆலோசனைகள் உதவிகள் பெறவிரும்பின் ஆயிஷா எமது தொடர்பாடலுக்குக் குறைந்தது ஒரு செல்பேசியாவது வைத்துக்கொள்ள வேண்டும்' என்றும் அறிவுறுத்திச் சென்றார்கள்.

நான் அல்கிமிடம் இஸ்லாமியச் சுதந்திர மாதர் அமைப்பினர் வந்ததைப் பற்றியும் நாம் ஒரு செல்பேசியாவது வைத்துக் கொண்டால் நல்லது என்றும் சொன்னபோது அவன் சீறி விழுந்தான்,

"அவளவை எல்லாரும் வேலைவெட்டி இல்லாத தினவெடுத்த பணக்காரிகள், சொறியிறதுக்கு இடந்தேடி அலையிற கூட்டம்... சாப்பிட்டது செமிக்க புரட்சி, விடுதலை, மாதர்கள் சுதந்திரம், என்று சதிராடி சும்மா இருக்கிற பெண்களையும் ஓதிக் கெடுக்கக் கிளம்பிடுவாளவை... அந்தக் கூத்துக்காரியள இனிமேல் வீட்டினுள் எடுக்காதே... இனியும் இந்தப்பக்கம் வந்தால் விரட்டிவிடு" என்று மிரட்டினான்.

சிலநாட்கள் ஒரு அணைப்போ முத்தமோகூட இல்லாமல் வறட்சியாகக் கழிவதும் இருப்பிலிருந்த வார்த்தைகள் அனைத்தும் ஆவியாகிவிட்டவன்போல இருக்கும் அவனிடம் இடைவெளிவிட்டு இருக்கவேண்டியிருப்பதும் எனக்கும் வருத்தந்தான். என் அல்மானிய வாழ்க்கையில் அல்கிம் எனக்குச் செய்த ஒரே நன்மையான காரியம் என்றால் அது என்னை தீவிர ஜெர்மன்மொழிக் கல்வி பயில ஒரு ஆண்டு அனுமதித்ததுதான். சமூக உதவிகள் நிலையத்தின் உதவிகளைப் பெறுபவர்களுக்குக் கட்டணமற்ற ஜெர்மன் வகுப்புக்களும், சலுகைக்கட்டண வகுப்புக்களும் இருந்ததும் ஒரு அனுகூலம். எட்டாவது மாதம் *Basheema*வைக் கர்ப்பத்தில் சுமந்தபோது கொஞ்சம் உதிரப்போக்குத் தொல்லைகளும் இருந்ததால் அவ்வகுப்புகளைத் தொடரமுடியவில்லை. *Basheema* பிறந்த பின்னால்வந்த ஒவ்வொரு வருஷ இடைவெளியிலும் *Luna*வும், அடுத்து *Iqbal*லும் பிறந்தார்கள். அதன் பின்னர் எனக்கிருந்த ஒரே ஆறுதல் அச்செல்வங்களின் முகத்தைப் பார்ப்பதுதான்.

'ஏங்க... வரும்போது ஒரு போத்தல் சூரியகாந்தி எண்ணெய் வாங்கி வந்திடுங்க' என்று நான் கேட்டு, அவனுக்கு அது பிடிக்கவில்லை என்றால் எண்ணையை வாங்கிவரமாட்டான்,

வந்து சும்மா இருப்பான். நானும் வற்புறுத்தி எண்ணெயைப் பற்றிக்கேட்டால் ‘வசதிப்படவில்லை’ என்றுவிட்டுக் கொஞ்சமும் குற்றவுணர்வின்றி இருப்பான். எண்ணெய் இல்லாவிட்டால் எப்படி அடுத்த வேளைக்கு ஆக்குவது என்ற கவலைகள் அவனுக்கு இருக்காது. மேலும் ‘ஏன் வசதிப்படவில்லை, எதனால் வசதிப்படவில்லை’ என்று கத்தினால் அவன் மேலே எப்படி எதிர்வினையாற்றுவான் என்று எதிர்வு கூறமுடியாது.

அல்கிமுக்கு *Duisburg*இல் வதியும் சகோதரி லைலா குடும்பத்தினருடனோ, மற்றுத் திக்குக்களில் பரவி வாழும் ஏனைய சகோதரிகளுடனோ அத்தனை தொடர்பு, ஈடுபாடில்லை. கிட்டத்தட்ட மொத்தக் குடும்பத்தினரும் இவனையொரு இடைவெளியிலேயே வைத்திருந்தனர். தன் குடும்பத்தின் பாடுகள்பற்றி எதுவும் என்னுடன் மனம்விட்டு அலசமாட்டான். இவன்பற்றிய என் மனமுட்டுக்களை யாரிடமாவது கொட்ட வேண்டும் போலிருக்கவும் ஒருநாள் அவன் ஆப்லா லைலாவோடு தொலைபேசியில் தொடர்புகொண்டேன். சும்மா நலம் விசாரிப்பதற்காக எடுத்ததுபோல் ஆரம்பித்து அல்கிமின் மனோபாவங்கள் நடத்தைகள், இங்கிதமற்ற போக்குகள் பற்றியும், அமைதியாக இருந்துகொண்டு தான் நினைத்தவற்றையே சாதித்துமுடிக்கும் தார்ப்பரியங்கள் பற்றியெல்லாம் லேசாகத் தொட்டுக் காட்டினேன்.

லைலா என்னைவிடவும் மூத்தவர். வாழ்வின் பட்டறிவுகள் வரித்த பெண். என் அதிர்வுகளையும் ஆதங்கங்களையும் சரியான அலைவரிசையில் புரிந்துகொண்டு பரிவுடன் பேசினார்.

“எங்கள் பாபாகூட இப்படித்தான் ஆயிஷா, அவரைக் கொண்டு இயக்குவது எங்கள் அன்னேக்கும் சிரமமாகத்தான் இருந்தது. போனால் போகவிடம் என்றிருப்பார். ஆனால், கவலைப்படாதீங்க அண்ணி, அவன் சீக்கிரம் மாறிடுவான், பிள்ளைகள் வளர்ந்ததும் திருந்திடுவான்” என்றெல்லாம் என் மனதை ஆற்றுப்படுத்தினார். ஒரு ஆண் விட்டேற்றியாக நடந்தால் அக்காவோ தங்கையோவென்றாலும் அவர்களால் என்ன செய்துவிடமுடியும்?

விட்டுக்கொடுப்புகள் இல்லாத இந்த ஆதிக்கவாதியின் சிறுபராயம் அல்மானியாவில் இருந்ததனாலாயிற்றோ, அல்லது அவன் பெற்றோர் வழிவந்ததோ ஈமான், தொழுகை, நோன்பு விஷயங்களிலும் அத்தனை ஈடுபாடில்லை. பெர்லினில் எங்கே மசூதியிருக்கிறது என்கிற விடயமே அவனுக்குத் தெரியாது. பெண்ணியம், சமத்துவம், சகோதரத்துவம், சுதந்திரம் அன்ன சிந்தனைகளை அறிந்திருக்கமாட்டான். ஏனைய

இளைஞர்களைப்போலப் பகட்டாக உடுத்த, விதவிதமான மகிழுந்து வைத்திருக்கும் ஆசைகளுமில்லை. என்னிடம் பர்தாவை / ஹிஜாப்பை அணி என்றோ, அணியாதே என்றோ சொல்லமாட்டான். அவனது 'அருள்' இறங்கிவிட்டால் என்னுடன் அந்தரங்கமாகக் குழையவோ கொஞ்சவோ காதல் செய்யவோ மாட்டானே ... அவனுக்கு எப்படி பர்தாவும் ஹிஜாப்பும் பிரச்சனைகளாகும்?

மூத்தவள் *Basheema* வையும் நடுவில் *Luna* வையும் குழந்தை வண்டியில் ஒன்றாகப் போட்டே தள்ளினேன், *Iqbal* பிறந்தபின் அவனையும் *Luna*வையும் சேர்த்துப் போட்டுத் தள்ளினேன். எப்போதாவது வெளியே ஒரு வணிக வளாகத்துக்கோ, கொண்டாட்டத்துக்கோ போனால் இவள் எவனதோ மனைவி, இவர்கள் யாரதோ குழந்தைகள் என்பதுபோல இரண்டு மீட்டர் முன்னேதான் *Alkim* போவான். தன் குழந்தைகளையே அளையவோ கொஞ்சாத ஒரு மனிதனுக்கு உன் குழந்தைகளைப் பார், அவர்களைத் தூக்கிக் கொஞ்சு, குஷிப்படுத்து என்பதெல்லாம் கூடவா ஒருத்தி சொல்லிக்கொடுக்க முடியும்?

✥

அல்கிமின் வெதுப்பகப் பணி வழமையில் அதிகாலையில் தான் முடிவடையும். அவனுக்கு நண்பர்களே கிடையாது. ஆனாலும் சில இரவுகளிலும் வீட்டுக்கு வராமலிருக்கத் தொடங்கினான். கேட்டால் "நண்பன் வீட்டிலொரு கொண்டாட்டம் அதுதான் இரவு அங்கேயே தங்கிவிட்டேன்" என்பான்.

அவன் ஒரு ஸ்படிகமாக இருப்பான் என்கிற சிறுநம்பிக்கை யில் எங்கே போகிறான், என்னவெல்லாம் செய்கிறான் என்பதை ஆராய்வதில் எனக்குக் கவனமிருக்கவில்லை.

அல்கிம் இரண்டொரு நாட்கள் தொடர்ச்சியாக வீட்டுக்கு வராமலிருந்துவிட்டு வீட்டுக்குவரும் நாட்களிலும் அவன் ஸ்வெட்டரில், ஸ்வெட்ஷேர்ட்டில் ஒட்டியிருக்கும் நீண்ட வெள்ளைநிற முடிகள் பேருந்துகளிலோ சுரங்கத்தொடரிகளின் இருக்கைகளிலிருந்தோ ஒட்டிக்கொண்டு வந்திருக்கும் என நினைத்தேன். அதுபற்றி விசாரித்தால் தன்னைச் சந்தேகப்படு வதாக நினைப்பான். அது அல்கிமை நோகடிக்குமென நினைத்து மௌனமாக இருந்தேன்.

'எனக்கென்னவோ நீங்கள் எங்களையெல்லாம் விட்டுவிட்டுத் தூரம் போவதைப்போல இருக்கு' என்றால்,

'அப்பிடி ஒன்றுமில்லை கழுதை' சமாளித்துவிடுவான்.

‘எனது நிழலையே பிரியத்துணியாத என் கந்தர்வப் புருஷனாக இருக்காவிட்டாலும் பரவாயில்லை. உங்கள் குழந்தை களுக்கு நல்ல பாபாவாக இருங்கள், அல்லது அவை தனித்துப் போய்விடும் அல்கிம்.’

‘அப்பிடி எதுவும் இல்லை… நீ அனாவசியமாய்க் குழம்பி அலட்டிக்கிறாய்.’

‘அருள்’ ஏறிய ஒரு மழையிரவில் என்னைக் கிடுக்கிப்பிடி போட்டுவைத்துக்கொண்டு ‘ஆயிஷா நீ மட்டும் இல்லையென்றால் எனக்குப் பிறகு வாழ்க்கை இருக்காது; இருந்தாலும் அதை வாழப் பிடிக்காது’ என்று சொன்னான். அவன் பேச்சுக்கள் இப்படித்தான் புரிவதுபோலவும் புரியாததுபோலவும் இருந்தாலும் நானும் கூட்டிக்கழித்து ‘இவனுக்கு இப்போ என்மேல் பாசம் வந்திட்டுதாக்கும்’ என்று அபத்தமாக அர்த்தப்படுத்திக் கொண்டேன்.

ஒரு வாரம் கழிந்திருக்காது. ஒரு திங்கட்கிழமை காலையில் வெளியே புறப்பட்டுப்போனான். அவன் எப்போது வெளியே போனாலும் நான் ‘எங்கே’ ‘எவ்விடத்துக்கு’ என்றெல்லாம் என்று உசாவுதில்லை. *Basheema*வும் லூனாவும் பள்ளிக்குச் சென்றிருந்தனர். பத்துமணிபோல் கொஞ்சம் காய்கறியும் மீனும் வாங்கிவர வெளியே போகலாம் என்று நான் தயாராகையில், ஒரு மகிழுந்தில் பேர்மூடா களிசானும், டீ–ஷேர்ட்டும் அணிந்திருந்த ஒருத்தியுடன் வந்திறங்கினான். ஜிம்மிலேயே வாழ்வாளோ அக்காரிகையிடம் மற்றவர்களை ஈர்க்கவைக்கும் கட்டுடலும், ஒரு குதிரையின் கம்பீரமும் அவையிட்டான திமிரும் ஏராளம் இருந்தன.

அவள் தன் பெயர் *Kerstin* எனவும், அல்கிம் ‘இவள் தான் பணிசெய்யும் வெதுப்பகத்தின் செஃபின்[32]” என்று அவளை அறிமுகப்படுத்தினான். அல்கிம் அமர்ந்த மெத்திருக்கையிலேயே அவளும் நெருக்கமாக அவனுடன் அமர்ந்தாள். *Kerstin* கையில் எடுத்துவந்திருந்த சொக்கலேட்டுக்கள் அடங்கிய நெகிழிப்பையை “குழந்தைகளுக்கு” என்றபடி தந்தாள். “காப்பி குடியுங்களேன்” என்றதுக்கு தாங்கள் *METRO MARKET*[33] க்குப் போவதாகவும் தமக்கு நேரமில்லை என்றும் அவசரப்பட்டுப் புறப்பட்டனர். கதவைச் சாத்திச் சாளரம் வழி எட்டிப் பார்த்தேன். ஒரு காதல் இணைக்கு இருக்கக்கூடிய நெருக்கம் அவர்களிடமிருந்தது.

---

32. முதலாளினி

33. வர்த்தக நிலையங்களுக்கான விநியோகக் களஞ்சியம்.

அடுத்த தடவையாகவும் இரண்டுநாட்கள் வீட்டுக்கு வராமலிருந்தான். அதுவே தொடர்ந்து மூன்றுநாட்கள், நாலுநாட்கள் என்று வாடிக்கையாகியது. அடுத்தமுறை நாலுநாட்கள் வராமலிருந்தபோது தாங்கள் "வீயென்னாவுக்கும் சூரிச்சுக்கும்" போயிருந்ததாகச் சொன்னான்.

"அங்கேதான் உங்கள் தேன் நிலவோ" என்று கேட்க வந்ததை அடக்கிக்கொண்டேன். போனால் போகட்டும் என்று விடுவதா அல்லது விட்டுப் பிடிப்பதா, அடுத்து என்ன செய்வது? எனக்குத் தெரியவில்லை. அங்கே திகட்டத் திரும்பி வருவான்... ஓடுகாலி என்று பாராமுகமாக இருந்தேன்.

Kerstin உடன் சுற்றுலாக்களில் திரிந்தவன், அவளுடனேயே நிரந்தர விடுதியை வைத்தான். அவள் மாதவிலக்காகி இருக்கும் நாட்களிற்போலும் எங்கள் வீட்டுக்கும் விடுமுறையில் வருபவன்போல வந்துபோனான். பின் அந்த விடுமுறைகளும் இல்லாமலாகி நிரந்தரமாகத் தொலைந்து போனான். பிள்ளை களும் "பாபா எங்கே... பாபா எப்போ வருவார்" என்று கேட்டு அலுத்து இப்போது தமக்கு ஒரு பாபா இருப்பதையே மறந்துவிட்டார்கள்.

Alkim என்றால் வானவில் என்றார்களே, அது இவ்வளவு விரைவிலா மறைந்துபோகும்? பர்வதம் ஒன்று தொலைவில் நின்றுகொண்டிருந்தது. சில நாட்களில் அதை மூடுபனியும், சாரல்மழையும், மப்பும் மந்தாரமும் மறைத்தாலும் அது நிற்கிறது என்கிற நம்பிக்கை மட்டும் இருந்தது. நெருங்கி ஒருநாள் சென்று பார்த்தபோது அது அங்கே இருக்கவில்லை. அது நிஜத்தில் பர்வதம் அல்ல, வெயில் நீர் என்று நம்புவதுதான் கஷ்டமாக இருக்கிறது.

✧

ஒன்று இரண்டு மூன்று நான்காண்டுகள் ஓடிவிட்டன. குளிர்காலமும் தொடங்கிவிட்டது. பெர்லினில் பல இடங்களிலும் மெலனியம் ஆண்டு 2000 இன்னும் எத்தனை மணித்துளிகளில் பிறக்கப்போகிறது என்பதைக் கழித்தெண்ணி ஓடும் எண்ணிம மணிக்கடிகைகளையும் பொருத்திக்கொண்டுவிட்டார்கள்.

லைலாவுக்குத் தொலைபேசியபோது அல்கிமினுக்காகத் தங்கள் குடும்பத்தை மன்னிக்கச் சொன்னார். நத்தார் கொண்டாட்டம் வருவதையிட்டு ஒரு கைத்தொலைபேசியை வாங்கி அதில் முன்பணம் செலுத்தப்பட்ட சிம் அட்டையைப்

பொ. கருணாகரமூர்த்தி

பொருத்தி எனக்கு அஞ்சலில் அனுப்பிவிட்டார். நாங்கள் முன்னைவிட அடிக்கடி பேசிக்கொண்டோம்.

❖

Luna மழலையர் வகுப்பிலும், *Basheema* முதலாம் ஆண்டிலும் படிக்கிறார்கள், நடந்தே போகக்கூடிய தூரத்தில் அவர்களின் பள்ளி இருப்பது ஒரு அனுகூலம். இன்று *Basheema*வின் ஆசிரியை மெலிற்றா என்னைத் தனியாக அழைத்து "*Basheema*விடம் உன் பாபாவுக்கு என்ன வேலை" என்று கேட்டதுக்கு '*Er macht Urlaub*'[34] என்கிறாளே ... ஏன் சரியாகச் சொல்லிக் கொடுக்கவில்லையா" என்று கேட்டாள். "இல்லை மெலிற்றா நாங்கள் இப்போ இரண்டு ஆண்டுகளாகப் பிரிந்திருக்கிறோம்" என்பதைச் சொன்னவுடன் "என்னை மன்னியுங்கள்" என்றவளின் கண்கள் பொலுக்கென நிறைந்தன. என்னைத் தூக்கியெறிவதற்கான காரணங்கள் அவன் கோணத்திலான தர்க்கத்தில் அவனிடமும் இருத்தல்கூடும். பாபாவுடன் இல்லாத ஒரு குழந்தைக்காக உடைந்துபோகிற மனுஷர்கள் வாழும் இவ்வுலகத்தில் வாழநேர்ந்த இவனுக்கு எப்படித்தான் தன் குழந்தைகளின் முகங்களைக்கூட மறந்திருக்க முடிகிறதோ ... என் றப்பே[35] ?

துருக்கிச் சிறுவர்கள் ஜெர்மனோ ஃப்ரெஞ்சோ பேசும்போது பழக்கதோஷத்தால் சில துருக்கி வார்த்தைகளையும் கலந்து கலந்தே பேசுவார்கள். ஒரு விஷயத்தைச் சொல்லி முடிக்கும்போது 'அல்லாஹ்'என்று முடித்தால் 'சொன்னவை அனைத்தும் சத்தியம்' என்றாகும். ஒருவர் சொன்னவை 'சத்தியந்தானா' எனக் கேட்பதற்கும், 'அல்லாஹ் ?' என்பார்கள். இப்படி நிறைய வார்த்தைகள் இருப்பதால் மெலிற்றா மறந்துவிடாமல் 'ஆயிஷா தயவுசெய்து நீ உன் பிள்ளைகளுக்கு ஜெர்மன் மட்டும் சொல்லிக்கொடுத்திடாதே' என்று என்னைக் கேட்டுக்கொண்டார்.

❖

ஆயிஷாவுக்கு லைலாவுடன் பேசுவதால் கொஞ்சம் ஆறுதல் கிடைத்ததைப்போல இருந்தது. ஒருகணம் தனது சோகங்களை யெல்லாம் வீட்டுக்கு எழுதினால் என்ன என்றும் ஒரு நினைப்பு வரும். அவளுக்கு அவற்றைக் கோர்வையாக்கவும் வார்த்தைகளாக்கவும் தெரியவில்லை. அவர்கள் அல்மானியா என்கிற கனவுதேசத்தில் ஆயிஷா சந்தோஷமாக இருக்கிறாளென்று நினைத்துக்கொண்டே இருக்கட்டும். அவள் சோகங்கள் முகில்களாகி மீண்டும் அவள்மீதே பொழிகின்றன.

---

34. சுற்றுப்பயணம்

35. அல்லாஹ்

ஆயிஷாவின் மனநிலைக்கேற்ப அவளிடம் பேசவந்த ஒரு பால்ய ஸ்நேகிதியைப்போலும் ஒரு குருவி அவளது சாளரத்து உப்பரிகையின் பக்கம் பூஞ்சாடிகள் வைப்பதற்கான தாங்கியின் கம்பியிழையில் வந்து அமர்ந்தது. *Magpie*யின் சாயல்கள் கொஞ்சம் இருந்தன. மண்ணிற உடலின் நீளவாட்டில் கருப்பிலும் மஞ்சளுமாகக் கோடுகள். தன் கரிய கண்மணியை உருட்டியுருட்டி அவளிடம் எதையோ விசாரிப்பதைப் போலிருந்தது அவளுக்கு. அதை ஆதுரத்துடன் பார்க்கவும், அதன்மேல் அவளுக்கு ஆசையாசையாக வந்தது. இலேசில் எவருடனும் வலிந்து தன் ஆதங்கங்களை வெளியிடாதவள் அதனுடன் பேசலானாள்.

'நீயாவதுபோய் என் பாபாவிடம் உன் மகள் சந்தோஷமாயில்லை என்று சொல்லிவிடு... இல்லை இல்லை வேண்டாம்... எதுவும் சொல்லிவிடாதே... நான் சந்தோஷமாயில்லை என்பதை அறிந்தால் அவர் மனம் என்னைவிடவும் நோகும்... வேண்டாம் விட்டுவிடு.'

ஷமீகாவின் கடிதம்

'ஆயிஷாவின் வீட்டில் ஏதோ கொண்டாட்டம், வீடு முழுக்க அதிதிகள் நிறைந்திருக்கிறார்கள். அமர்க்களமாக விருந்தொன்று நடந்துகொண்டிருக்கிறது. நூர், ஷலோமியா, மெஹ்ரூன், அப்பாஸுடன் – நம்பமுடியவில்லை – அவளது பிரியத்துக்குரிய ஐந்தாம் வகுப்பு ஆசிரியை பூலான்கூட வந்திருக்கிறார்கள். அன்னே ஹிஜாப் இல்லாமல் சிகுயின்ஸ் மின்னும் வெல்வெட் அங்கியில் ஒரு இளமடந்தையைப்போல் சுழன்று விருந்தினர்களுடன் கலகலத்துப்பேசி அவர்களுக்குப் பட்ஷணங்கள் பரிமாறுகின்றார். அக்கான்கூட அவனது சுண்ணத்துச் சடங்கைப்போலான ஒப்பனையில் ஜரிகைப்பட்டுக் குர்தா பிஜாமா அணிந்து மஜெந்தா வர்ணத்தில் குஞ்சம்வைத்த தொப்பியோடு சுந்தரனாக பாபா அருகில் அமர்ந்திருக்கிறான். யாரோ ஒருவர் தர்புகாவைத் தொடைக்குள் இடுக்கிவைத்துக் 'கும்' 'கும்'மென்று லயத்தோடு வாசிக்க, இறுக்கமான டெனிம் ஜீன்ஸும், ஆபிரிக்கர்களைப்போலப் பலவர்ணப்பட்டிகள் தொங்கும் முட்டிவரையிலான குர்தாவும் அணிந்திருந்த இப்ராஹிம் மாமா *Saz*[36]ஐ அழகாக வாசித்தபடியே 'க்வால்' பாடலொன்றை அற்புதமாகப் பாடி எல்லோரையும் அசத்திக்கொண்டிருக்கின்றார்...'

ஆயிஷாவின் மந்தார மனமூட்டத்தைக் கலைத்துப்போடும் அந்த அழகான அதிகாலைக் கனவு நிஜமாகப்படாதா

---

36. துருக்கியர்களின் ஒருவித தந்தி வாத்தியம்.

என்றிருந்தது. ஷமீகாவுக்குச் சென்றவருடம் ஒரு பையன் பிறந்தான், அந்தச் சந்தோஷத்தில் அவள் ஒரு கடிதம் எழுதியிருந்தாள். என்னே ஆச்சரியம்... இன்றும் ஒரு கடிதம் போட்டோவுடன் அனுப்பியிருக்கிறாள். கடிதத்தை விடவும் அத்தோடு வந்திருந்த படம் அவளைப் பரவசப்படுத்தியது. அவர்களை நாலரை ஆண்டுகள் காத்திருக்கவைத்துப் பிறந்த குட்டிப்பயலை மடியில் வைத்தபடி ஒரு ஸ்ரூடியோவில் போட்டோ எடுத்து அனுப்பியிருந்தாள். *Hogan*இன் சாயல், கறுத்த முடியோடும் கறுத்தவிழிகளோடும் அழகாக இருந்தான்.

ஷமீகா என்றால் பெருந்தன்மையானவள் என்றும், ஆயிஷா என்றால் மாறாத புன்னகையை அணிந்திருப்பவள் என்றும் அவர்களுக்கு இப்ராஹிம் மாமா சொல்லிக்கொடுத்திருந்தார். எட்டு ஆண்டுகள் பள்ளிக்கூடம் போயிருந்த இருவரின் கடிதத்திலும் வாக்கியங்கள் நிறையத் தப்பும் தவறுமாக இருந்தன. ஆனாலும் அவர்களிருவரும் அவற்றின் உயிரையும் இறைச்சியையும் விளங்கிக்கொள்வர்.

ஊரில் எல்லோரும் நினைத்துக்கொண்டிருப்பதைப்போல அல்மானியாவில் ஆயிஷாவின் வாழ்வு ஓஹோ என்றில்லை என்பதைக் குழந்தைமொழியில் வரையும் கடிதங்களிலிருந்து ஷமீகா உணர்ந்துகொள்வாள். ஆயினும் எதையும் நேரிடையாகக் கேட்டு அவளுக்கு எழுதமாட்டாள், அத்தனை இங்கிதம்.

> எல்லாம்வல்ல அல்லாஹின் கருணையினால் நிறைந்துவாழும் அன்பான ஆயிஷாவுக்கும் மைத்துனருக்கும் மழலைகளுக்கும்:
>
> அல்லாஹின் கடாட்ச ஒளியில் நாமெல்லாம் சுகமாக வாழ்கின்றோம். அன்னே நீ எழுதியிருந்த கடிதத்தையும் படங்களையும் எனக்குக் காட்டினார். அத்தான் ஏன் எமக்குக் கடிதமே எழுதுவதில்லை? எங்களைப்பற்றி விசாரிப்பதில்லை? உங்களை நாங்கள் எல்லோரும் நிரம்பக் கேட்டபடி இருக்கிறோம். எப்படியும் இந்த ஆண்டு பள்ளிவிடுமுறைக் காலத்திலாவது இங்கே வருவீர்கள் என்று எதிர்பார்த்துக் காத்திருக்கிறோம். நீங்கள் அனுப்பிய படங்களில் *Basheema, Luna, Iqbal* எல்லோரும் அழகாக இருக்கிறார்கள். படங்களைப் பார்த்த பின்னால் உங்கள் எல்லோரையும் நேரில் காண்பதற்கு ஆவலாக இருக்கிறது. ஆபீர் இப்போதுதான் தவழத்தொடங்குகிறான். தவழமுதலே டீப்போயிலும் விறாக்கைகளிலும் உள்ளவை தனக்கு இடைஞ்சலாக

இருப்பதைப்போல் அனைத்தையும் இழுத்து விழுத்து கிறான் குறும்புக்காரன்.

சென்றவாரம் ஊருக்குப் போயிருந்தோம், அன்னே ஓரளவு சுகமாக இருக்கிறார். அக்கான் இப்போது படிப்பில் படுசுட்டி. அவன் தொடர்ந்து நன்றாகப் படிப்பானாயின் அவனை *Istanbul*க்கோ *Koedeke*க்கோ அனுப்பி உயர்கல்வி தருவேனென்று பாபா அவனை உற்சாகப்படுத்துகிறார்.

இன்னொரு சந்தோஷமான விஷயம்; இன்று வருகிறது, அடுத்தமாதம் வருகிறது என்று மின்சாரசபை இழுத்தடித்துக்கொண்டிருந்த மின்சாரம் ஒருவாறு எங்கள் *Koedeke*க்கும் வந்தேவிட்டது. சின்னதாக ஒரு தண்ணீர்ப் பம்பு பொருத்தியிருக்கிறேன் இப்போது தண்ணீர் குசினிக்குள்ளேயே வந்து குதிக்கிறது.

பாபாவுக்கு ஒரு மேசைவிசிறி வாங்கிக் கொடுத்தோம். விரைவில் அல்மானியா தொலைக்காட்சியும் வாங்கவேணும் என்று சொல்லிக்கொண்டிருக்கிறார். இரவிரவாக குர்—ஆன் வாசிப்பும், ஷரி—ஆ வாசிப்புமென்று இப்ராஹிம் மாமாவும் பாபாவும் அனல் பறத்துகின்றனர். அவரே பாபாவுக்கு இப்போதும் உற்ற சகாவும் வழிகாட்டியும் தத்துவார்த்தியுமாய் இருப்பதால் பாபாவின் பொழுதுகள் சந்தோஷமாகக் கழிகின்றன. இன்னொறு புதினம் தெரியுமா? இப்ராஹிம் மாமாவுக்கு அல்மானியாவிலிருந்து வந்திருந்த யாரோ செல்பேசி ஒன்றைக் கொடுத்துவிட்டுப் போயிருக்கிறார்கள், என்ன *Koedeke*வில் சில இடங்களில் சிக்னல் தெளிவாக இல்லையாம், அதையும் விரைவில் அல்லாஹ் சீர்படுத்திவிடுவானென்று நம்பிக்கையோடு இருக்கிறார். ஆள் இப்போ முன்னைவிடவும் ஊர் ஊழியங்களில் படு முசு[37].

அன்னேயன்னே அல்லாஹ் தன்னை அழைக்கமுதல் பூட்டப்பிள்ளைகள் எல்லோரையும் காணவேணும் என்று சொல்லிக்கொண்டிருக்கிறார். அவரது வேகமும் சுறுசுறுப்பும் முன்னைப்போல் இல்லை; அவரது ஆசை நிறைவேற அல்லாஹ் வழிசமைப்பான்.

இவருக்குத்தான் பணியிடத்தில் இப்போது சில அசௌகரியங்கள். அவர்களது முதலாளி ‘கம்பனி

37. பிஸி

நட்டத்தில் இயங்குகிறது இலாபமில்லை' என்று சொல்லி ஊழியர்களின் சம்பளங்களை இழுத்தடித் துக்கொண்டிருக்கிறார்.

பாபாவோ என்னுடைய *Abdul Hakom* முதலாளியுடன் பேசி அவருடைய பாற்பண்ணைகளில் ஏதோவொரு பணி வாங்கிக் கொடுக்கிறேன், அந்த நாற்றம் பிடிச்ச மீன்வேலையை விட்டுவிட்டு *Koedeke*வுக்கே வந்திடுங்கோ எனக் கூவிக்கொண்டிருக்கிறார். ஊருக்கே போய் அன்னே பாபாவுடன் அவர்களுக்குத் துணையாக வாழலாமாவென்றும் யோசிக்கின்றோம். அடிக்கடி எழுதுங்கள். முடிந்தபோது இன்னும் படங்கள் அனுப்புங்கள். அல்லாஹ் எல்லோரையும் ஆசீர்வதிப்பான்.

பிரியமுடன் உன் ஆப்லா,

ஷமீகா ஹோகான்.

October 1999.

Yenipazar

Koedeke கிராமத்துக்கு மின்சாரம் நான்கு ஆண்டுகளுக்கு முன்னர்தான் வந்தது. இத்தனை காலமும் இவர்களது சிறுவீதியில் வசிப்பவர்களுக்கான விநியோகத் தந்திகள் இழுக்கப்படாமல் தாமதமாகிக்கொண்டிருந்தன. பாபாவுக்கு மின்விசிறியும் ஆளியைத்தட்டியதும் குசினிக்குள்ளேயே தண்ணீர் பளிங்கெனக் கொட்டுவதும் மகிழ்ச்சி. ஊருக்குப் போகும்போது எப்படியும் ஒரு தொலைக்காட்சியும் வாங்கிக்கொண்டு போக வேண்டும். கனவில் வந்ததைப்போல எல்லோரையும் அழைத்து ஒரு விருந்து வைக்க வேண்டும். அனைவரும் வதியுமறையில் குழுமியிருந்து மொழிபெயர்ப்பில் இந்தி உருது பேர்ஸிப் படங்கள் பார்க்க வேண்டும். உள்ளார்ந்த ஏக்கத்திலும் கற்பனையிலும் தளம்பிக் குதூகலித்தாள் ஆயிஷா. ஆனந்தம் ஆனந்தம் என் சொல்லுவேன் ... இறுதியில் மின்சாரத்தைத்தந்து எங்கள் வீட்டையும் ஒளியேற்றிவிட்டாயா ஒளியுருவான என் றப்பே... மிக்க நன்றி ஐயா!

குர்திஷ்தான் மக்களின் போராட்டம்

*East Anatalia*வின் கிழக்கு எல்லையாக அமைந்திருக்கும் ஈரானிலும், *Southern Anatalia*வின் தெற்கு எல்லையாக அமைந்திருக்கும் ஈராக்கிலும்; சிரியா, ஆர்மீனியா எல்லைகளை

இணைக்கும் ஒரு மலைத்தொடர் முழுவதுமாக 35 மில்லியன் குர்திஷ் இனமக்கள் செறிந்து வாழ்கிறார்கள். இவர்கள் மத்திய கிழக்கில் நான்காவது மிகப்பெரிய இனக்குழு; இருந்தும் ஒரு தேசிய இனமாகவோ, அவர்களுக்கான தனி அரசையோ இன்னும் அங்கீகரிக்கப்படவில்லை என்பதுவும், தமக்கான ஒரு குர்திஷ்தான் நாட்டை அமைக்காகப் போராடிக்கொண்டிருப்பதும் தெரிந்த விடயங்கள். குர்திஷ் மக்களும் இஸ்லாமியர்களே. இவர்களில் 98% பேர் சுன்னி எனும் மதப்பிரிவையும், மீதமுள்ள 2% பேர் ஷியா மதப்பிரிவையும் சேர்ந்த முஸ்லிம்கள் என அடையாளம் காணப்பட்டிருக்கிறார்கள். அவர்கள் முஸ்லிம்களாக இருப்பது அல்ல அங்கே பிரச்சனை.

அப்பாஸ், *Southern Anatalia*விலிருந்து வந்த குர்திஷ் இளைஞன். அவன்தான் ‘குர்திஷ் – ஹிஸ்புல்லா’ எனும் இயக்கத்தைச் சேர்ந்தவொரு போராளி என்பதை மெஹ்ரூனிடம் மறைத்துவிட்டான். அவன் குர்திஷாக இருப்பதால் ஒருவேளை போராளி அமைப்புகளைச் சேர்ந்தவனாக இருப்பானோவென்கிற சந்தேகம் ஊரில் யாருக்கும் எழாமலிருக்கத் தன்பெயருடன் *Baqir* எனும் பெயரையும் ஒட்டவைத்துக்கொண்டான். *Baqir* ஆனவர் ஷியா முஸ்லிம்களின் ஐந்தாவது இமாம் என்று இன்றும் வணங்கப்படும் ஒரு அவ்லியாவாவார்.

அப்பாஸ் பாகிர் பேசிய துருக்கி மொழியிலும் உச்சரிப்பிலும் சிறு திரிபும் பேதங்களும் இருந்தபோதிலும் மெஹ்ரூனுக்கு அவன் மீதான மோகத்தில் அவை எதுவும் பொருட்படுத்தும்படியான விடயங்களாகத் தெரியவில்லை. தன் தேசத்தின் அரசியலைப் பொறுத்தவரையில் அத்தனை நுணுக்கமும் நுண்ணறிவும் இல்லாத சிறுபேதை அவள்.

சுதந்திர குர்திஷ்தானுக்காகப் போராடும் அமைப்புக்களில் குர்திஷ்தான் தொழிலாளர் கட்சி அல்லது *PKK*[38] தான் பெரிய அமைப்பாகும். துருக்கியின் பல பிராந்தியங்களிலும் பரவலாக இப்போராளிகள் தாக்குதல்களை நடத்தியபோதிலும், முக்கியமாக தென்கிழக்குத் துருக்கிப் பிரதேசங்களிலேயே அதிகமாகத் தாக்குதல்களையும் கிளர்ச்சியையும் செய்கின்றனர்.

ஈழவிடுதலைப் போராட்ட இயக்கங்களைப் போலத்தான் அவர்களுக்கும் இடைசுகம் தம்மிடையே மோதிக்கொள்வதிலும் ஏகப் பிரீதியுண்டு.

‘குர்திஷ் – ஹிஸ்புல்லா’ இயக்கத்தினர் துருக்கி அரசுக்கு எதிராகப் போராடுவதோடு குர்திஷ்தான் தொழிலாளர்

38. Partiya Karkeren Kurdistan

கட்சிக்கு எதிராகவும் போராடுபவர்கள். 1999இல் குர்திஷ் – ஹிஸ்புல்லா இயக்கத்துக்கும் *PKK*க்கும் சமர் மூண்டபோது அப்பாஸ் பாகிரைத் தேடிவந்த துருக்கி இராணுவத்தினர் அப்பாஸ் மெஹ்ரூனின் காதல் விவகாரத்தையும் புலனாய்வில் அறிந்துகொண்டு மெஹ்ரூனின் ஸ்நேகிதிகளான ஷமீகா, ஆயிஷாவின் வீட்டில் அவனை ஒளித்துவைத்திருக்கலாம் என்கிற சந்தேகத்தில் அவர்களின் வீட்டிலும் சல்லடை போட்டார்கள். அப்பாஸ் அங்கே இல்லாததால் எதுவுமறியாத அப்பாவி மெஹ்மெட்டின் கைகளைப் பின்பக்கமாகக் கட்டிவைத்து மிரட்டி விசாரிக்கையில் சூத்திரமறியாமல் அவர் இராணுவத்தினரை எதிர்க்கவும் துப்பாக்கியினால் அவரைச் சுட்டார்கள்; துப்பாக்கிச்சத்தத்தையும் அன்னேயின் கிறீச்சொலியையும் றோஜரின் குரைப்பையும் ஆரவாரத்தையும் கேட்டுப் பின்வளவில் நின்றிருந்த *Ackan* முன்னுக்கு ஓடிவரவும் அவனையும் பிடித்துவைத்துக்கொண்டு ‘எங்கே அப்பாஸ்’ என மிரட்டினார்கள். அவன் திகைத்து வாயடைத்து நிற்க அரசின் கறுப்புச் சீருடைக்குள்ளிருந்த அதிரடிப்படை விசுவாசிகள் றோஜருக்கும் அக்கானுக்கும் ஈவிரக்கமின்றிக் குண்டுகளையீந்து சென்றனர். அக்கானின் விலாவெலும்பூடாக நுழைந்த குண்டு உள்ளூறுப்புகள் எதையும் சிதைக்காமல் பின்முதுகால் வெளியேறியதால் அவன் உயிர்பிழைத்தான். *Southern Anatalia*வில் மறைந்திருந்த அப்பாஸும் அடுத்த அடுத்த நாட்களில் தேடிக் கொல்லப்பட்டான்.

❖

பாபா மறைந்த சேதியை லைலாதான் ஆயிஷாவுக்குத் தெரிவித்தாள். ‘மனது அறிய மற்றொரு நபருக்குக் கெடுதல் நினைக்கத் தெரியாத பாபாவை இத்தனை சீக்கிரம் எதுக்காக அழைத்தீர் ஆண்டவரே . . . பாபா என் துயரக் கதையை அறியவேண்டாமென்றுதான் முதலில் நீயும் பயணித்தாயோ, மெக்கா வருகிறேன் மெக்கா வருகிறேன் என்று சுணக்கம் காட்டியதால் அவரை நீராகவே அழைத்துக்கொண்டீரோ றப்பே... பாபா உங்களை இனி எந்த ஜென்மத்தில் காண்பேன்... பாபா . . . சுப்ஹானல்லாஹ்வே . . . தவித்தாள் ஆயிஷா. பாபாவை இனிமேல் பார்க்கமுடியாது என்ற நினைவால் உடல் விதிர்விதிர்த்துப் புலம்பிப் புரண்டாள். பொங்கிய துயரம் தீர்வதாயில்லை. நடப்பை ஏற்றுக்கொள்வதைவிட வேறு என்ன தீர்வு இருக்கப்போகிறது. அப்பாஸை இழந்து மெஹ்ரூன் எப்படித் தவிப்பாளோ அருளாளரே எனக்கும் விஞ்சிய துயரத்தை ஏன் அவளுக்களித்தீர்? நீர் அழைத்தவர் எல்லோரையும் உம் அருகில் நித்திய சுகத்துள் வைத்திரும்.

பொது நோக்கத்துக்காக இறக்கும் பத்ரியீன்[39]களுக்கு ஜிகாத்களுக்கு[40] சொர்க்கம் கிடைக்கும் என்றால்... அப்போராளிகளைக் கொல்லும் இப்லீஸுகளுக்கும்[41] ஜின்களுக்கும்[42] எதைத்தருவீர் என் றப்பே...?

✥

லைலா குடும்பம் ஈஸ்டர் விடுமுறைக்கு லண்டனுக்குச் செல்லத் திட்டமிட்டிருந்தார்கள். அதற்கான பிரித்தானிய விஸாவைப் பெற்றுக்கொள்ள பெர்லினிலுள்ள பிரித்தானிய தூதுவராலயத்துக்கு வரவேண்டியிருந்தது. அவ்விஸாவுக்காகவும் எங்களைத் துக்கம் விசாரிப்பதற்காகவும் வீட்டுக்கு அவர்கள் வந்திருந்தனர். பாபாவின் இழப்பைப்பற்றி அல்கிம் அறிந்திருப்பானோ தெரியாது. *Basheema*வும் லூனாவும் இக்பாலும் தமது பாபாவை மறந்திருப்பதைக் கண்டு லைலாவும் அவர் கணவரும் வருத்தப்பட்டதுடன் "அல்கிமுக்காக எங்களை மன்னித்துக்கொள் ஆயிஷா; அவன் ஒரு திருத்தமுடியாத ஜென்மம்" என்று மீண்டும் கேட்டுக்கொண்டனர்.

இன்றும் ஷமீகாவின் கடிதமொன்று வந்திருந்தது,

அக்கான் பூரண குணமடைந்து இப்போ பள்ளிக்கூடம் போக ஆரம்பித்துவிட்டானாம். பாபாவுக்கு நேர்ந்த துர்லபம்பற்றி எழுதினால் அது மீண்டும் என்னை வருத்தும் என்று எண்ணியிருக்கலாம் அவரைப்பற்றி ஒன்றும் அதில் இருக்கவில்லை. தன் புருஷன் *Hogan Abdul Hakim* முதலாளி தன் பாற்பண்ணையில் வேலைக்கு அமர்த்தியிருப்பதாகவும் எழுதியிருந்தார். தொடர்ந்த துயருள்ளும் கொஞ்சம் நல்வாய்ப்பு; அவர்கள் குடும்பம் வீட்டிலிருந்தால்தான் அன்னே, அன்னேயன்னே, அக்கானுக்குத் துணையாக இருக்கும். கடித உறைக்குள் ஆபீரின் சிறிய படமும் ஒன்றிருந்தது. நன்கு வளர்ந்துவிட்டிருந்தான்.

நேசிக்கத்தகுந்த அயலவர்

அரைவட்டவடிவிலான அடுக்ககங்களின் தொகுப்பு அது. அதில் ஒரு அடுக்ககத்தில் வதியும் மூத்த மனிதர் *Joachim*

---

39. முஸ்லிம்களுக்கான போரை பத்ர் என்னும் இடத்தில் எதிர்கொண்டவர்கள்.
40. புனிதப் போராளிகள்
41. சாத்தான்
42. பைஸாசு

Bamberg, மாலையானால் எப்போதும் வாசல் இடைகழிப் பக்கமுள்ள கண்ணாடிச் சாளரத்தை லேசாகத் திறந்து வைத்துக்கொண்டு வெளியே பார்த்துக்கொண்டு நிற்பார், அல்லது இடைகழியில் வீட்டின் சுவரோரமாக இருக்கும் வாங்கில் அமர்ந்து ஏதாவது பத்திரிகையையோ சஞ்சிகையையோ படித்துக்கொண்டிருக்கும். அவரது அடுக்ககத்துள் அந்நியக் குரல்களை நான் ஒருபோதும் கேட்டதில்லை. மனைவி, பிள்ளை, பேரப்பிள்ளைகள், சுற்றம் எதுவும் அவருக்கு இருப்பதாகத் தெரியவில்லை. காலநிலை உவப்பானதாயின் கொஞ்சத்தூரம் வெளியே காலாற நடந்துபோய்விட்டு எதிர்ப்படும் அனைவருக்கும் '*Guten Tag*' '*Guten Abend*' என முகமன் தெரிவித்தபடி மெல்லமெல்லத் திரும்பிவருவார். ஒருநாள் அவருக்கு உடம்புக்கு முடியாமற்போனபோது, அவரை ஒரு உயிரணிகம் (அம்புலன்ஸ்) வந்து ஏற்றிச்சென்றது. ஒரு வாரம் கழித்துத் திரும்பிவந்தவர் மீண்டும் அதே வாங்கில் அமர்ந்திருந்தார். இப்போது அவருக்கு வெளியே போய்வர நடைவண்டி ஒன்று தேவைப்படுகிறது.

நான் அவரது அடுக்ககத்தைக் கடக்க நேர்ந்தபோது அவருக்கு முகமன் தெரிவித்து அவர் உடல் நலம்பற்றி விசாரித்து நாலு வார்த்தைகள் அவருடன் பேசினேன். அடுத்தடுத்த நாட்களிலும் தனித்திருந்த அவரிடம் பேசியபோது எமக்குள் நம்பிக்கையும் ஈடுபாடும் மெல்லமெல்ல வளர்ந்தன. பேச்சு எங்களை நெருக்கிவைத்தது.

"நீங்கள் எங்கே பிறந்தீர்கள் . . . அதாவது கிழக்கு ஜெர்மனியிலா, மேற்கு ஜெர்மனியிலா . . ." என்று கேட்டேன். ஒரு அங்கதத்தைக் கேட்டவர்போல நீண்டநேரம் சிரித்தவர், "நான் பிறந்த காலத்தில் ஜெர்மனி பிளவுபடாமல் முழுமையாக இருந்தது சின்னப் பெண்ணே . . ." என்றார். அவரது இளவயது வாழ்க்கைபற்றி விபரிக்கையில் அதன் சில விசித்திரமான பக்கங்களைக் காட்டினார். என்னை எதற்காக அல்கிம் விட்டுப் பிரிந்தான் என்பதை எப்படித் தர்க்கவாதத்தால் விளக்க முடியாதோ . . . அவ்வாறே அவரும் ஏன் தன் மனைவியும் மகளும் தன்னைவிட்டுப் பிரிந்தார்கள் என்பதைப் புரியமுடியாமல் தவித்துக்கொண்டிருந்தார். அவர் எழுந்து தானாகச் சமைக்க முடியாமல் தள்ளாடிய ஒரு நாளில் "*Herrr. Bamberg* நான் இலகுவாகச் சமிபாடடையக்கூடியதும் தெம்பளிக்கக்கூடிய எங்கள் பாணியிலான *Eintopf*[43] செய்து கொண்டுவந்து தருகிறேன்" என்று அதை சமைத்துக்கொடுத்தேன், சுவைத்துச் சாப்பிட்டார்.

---

43. நிறைய வெஞ்சனங்கள் சேர்த்த ஒருவகைக்கஞ்சி.

இளமையில் வறுமையும், வயோதிகத்தில் கவனித்துக்கொள்ள உறவற்ற தனிமையும் துயரம். இரத்த உறவுகளிருந்தும் கவனிக்கப்படாமல் அனாதரவாயிருப்பது அதைவிடத் துயரம்.

✥

அல்கிம் என்னைவிட்டுப் பிரிந்து இரண்டு ஆண்டுகள் ஆனது. மீண்டும் ஒரு முறை பெர்லின் இஸ்லாமியச் சுதந்திர மாதர் அமைப்பினர் வந்து சர்வதேசப் பெண்களின் பிரச்சனைகள், தேவைகள் பற்றியெல்லாம் பரிந்துருகினர். அவர்கள் பேச்சிடையே சிறிய வெளி வந்தபோது 'எம் காலடியிலிருந்து அலமலங்கும் எம் அயலவரான *Herr. Bamberg* பற்றியும் அவரது தனிமை பற்றியும் சொல்லி, அவருக்குக்கு 'நானே தினமும் ஒருவேளை சூடாகச் சமையல் செய்துகொடுக்கிறேன்; உங்கள் அமைப்பிலிருந்தும் எவராவது வந்து வாரத்தில் இரண்டு நாளைக்காவது அவருக்குச் சமையல் செய்துகொடுக்க முடியுமா' என்றும் கேட்டேன்

'இது பெண்களுக்கான, அவர்களின் முன்னேற்றத்துக்காக உழைக்கும் அமைப்பு. எங்கள் முதன்மையான நோக்கம் ஜெர்மன் அறிவுகுறைந்த இஸ்லாமியத் துருக்கிப் பெண்களுக்கு உதவிசெய்வதும், அவர்களது உடனடிப் பிரச்சனைகளைக் கவனிப்பதும்தான். ஆரம்பப் படியிலிருக்கும் எங்கள் அமைப்புக்கு, நிறைய அங்கத்தவர்களை, தன்னார்வலர்களை, புரவலர்களைச் சேர்த்து மெல்ல வளர்ந்துகொண்டிருக்கிறோம். நாம் ஏனைய 'லயன்ஸ் கிளப்' 'கரித்தாஸ்' போன்ற அமைப்புகளைப்போலப் பொருண்மிய பலத்தோடு வளர்ந்த பின்னால்தான் இதுவன்ன இதர பிரச்சனைகளில் கவனத்தைக் குவிக்கலாம்; அப்படியான செயற்திட்டங்களும் எம்மிடம் இல்லாமலில்லை... இவரைப்போல ஜெர்மன்காரர்களுக்கு உதவிசெய்ய பெர்லினில் ஆயிரம் சமூக உதவிகள் தன்னார்வ அமைப்புக்கள் இருக்கின்றன. அவற்றின் சேவைகள் பிடிக்காவிட்டால் இவரே ஏதும் முதியோர் பராமரிப்பு இல்லங்களில் தானாகச் சேர்ந்துகொள்ளலாமே..." என்று ராஜரீகத்துடன் பின்வாங்கினார்கள்.

அதாவது முதலில் இவர்கள் அமைப்பு பொருண்மிய பலங்கொண்டதாக மாறும் வரைக்கும் ஒரு ஆண் அவர்கள் அமைப்பின் வாசலில் உயிரைவிட்டாலும் கண்டுகொள்ள மாட்டார்களாம்.

நான் தனிமையாக வாழ்வதைக் கதைகேள்விகளால் எப்படியோ முகர்ந்து பிடித்துக்கொண்ட அப்பெண்களில் ஒருத்தி "இதெல்லாம் சிம்பிளான விஷயம் சகோதரி, உலகம் தொடங்கிய காலம் தொட்டு ஆண்கள் சபலபுத்தி

கொண்டவர்கள். நீர் ஹதீஸ்களை எடுத்துப் பாரும். தேனும் பாலும் மாமிச உணவுகளும் தீம்பழங்களும் மருக்கொழுந்து வாசனையினாலும் நிறைந்த ஆண்களுக்கான சொர்க்கம் அவர்களுக்குப் பஞ்சுமெத்தைகளில் காதல்செய்யவும், பணிவிடை செய்யவும் அழகான இளம் பெண்களால் நிறைந்திருக்கும் என்றுதான் வர்ணிக்கப்பட்டிருக்கிறது. மாறாகப் பெண்களுக்கான சொர்க்கத்தில் திரும்பிய பக்கம் எல்லாம் எம்மைத் தம் கைகளில் தாங்கவும் தோள்களில் ஏந்திச்செல்லவும் ஆணழகன்கள் நிறைந்திருப்பான்கள் என்று மறந்தும் சொல்லப்படவே இல்லை" என்றுவிட்டு "இதிலிருந்து என்ன தெரிகிறது ஆயிஷா..." என்று என்னைக் கேட்டார்கள்.

என்ன பதிலை எதிர்பார்த்து இந்தக் கேள்வியை வீசுகிறார் என்பது தெரியாததில் நான் மௌனமாயிருந்தேன்; அவரே பதிலைப் பகரலானார்.

"இந்த ஆண்கள்... பெண்களும் அவர்கள் சக்திகளும் தலையெடுக்காதபடியும், காலம்பூராவும் தங்களுக்கு நாம் சேவைசெய்து மாயும்படியாக இந்த உலகத்தைத் தமக்கிசைந்தபடி வசைத்துக் கட்டிக்கொண்டார்கள். காலங்காலமாக மந்தைகளைப்போல் ஆண்களுக்கே உழைத்துத் தேய்ந்துபோன பெண் இப்போது அறிவு பெற்றுக்கொண்டதால் விழித்து விட்டாள். நீயும் நானும் தனித்து அல்ல... எமக்கெதிரான சதியும் சூழ்ச்சியும் நிறைந்த இந்த ஆணாதிக்க உலகத்துக்கு எதிராக எல்லோரும் கூடிப் போராட வேண்டும். வாரும் எமது அணியில் கைகோரும். சென்றவாண்டு நாம் இஸ்லாமியச் சுதந்திர மாதரணி அமைப்புபற்றிப் பேசவந்தபோது 'வேண்டாம்... என்னால் உங்களோடு சேர்ந்து உழைக்க முடியாது, என் கணவருக்கு இதெல்லாம் பிடிக்காது' என்றெல்லாம் சொன்னீர் அல்லவா... இதிலிருந்து தெரிந்துகொள்ளும் ஆண்கள் எப்போதுமே பெண்களுக்கு எதிரானவர்கள். சுயநலம் பிடித்தவர்கள். எது செய்தாலும் தங்களின் சந்தோஷத்துக்காகவும், காரியங்களைச் சாதிக்கவுந்தான் நம்மைப் பயன்படுத்துவார்கள்; பின் அவர்களுக்குத் தேவையில்லாதபோது தூக்கியெறிந்து விடுவார்கள். இப்போது உமது நிலமையைப் பாருமேன். நீர் இளசாயிருக்கும்போது உம்மோடு சுகித்து வாழ்ந்து மூன்று குழந்தைகளையும் பெற்றுவிட்டு இப்போ மேலும் கெட்டியான மாரையும் யோனியையும் தேடிப் போய்விட்டான். ஆண் ஒரு வண்டு. தேனைக் குடித்த பின்னால் அவனுக்குப் பூக்களைப்பற்றி அக்கறை இராது. சுயமையைக் சுயமையால்தான் வெல்ல வேண்டும், இதுபற்றி நாங்கள் மேலும் விரிவாகப் பேச வேண்டும். பெண்கள் விடுதலையாகாத வரைக்கும் முழுமானிடத்துக்கும்

சுதந்திரமில்லை" என்றெல்லாம் புலம்பிவிட்டு அன்றைக்குச் சென்றுவிட்டனர்.

ஒரு வாரம் கழித்து அவ்விரு பெண்களும் தத்தம் கணவன்மாருடன் சில பலகாரங்களும் எடுத்துக்கொண்டு ஏதோ உறவினர்களுடன் விருந்தாட வந்த பாவனையில் வந்திருந்தனர். அதில் ஒரு ஆண் சொன்னார்:

"அந்தப் பயல் நிச்சயம் இப்போது தனியாக இல்லை. இவ்வளவு காலமும் உங்களை விட்டுவிட்டு இருக்கிறான் என்றால் அவன் வேறிடத்தில் எங்கேயோ தன்னை நிலைப்படுத்திவிட்டான். இதை நாங்கள் எமது உளவுச் சிறகத்தைக் கொண்டோ தேவை ஏற்படின் காவல்துறையைக் கொண்டோ புலனாய்வு செய்யலாம். அந்தப் பயல் வேறொரு குடும்பத்தில் இறங்கிவிட்டானாயின் அவன் வந்து உங்களை இனி மீட்கப்போவதில்லை. அவனிடமிருந்து நீர் தப்பிக்கவும் அவனுக்குப் பாடம் கற்பிக்கவும் நிஜமாக நீர் விரும்பினால் ஒரேயொரு வழிதான் இருக்கிறது."

நான் அவர் சொன்னதை உள்வாங்காமலோ ஆமோதிக்காமலோ இருக்கவும், அவர் தன் வசனங்களை மீண்டும் புதுப்பித்துவிட்டு..."உமக்கு இளமையும் ஆரோக்கியமும் நிறைய இருக்கிறது, நீரும் ஒரு திருமணத்தைச் செய்துகொண்டுவிடும், அதுதான் அவனைப் பழிவாங்க உள்ள ஒரே வழி" என்றார்.

"என்னுடைய றப்பே..." என்று நான் அலறவும், வந்த நேரமுதல் என்னையே ஒரு 'கல்யாணப் பார்வை' பார்த்துக் கொண்டிருந்த மற்றவர் தொடர்ந்தார்,

"ஆயிரக்கணக்கில் எம்மவர்கள் நல்ல இளைஞர்கள் இருக்கிறார்கள், ஒரு மாதத்திலேயே எல்லா ஏற்பாடுகளையும் செய்துவிடலாம்."

இஸ்லாமியச் சுதந்திர மாதரணிப் பெண்கள் அழைத்துவந்த அந்த ஆண்களின் அணுகுமுறைகள் எனக்குப் பிடிக்கவில்லை. பெண்கள் இப்போது மௌனமாக இருந்தார்கள். 'அந்த ஆண்கள் நிஜமாக அப்பெண்களின் புருஷர்கள்தானா' என்ற சந்தேகம் எனக்கிப்போது வந்தது.

தனியே இருக்கும் பெண் என்றபடியால் நோட்டம் விட்டுப் பார்த்தவர்கள், தொட்டு நொட்டிப் பார்ப்பவர்கள், அளையத் துடிப்பவரென ஆண்களில் அத்தனை வகை. இந்த அல்மானியர்களில் ஒரு நேர்மையுண்டு. ஒருத்திமேல் ஆசைவந்தால் மறைமுகமாகக் கேட்பார்கள், 'காப்பி குடிக்கப்போவோம் வாரியா?' அல்லது 'இந்த மாலை முழுவதும் எனக்கு நிரம்ப நேரமிருக்கு? நாம சேர்ந்து ஏதாவது

குடிக்கப் போகலாமா' இப்படி. அதுக்கும்மேலே போனா 'இன்று மாலையை / இரவை என்னுடன் நீ கழிக்கமுடியுமா?' இப்படி.

"இல்லைப்பா என்னால் முடியாது" என்றாலோ "நான் சீக்கிரமே வீட்டுக்குப்போய் என் நாய்களுக்குக் கொள்ளு வைக்கவேணும், குருவிகளுக்குக் கொட்டை வைக்கவேணும்..." என்றாலோ மேலே வற்புறுத்தமாட்டார்கள். தம்பாட்டுக்குப் போய்க்கொண்டேயிருப்பார்கள்.

என்னுடைய நிராதரவையும் இக்கட்டையும் பற்றித் தாம் ஏதோ இரட்ஷகர்கள் போன்ற பாவனையோடு பேசுவதில் இவர்களுக்கொரு சுகமிருக்கிறது.

"அன்பான சகோதரர்களே, உங்கள் ஆர்வத்துக்கும் ஈடுபாட்டுக்கும் கரிசனைக்கும் நன்றி. நீங்கள் என்னைப் பொறுத்தாற்ற வேண்டும். நீங்கள் ஒருவரும் என்னுடைய பக்கத்தைச் சரியாகப் புரிந்துகொள்ளவில்லை. ஒற்றைக் குடும்பத்தில் வாழும் என் குழந்தைகளுக்குச் சமூகசேவைகள் சிறகத்தின் பொருண்மிய ஆதரவிருந்தாலும் அவர்களை நல்லபடியும் கௌரவமாகவும் வளர்த்தெடுக்க அவர்களின் தந்தை அருகில் இருக்க வேண்டும் என்பதுதான் எனது விருப்பமே தவிர, அவருக்குத் தண்டனை கொடுக்க வேண்டும், பழிவாங்க வேண்டும், எனக்கொரு மாற்றுப் புருஷன் வேண்டும் என்பதல்ல" என்று சொல்லி அவர்களை வெளியே அனுப்பிவைத்தேன்.

❖

வாசலில் நின்றபடி ஒரு ஆண் "அப்போ *Alkin* திருமணம் செய்துவிட்டானா, இல்லையா? அவன் யார்கூட வாழ்கிறான் என்பதை ஆராய வேண்டாமா? சின்னதாக ஒரு செயலுரிமைப்பத்திரத்தில்[44] கையெழுத்துத் தந்தீர்களாயின் எங்கள் வேலையை இலகுவாக முடித்துவிடலாம்" என்றார்.

"அவர் எங்களோடு, எங்களுக்காக இல்லை என்றபோது இன்னும் தனியாக இருக்கின்றாரா... இல்லை இன்னும் பெண் தேடிக்கொண்டிருக்கிறாரா என்பதை அறிவதில் எனக்கு அக்கறை இல்லை, என் நிலைபாடு உங்களுக்குப் புரிந்திருக்கும்" என்றேன்.

கடைசியாக அவர் "எங்கள் அனுபவத்தில் இப்படி எத்தனை குடும்பங்களைப் பார்த்திருப்போம்... அவன் இனி வரவே மாட்டான்" என்று சாபம் கொடுத்துவிட்டுப் போனார். அவர்கள் கோபித்துக்கொண்டாலும் பரவாயில்லை, அந்த அனுசரணையாளர்களின் உதவி, ஒத்தாசை, போதனை எதுவும்

44. Power of Attorney

எனக்குத் தேவையில்லை. அவர்களின் அலுப்புகளிலிருந்து தப்பித்துக்கொண்டாலே போதும் என்றாயிற்று.

Herr. Bamberg

நான் *Joachim Bamberg*. ஒருகாலம் பெர்லின் நன்கறிந்த உதைப்பந்தாட்டக்காரன். என் முப்பாட்டன் வழி தொடர்ந்து வருவது *Bamberg* எனும் குடும்பப்பெயர். இப்பெயரால் *Bayern* மாநிலத்தில் *75,000* பேர் வரையில் மக்கள் வாழும் சிறு நகரமும் உள்ளது. அந்நகரத்திலிருந்து என் மூதாதையர் யாராவது வந்ததால் அது ஒரு காரணப்பெயராகவும் எம் குடும்பத்துக்கு வந்திருக்கலாம். உறுதியாகச் சொல்ல முடியவில்லை.

*1936*இல் நாஜிகளின் ஆட்சி நடைபெற்றுக்கொண்டிருக்கையில் பெர்லினில் நடைபெற்ற முதலாவது ஒலிம்பிக் போட்டிகளில் *100, 200, 400* மீட்டர் தடகளப்போட்டிகளில் தங்கப் பதக்கத்தை வென்ற *Jesse Owens* எனும் அமெரிக்க வீரருக்கு அவர் கறுப்பர் என்கிற காரணத்தினால் அடோல்ஃப் ஹிட்லர் கைலாகு கொடுக்க மறுத்து முகத்தைத் திருப்பிக்கொண்ட நாளில் என் மம்மா *Sandy Bamberg* என்னைப் பெற்றார். எனக்கு மூன்று அகவையாக இருக்கையில் ஆரம்பித்த உக்கிரமான உலகப்போர் ஒன்பதாவது அகவையில் நிறைவுக்கு வந்தது. போரின்போது நாங்கள் சிலநாட்கள் பதுங்குகுழியைவிட்டு வெளியே வராமல் அதுக்குள்ளேயே முடங்கிக்கொண்டிருந்தது, விழுந்த ஒவ்வொரு குண்டையும் எண்ணிக்கொண்டிருந்தது, மின்சாரம், தண்ணீர் இன்றித் தவித்தது போன்ற சில சம்பவங்கள் நினைவிலுள்ளன. கட்டடங்களின் சிதைவுகளில் அகப்பட்டு இறந்துபோனவர்களையும் சிதைந்துபோனவர்களையும் ஒன்றாகக் குவித்து எரித்தார்கள் என்றெல்லாம் பிறகு சொல்லப் பட்டது. ஆனால் நான் அப்படியான காட்சிகள் எதனையும் காணவில்லை, அல்லது அவற்றை என் கண்ணில்படாது என் பெற்றோர் என்னை மறைத்தும் வைத்திருந்திருக்கலாம். என்னைப் பொருத்தளவில் போரின் விளைவாக என் ஆரம்பக்கல்வியின் அத்திவாரம் இடப்படாது போனது. போர் முடிந்தபிறகு நான் எழுத்துக்கூட்டி வாசிக்கவே சிரமப்பட்டேன். நூறுக்குள்ளாகக் கூட்டக் கழிக்கக் கற்றுக்கொண்டதும் அதன்பிறகுதான். உடைந்துபோன வீடுகளை, வீதிகளைச் சீர்படுத்தவும் புதிய வீடுகளை நிர்மாணிக்கவும் பாலங்களை அமைக்கவும் நிறைய தொழிலாளர்கள் துருக்கியிலிருந்து எம் பெருநகரங்கள் எங்கும் இறக்கப்பட்டனர். போருக்குப்பிறகு நாட்டில் கட்டடக்கலைக்கும் அதோடியைந்த பிற துறைகளுக்கும் அதிக தேவை இருந்த தால் கட்டடங்களுக்கு *Warming System*, கணப்புகளைப்

பொருத்துவது ஆகிய துறையில் படித்து நானாகவே சுயதொழில் முடைந்துகொண்டிருந்தேன். அப்போதுதான் எனக்கு *Heike*வின் அறிமுகம் கிடைத்தது; இரண்டு வருடங்கள் சேர்ந்து வாழ்ந்தேன், பின் *Heike* வையே திருமணம் செய்தேன். மேலும் நான்கு வருடங்கள் எங்களைக் காக்கவைத்த பின்னால் எங்கள் சூரியக்குஞ்சு *Hannah* பிறந்தாள். அவளுடன் விளையாடுவதிலும் அவளின் வளர்ச்சியையும் குறும்புகளையும் அவதானிப்பதில் எங்கள் நாட்கள் சந்தோஷமாகக் கழிந்தன. இன்னுமொரு குழந்தையைப் பெற்றுக்கொண்டால் *Hannah*வுக்கு விளையாட்டுத்துணை இருக்குமேயென விரும்பினோம். ஆனால், மகப்பேறு மருத்துவரோ *Heike*இன் அகவை 40ஐ நெருங்குவதாலும் லேசாக நீரிழிவு – IIஇன் குணங்குறிகள், உயர் குருதியமுத்தம் தென்படுவதாலும் பிறக்கப்போகும் குழந்தையின் ஆரோக்கியத்துக்கு உத்தரவாதம் அளிக்கமுடியாதென்று பயங்காட்டியதில் நாங்கள் அவ்வாசையைத் துறந்தோம்.

*Hannah*வுக்கு அவளின் 19 அகவையில் காதலனொருவன் கிடைத்தான். அவனுக்கு *Heidelberg* பல்கலையில் அனுமதி கிடைத்தது. பெர்லினில் படித்துக்கொண்டிருந்த இவளும் *Heidelberg*க்கே தன் படிப்பை மாற்றிக்கொண்டு சென்றுவிட நாங்கள் தனிமையில் விடப்பட்டோம்.

மனிதமனங்களை ஆழமாகப் பயிலும் அளவுக்கு எனக்கும் மானிடவியலிலோ, உளவியளலோ, பயிற்சி கிடையாது. *Heike*வும் என்னிடம் விவாகரத்துக் கேட்டாள். ஐரோப்பியப் பெண்களுக்கு விவாகரத்துக் கேட்பதற்கு அவர்களிடையே பிணக்கோ வாழ்வியல் முரண்களோ இருக்க வேண்டியதில்லை. கணவனின் வியர்வைமணம் அல்லது குறட்டையொலி சகிக்கவில்லையென்பதாகவோ அவருக்குச் சரியாக நடனமாடத் தெரியவில்லை என்பதாகவோகூட இருக்கலாம். இவர்களைப் புரிந்துகொள்வது கஷ்டம். அவள் வேறு யாரையும் விரும்புகிறாளா என்பதை எல்லாம் நான் ஆராயவில்லை. மறுப்பின்றிச் சம்மதித்தேன், விட்டுவிடுதலையாகிக் கொண்டாள். ஒருவர் தன் வாழ்க்கையைப் பிறிதொருவரின் விருப்பப்படி நெகிழ்த்தி / அனுசரித்து / சரிசெய்துகொண்டு வாழவேண்டுமென்று எதிர்பார்ப்பது அறமல்ல.

Heike தன் விதவை அத்தை ஒருவருடன் *Stuttgart* எங்கேயோ வாழ்வதாகக் கேள்வி. அவள் யாருடன் வாழ்ந்தாலும் சௌக்கியமாக இருக்கட்டும். ஒரு குழந்தையையேனும் பெற்றுத் தந்தவள் அல்லவா? தற்காலப் பிள்ளைகள் இத்தனை அறிவியல் தகவல்கள் எல்லாமும் அவரவர் சட்டைப்பைகளுக்கே வந்துவிடும்

வசதியை வைத்துக்கொண்டும் ஏனோ தத்தமது உலகங்களைச் சுருக்கிக்கொண்டே வாழ்கிறார்கள். Hannahவுக்கு அவளது தாயைக்கூடச் சென்று பார்க்கவேண்டுமென்று தோன்றாதது அதிசயம்!

நாம் மூன்றுபேருமோ, இல்லை Joachimவும் விரைவில் குழந்தைகள் பெற்றுக்கொள்வாளாயின் எல்லோரும் ஒன்றாக இருக்கலாம் என்கிற நினைப்போடுதான் நான்கு அறைகளுடன்கூடிய இந்த அடுக்ககத்தை 15 ஆண்டுகளுக்கு முன்னால் வாங்கினேன். ஒரு வீட்டை விற்கும்போது அதன் குடியிருப்பாளர்களுக்கு முன்னுரிமை அளிக்கப்பட வேண்டும் எனும் விதிக்கமையவும் 20 ஆண்டுகளாகக் கணக்கு வைத்திருந்த என் வங்கி நீண்டகால வீட்டுக் கடனுதவியை எனக்கு வழங்கியதாலும் இந்த வீடு எனக்குச் சொந்தமாகியது. வாழ்க்கை எப்போதும் இறக்கைக்குள் ஒரு குறுவாளைப்போல இரகசியங்களையும் ஒளித்துத்தான் வைத்திருக்கிறது. அப்பாவின் வீடென்று உரிமையுடன் வாழ்ந்து களிக்க வேண்டிய கூட்டின் பறவைகள் வேறு மரங்களை நோக்கிப் பறந்துவிட்டன. Hannahவின் புருஷனுக்கு Finanzanlageberater நிதிமுதலீட்டு ஆலோசகர் உத்தியோகமாம், ஒரு மணிநேர ஆலோசனைபெற 1000 இயூரோ ஊதியம் பெறும் அவர்களுக்கு அப்பாவின் வீடொரு வெங்காயத் தூசாக இருக்கலாம்.

❖

என் உடல் இப்போது மெல்லப் பலவீனமாகிக்கொண்டு வருகிறது. அறுபதில் தொடங்கிய பலவீனத்துடன் உயிர் எழுபது வரைக்கும் தாக்குப் பிடித்ததே பெரும் ஆதாயம் என்பேன். சராசரி மனிதனை விடவும் நீடுகாலம் வாழ்ந்திடும் ஆசைகள் இல்லை. என் காலகதியின் பின் உடலை Charité – Universitätsmedizin Berlinக்கு அவர்களின் மருத்துவ ஆய்வுகளுக்கோ, பிற தேவைகளுக்கோ பயன்படுத்தலாம் என்று ஒப்பாவணம் எழுதிக் கொடுத்திருக்கிறேன்.

இப்போது கைகால்கள் உளைச்சல், செமியாக்குணம் போன்ற முதுமைக்குரிய உபாதைகள் உண்டே தவிர பெருவலியோ வேதனையோ இல்லை. இன்றுபோல நாளைக்கும் இருக்கும் என்று எதிர்வுகூற முடியாது. நெடுங்காலம் எனக்காக உழைத்த என் உள்ளுறுப்புக்கள் ஓய்வை விரும்புகின்றன. உடல்வலி வேதனைகண்டு துடித்தேனாயின் என்னைத் தாராளமாக 'கோமா' நிலைக்கு எடுத்துச் சென்றுவிடுங்கள். பின் வசதியானபடி உணவு, உயிர்வழி விநியோகங்களை நிறுத்திவிடுங்கள் என்றும் அந்த ஒப்பாவணத்தில் குறிப்பிட்டுள்ளேன்.

சமூகசேவைகள் சிறகத்திலிருந்து ஒரு செவிலி வாரத்தில் மூன்று நாட்கள் வந்து வீட்டைச் சுத்தம்செய்து, படுக்கை விரிப்புகளை மாற்றி, உடுப்புகளைச் சலவை இயந்திரத்திற்போட்டு சூடான சமையல் பண்ணித் தந்துவிட்டுப் போகிறாள். முதியோர் இல்லம் எதிலாவது சேர்ந்துவிடலாம்; அவர்கள் முதலில் என் வீட்டை எழுதி எடுத்துக்கொண்டு பொது ஏலத்தில் விடுவார்கள். பார்ப்பதற்குக் கஷ்டமாக இருக்கும்.

மனிதன் கஷ்டப்பட்டுத் தேடிய உலோகாயத சம்பத்துக்கள்கூட அவனது வாழ்க்கைக்கான கருவிகள் மாத்திரமே. ஒருநேரம் அவையே வேண்டாத சுமையாகவும் மாறும். மனித வாழ்க்கையை மேம்படுத்துவதில் அவற்றுக்கு ஒரு பங்குமில்லை. வீட்டையும் சேமிப்பிலுள்ள சிறு தொகையையும் தேவையுள்ள ஒருவருக்கு வழங்கிவிடுவேனாயின் அது இன்னொரு மனிதருக்கும் உதவுகிறதென்கிற வகையில் என் சம்பாத்தியத்துக்கும் ஒரு அர்த்தம் இருக்கும்.

✥

நான் முற்றாக ஆத்திகனோ நாத்திகனோ அல்லன். ஆனால், 'பிரபஞ்ச இரகசியமோ, கடவுள்பற்றிய இரகசியங்களோ மனிதனின் சிந்தனைக்கு முற்றாக அகப்படப்போவதில்லை' என்று நம்பும் ஒரு *Agnostic* என்பேன். ஒரு அநாதைக்குத் தன் 'அம்மா அப்பா' யாரென்று அறிந்திட இருக்கும் தவிப்பிற்கிணை யானது கடவுளை நோக்கிய தேடலும். நீங்களும் நானும் நம்பிறதும், நம்பாமவிடறதும் பிரபஞ்சத்துக்கு விடயமேயல்ல. அதுபாட்டுக்கு இயங்கிக்கொண்டுதான் இருக்கும். சிலருடைய தேடலுக்குப் பதில் கிடைக்கும், சிலருக்குக் கிடைக்காது. மூளை முற்றாக மரத்துப்போக முதல் ஒரு பதில் கிடைத்தால் சந்தோஷம். கிடைக்காவிட்டால் என்ன தேடல்கள் விடையில்லாமலே போயவிடும். எந்த மதத்துக்காரனாக இருந்தாலும் குழம்பிக்குதிக் காமல் கண்களை மேலே சொருகிக்கொண்டு கடவுளைக் கைகால்களோட உருவகித்துப் பூரணமாக நம்பி அவனை/ ளைச் சரணாகதி அடைந்து இருக்கிறவன்மேல எனக்குப் பொறாமையுண்டு. எனக்கு ஆழமான கல்வி அனுபவங்கள் இல்லாத காரணத்தினால் சராசரி மனிதனைவிடவும் என் மூளையின் வினைத்திறன், சிந்திக்கும் ஆற்றல் மட்டுப்படுத்தப் பட்டதாய் இருக்கலாம். வயதோடு மூளைத்திசுக்களின் இறப்போடு அதன் வினைத்திறன் மங்கிக்கொண்டு வருவதை உணர்கிறேன். என் அறிவின் புரிதலின் போதாமையாகவும் இருக்கலாம். பல உலோகாயத சாங்கியங்களின் சூக்குமங்களையும் தர்க்கங்களையும் என்னால் இன்னும் புரிந்துகொள்ள முடிவதில்லை.

✥

ஆயிஷா அருமையான ஒரு பெண். இருபத்தைந்து அகவைகள்கூட ஆகியிருக்காது. அவள் முகத்தில் முன்பிருந்த விகாசம் இப்போது இல்லை. கிழவன் நானுட்பட எந்த ஆண்களையும் நிமிர்ந்து பார்க்கமாட்டாள். மூன்று பிள்ளைகளைப் பெற்றான பின்பும் கட்டாகவிருந்த அவள் உடலின் வளைவு, நெளிவு, துவணை, தவாளிப்புகள் தெரிய உடுத்தவோ நடக்கவோ மாட்டாள். எப்பருவகாலமானாலும் வெளியே போகும்போது சந்நியாசினிகளைப்போலத் தோளிலிருந்து தரையைத்தொடும் ஒரு நீண்ட வெளியங்கியை மேலே அணிந்திருப்பாள்.

முன்பெல்லாம் கணவனுடன் வெளியே செல்கையில் ஆண்கள் எதிர்ப்பட நேர்ந்தால் அவர்கள் பக்கம் முகத்தைத் திருப்பவோ முகமன் கூறவோ மாட்டாள்.

இப்போது அல்கிமின் குடும்பத்தில் சந்தோஷமில்லை, குதூகலமில்லை. மூன்று பிள்ளைகளையும் மனைவியையும் தனிமையின் காட்டில் தவிக்கவிட்டு ஒருவன் காடுமேடென்று அலைந்துகொண்டிருந்தால் குடும்பம் பரிதவிக்கத்தானே செய்யும்? அவன் சுயமாக உழைக்காமல் கொள்ளாமல் சமூக உதவிகள் சிறகத்தின் உதவியில்தான் குடும்பத்தின் ஜீவனத்தைத் தள்ளிக்கொண்டிருந்தாலும் அப்பன் ஒருவன் அவர்களோடிருந்து அரவணைத்துச் செல்வதைப் போலாகுமா?

இப்போது ஆயிஷா என்னை நேருக்கு நேராகப் பார்க்கிறாள், முகமன் சொல்கிறாள், இது எத்தனை பெரிய மாற்றம்!

கடந்த றம்ஷான் தினத்தன்று முதன்முறையாக நிறைய உணவுவகைகளும் பலகாரங்களையும் செய்து பிள்ளைகளிடம் கொடுத்துவிட்டாள். சந்தர்ப்பம் வரும்போது 'அவர்களுக்கு ஏதையாவது திருப்பிச்செய்வோம்' என்றிருக்கிறேன்.

⌖

எனது உடம்புக்கும் முடியாமல் வருகிறது, செமிபாட்டின் வேகம் குறைந்து வயிற்றில் எப்போதும் ஒரு மந்தம், பசியின்மை. சக்கரையின் அளவும் அதேபோல் குருதி அழுத்தமும் ஏறியிறங்கிச் சீரில்லாமல் இருக்கிறது. தூக்கமில்லாமல் தவித்த ஒரு இரவு கழிந்து காலையில் தலைச்சுற்றல் அதிகமாக இருக்கவும் உயிரணிகத்தை அழைத்தேன். அவர்கள் என்னைக் காவு படுக்கையில் வைத்துத் தூக்கிச்செல்வதை ஆயிஷாவும் பார்த்தாள்.

ஒருவாரம் மருத்துவமனையில் உடல்கூற்றுப் பரிசோதனைகளும் வைத்தியமும் முடித்துக்கொண்டு சீருந்தில் வீடு திரும்பினேன். எங்கள் இருவரினதும் அடுக்ககங்களுக்கும்

பொதுவான நடைக்கூடத்தில் இருக்கும் வாங்கில் நான் அமர்ந்திருக்கையில் வந்த ஆயிஷா எனக்கு முகமன் சொல்லி 'உடல் இப்போது தேறிவருகிறதா ... *Herr. Bamberg*' என்று ஒரு சிநேகிதருக்குரிய அக்கறையுடன் என்னை விசாரித்தாள்.

❖

பெண்கள் எந்தப் புவிக்கண்டத்திலிருந்துதான் வந்தாலும் அவர்களிடம் தாய்மையும் பரிவும் எப்போதும் சேர்ந்தே இருந்துவிடுகிறது. ஒருவர் நலிந்துபோயிருக்கையில் பிறிதொரு மனிதர் காட்டும் பரிவும் அன்பும் கவனிப்பும் எத்தனை இதமளிப்பவை. ஆயிஷாதான் எனக்கு இப்போது அவ்வப்போது கஞ்சியும்[45] சிற்றுண்டிகளும் செய்து தருகிறாள்.

ஆயிஷா நிரம்ப வித்தியாசமானவள், பொதுவாக துருக்கிப் பெண்கள் மிகையான சிகரெட் பிரியர்கள், இன்னும் செல்பேசி அடிமைகள். இவளிடம் செல்பேசியை நான் பார்த்ததில்லை; சிகரெட்புகை விடுவதுவுமில்லை.

கணவனால் கொண்டுவரப்பட்டு குழந்தைகளைப் பெற்றுவிட்டு அலங்கமலங்க நடுத்தெருவில் விடப்பட்டு அனாதரவாக நிற்கும் ஆயிஷாவும் பிள்ளைகளுக்குந்தான் என் வீட்டைத் தர வேண்டும். இருக்கும் அப்பத்தைப் பசியுள்ளவனுடன் பகிர்வதே அறமும் விவேகமும்.

ஜெர்மனியின் சொத்துரிமைச் சட்டங்கள் சற்றே விநோதமானவை. ஒருவர் ஒப்பாவணங்கள் எதுவும் எழுதாமலே காலகதி அடைவாராயின், அவரது வேலைக்காரர், சமையற்காரர், சலவைக்காரர், பத்திரிகை விநியோகம் செய்தவர், துப்புரவுத் தொழிலாளி, மருத்துவச் செவிலி, சட்டத்தரணி, மருத்துவர் எலலோருமே அவர் சொத்தில் பங்கு கோரலாம். இன்னும் ஒருவரிடமிருந்து அவரது சொத்தை இன்னொருவர் நன்கொடையாகத்தான் பெற்றுக்கொள்வதாயினும் அதன் பெறுநருக்கு அச்சொத்து *LOTTO* சீட்டில் கிட்டும் நல்வாய்ப்பைப் போல உழைப்பின்றி ஈட்டப்படுவதால் அரசு விதித்திருக்கும் நன்கொடை வரியிலிருந்து அப்பயனர் தப்பமுடியாது. சொத்தின் பெறுமதியின் *20%*ஐ வருமானவரியாக அரசுக்குத் தந்துவிட வேண்டும். இன்றைய தேதிக்கு என் அடுக்ககம் ஐந்து இலட்சம் இயூரோ பெறுமதி என்று கணித்தாலும் ஒரு இலட்சம் இயூரோக்கள் அவர்கள் செலுத்தவேண்டியிருக்கும். சமூக உதவிகள் சிறகத்தின் உதவியில் ஜீவித்திருக்கும் அவர்களுக்கு அதெல்லாம் சாத்தியமில்லை.

---

45. Eintopf

வருமான வரியிலிருந்து விலக்குப்பெற இன்னுமொரு சந்தர்ப்பமும் அதன் உபவிதிகளில் மொழியப்பட்டிருக்கிறது. அதாவது நன்கொடையின் பயனர் கொடையாளியுடன் குறைந்தது மூன்று ஆண்டுகளாவது ஒரேகூரையின் கீழ் வாழ்ந்திருக்க வேண்டும். மூன்றாண்டுகள் இந்த *Jochim Bamberg* தாக்குப் பிடிப்பானாவென்று தெரியவில்லை.

இப்போது தினமும் இரண்டுமுறைகளாவது என்னை ஆயிஷா கவனித்துச்செல்கிறாள். எனது மருந்துகளை மருந்தகத்தில் வாங்கிவந்து தருகிறாள். மருந்துகளை நேரத்துக்கு எடுக்காமல் விட்டிருந்தால் ஒரு பிள்ளையைப்போல என்னைக் கடிந்துகொள்கிறாள். பிள்ளைகளைப் பள்ளியில் விட்டுவிட்டு வந்து சூடாக எனக்கான மதியவுணவையும் சமைத்துத் தருகிறாள். மாலையில் ஏதும் சிற்றுண்டிகள் பண்ணினால் அதைப் பிள்ளைகளிடம் கொடுத்தனுப்புகிறாள். வைத்திய சோதனைகளுக்குச் செல்லவேண்டிய தேதிகளை நாட்காட்டியில் குறித்துவைத்து எனக்கு ஞாபகமூட்டுகிறாள். கட்டிலைத் தட்டிப்போட்டுப் படுக்கைத் துணிகளை மாற்றித் தேவையானபோது எளிதில் செமிபாடடையக்கூடிய வித்தியாச மான சமையலைச் செய்துதந்து, நிஜமான அக்கறையுடன் ஊதியம்பெறாத செவிலியாகவும் தாய்மையின் பரிவுடனும் என்னைக் கவனித்துக்கொள்கிறாள்.

தலைச்சுற்றலும் வாந்தியும் இப்போது அதிகரித்துள்ளன. மருத்துவமனைக்கு அறிவித்தபோது உயிரணிகத்தில் எடுத்துச் சென்று பல எக்ஸ்–கதிர் சோதனைகளையும், வருடல் சோதனைகளையும் *(Scannings)* செய்தார்கள். இரண்டாவது தடவை கூட்டிச்சென்று மைக்கிரோ கமெராக்கள் பொருத்தப்பட்ட *Laparoscopic* கருவிகளைத் தொண்டையினூடும், குதத்தினூடும் செலுத்திப் பலஆய்வுகளைச் செய்தனர். முன்குடல், கல்லீரல், மண்ணீரல், குடற்சுவர் என்று எல்லா இடத்திலும் திசுமாதிரிகள் எடுத்து இழையத்துணித்தாய்வுகள்[46] செய்தனர்.

தொடர்ந்து செமிபாட்டில் மந்தம் வாந்தி என்றிருந்தபோது எனக்கே இருந்த சந்தேகம் வைத்தியர்களுக்கு ஏன் வரவில்லை என்பது தெரியவில்லை. மருத்துவர்களிடம் 'கான்ஸ'ருக்கான அறிகுறிகள் ஏதும் தென்படுகின்றனவா…' என்று கேட்டேன்.

'எங்களுக்கும் அதே சந்தேகம்தான்… ஆனால், கிளினிக்கலாக உறுதிப்படுத்தாத வரை முன்முடிவுகள் எடுக்க முடியாது' என்றனர்.

---

46. பயோப்ஸி

இரண்டு நாட்கள் கழித்து வெயில் ஏறிக்கொண்டிருந்த காலையில் வந்த ஒரு சிறிய மருத்துவர்குழு: '*Guten Morgen... Herr. Bamberg* உமக்கு ஈரலிலும்—முன்குடலிலும்—உறுப்புகளிலும் கான்ஸர் திசுக்கள் உள்ளமை உறுதிப்படுத்தப்பட்டுள்ளன' என்ற தகவலுடன் வந்தது. 'விரைவில் குணப்படுத்திவிடுவோம்' என்கிற பொய்யுரைகள் எதுவும் உதிர்க்கவில்லை.

ஆரோக்கியமில்லாமல் எழும்பவும் இருக்கவுங்கூட இன்னொரு மனிதரின் உதவி தேவைப்படும் ஒருவன் நீண்டகாலம் வாழ்வது துன்பம். எனக்கு இந்த உலகத்தில் செய்துமுடிக்க வேண்டியது எதுவும் பாக்கியில்லை. நாமாக நடமாடும்போதே கதை முடிந்திடுதல் சிலாக்கியம். அப்பிடி முடித்துவைக்க ஏதோவொரு பெயரில் ஒன்று வரத்தானே வேண்டும், வரும்; அதை எதிர்கொள்ளத் தயாராகவே இருந்தேன். இந்த அழகான பூமியில் எனக்கென ஒதுக்கப்பட்டிருந்த காலம் முழுமையும் செம்மையுடன் கழிந்திருக்கிறது; 'மேலும் இன்னொரு நாளை நீட்டித்தா'வென்று யாரையும் இறைஞ்சேன். என்ன மகிழ்ச்சி, நட்பு, நம்பிக்கை இவற்றுக்குத்தான் என்னிடம் தீராத பயம், என்னை இலகுவில் நெருங்கிவிடா. ஆனால், மரணத்துக்கு என்னிடமும் எனக்கு மரணத்திடமும் துளி பயமும் இல்லை. வீரத்துடன் நெருங்கிநெருங்கி வருகிறது. ஒருநாள் அதனிடம் நேர்மையுடன் தோற்றுப்போவேன்.

மின்னல் வெளிச்சத்தைப்போலச் சடுதியில் மறைந்திடும் இந்த வாழ்க்கையில் ஒரு எதிர்பார்ப்புமில்லாமல் பிறன்மீது அன்புசெலுத்தக்கூடிய... வாடிய பயிரைக்கண்டு வாடக்கூடிய மனிதர்களும் புவியில் எம்கூட ஜீவித்திருக்கின்றனர் என்பதைக் கல்லறைக்கு மேலும் சில காலடிகள் இருக்கும்போதுதானே கண்டடைகிறோம்.

ஒருநாள் எனக்கான சமையலை அவள் செய்துகொண்டிருந்தபோது 'ஆயிஷா உனது பணிவிடைக்கும் ஊழியங்களுக்கும் என்னதான் கைமாறு செய்யப் போகிறேன் . . . என்னிடம் அத்தனை பணம் இல்லையே...' என்றேன்.

"கவலைப்படாதீங்கள் மெஸூர் . . . நானும் எந்த எதிர்பார்ப்புடன் உங்களுக்கு உதவி ஊழியம் செய்யவில்லை, நீங்கள் என் பாபாவாக இருந்திருந்தால் உங்களுக்குப் பணிவிடை செய்திருக்கமாட்டேனா... என் கடமைகளுக்காக அல்லாஹ் எனக்கொரு ஊதியத்தை நிர்ணயித்திருந்தால் அதை அவன் எனக்கு மறுமையில் தருவான்" என்றுவிட்டு என் மொட்டைத் தலையைத் தடவி மேல்நெற்றியில் முத்தமிட்டாள். அல்லாஹ்

சம்பந்தமான நம்பிக்கைகளில் ஊறி வளர்ந்த ஒரு இஸ்லாமியக் குடும்பத்துப் பெண் அப்படித்தானே பேசுவாள்?

அவள் அன்று புறப்படும்போது 'ஆயிஷா நீ மன அமைதியோடும் சமாதானத்தோடும் இருக்கும்போது என்னிடம் வா... நான் உன்னோடு ஒரு முக்கியமான விஷயம் பற்றிப் பேச வேண்டும்' என்று சொன்னேன்.

"சரி... நாளைக்கு பிள்ளைகள் பள்ளிக்கூடம் போனதும் வருகிறேன்... பேசலாம் மெஸூயூ..." என்றாள்.

சொன்னபடி மறுநாள் வந்தாள். நான் எண்ணியிருந்த இரண்டாவது முறையை அவளிடம் பகர்ந்தேன்.

"ஆயிஷா கவனமாகக் கேள்! எனக்குக் கல்லறைக்கு இன்னும் சில காலடிகள்தான் இருக்கின்றன. என் நாட்களைக் கழித்தெண்ணிக் கொண்டிருக்கிறேன். நீ குழந்தைகளோடு என் அடுக்ககத்துக்குக் குடிவந்துவிடு. நீங்கள் எல்லோரும் என் கூடவதிவாளர்கள் என்று ஒரு நொத்தாரிஸை அழைத்து ஒரு ஒப்பாவணம் எழுதித் தந்துவிடுகிறேன். நாங்கள் எல்லோரும் இக்கூரையின் கீழ் மூன்று ஆண்டுகள் வாழ்ந்தோம் என்று நிரூபிக்க முடிந்தால் போதும். எனக்குப் பின்னால் தானாவே அன்பளிப்பு வரிகள் எதுவுமின்றி அது உங்களுடையதாகிவிடும். இந்த *Jochim Bamberg* அவ்வளவுகாலம் தாக்குப் பிடிக்க வேண்டுமே... அதுதான் என் தற்போதைய சந்தேகம்."

அதிர்ச்சியிலும் பயத்திலும் வாயடைத்துப்போய் என்னையே பார்த்துக்கொண்டிருந்தவள் நெருங்கிவந்து என்னைக்கட்டி அணைத்து என் கன்னங்களிலும் நெற்றியிலும் முத்தமிடுகையில்,

"இவை உங்கள் விவாகம் ரத்தாகி மனைவி பிரிந்து போய் விட்டதால, மகள் *Hannah*வுக்கும் அவள் கணவனுக்கும் உரித்தாகப்போகும் முதுசங்கள். நீங்கள் எனக்கு அதை எழுதிவைத்தால்... ஆயிஷா *Bamberg* சரசமாடிச் சாகஸங்கள் பண்ணி அவர் அடுக்ககத்தைச் கபளீகரம் பண்ணிட்டாள் என்றொரு வீண்பழி வருமே... திருடி மட்டுமல்ல உங்கள் ஆசைநாயகி என்றும் உலகம் சொல்லுமே மெஸூயூ."

"பயப்பிடாதே... ஆயிஷா உன்னைக் கலவிப் பறப்புக் கெல்லாம் அழைக்கமாட்டேன்."

என் விகடம் புரியாமல். என்னை அலமலங்கப் பார்த்தபடி நின்றிருந்தாள்.

"ஒரு சாதுவுக்குக் கிடைத்த *FERRARI* காரைப்போல, இந்த அடுக்ககம் எனக்குச் சொந்தமானதென்பதே இங்கொரு

குருவிக்கும் தெரியாது. அந்தக் கவலையை விடு ஆயிஷா. உலகம் என்பது வெறும் நாலுபேர்தான். என்னைத் தாங்க ஒரு தோள் தேவைப்படும்போது அது தோள்கொடுக்காது. நீ நடுக்கடல் தோணிபோலத் தத்தளித்து நிற்கிறாய், அது வேடிக்கை மட்டும் பார்க்கும். அந்தச் சமூகத்தையிட்டு நீ அலட்டிக்கொள்ளத் தேவையில்லை, ஒரு சீனச்சொல்லடை இருக்கிறது, 'ஒரு புத்தகத்தை வாங்குவதற்குத் தரும் சில்லறையைக்கொண்டு அதையும்விடச் சிறந்த இன்னொரு காரியத்தை ஒருவன் பண்ணமுடியாது' அதைப்போல் தேவையும் அருகதையுமுள்ள ஒருவருக்குத் தருவதைவிடவும் இந்த அடுக்ககத்தைக் கொண்டு வேறொரு சிறந்த காரியத்தையும் என்னால் பண்ணவே முடியாது புரிந்துகொள் சின்னப் பெண்ணே... ஆயிஷா."

யதார்த்தமாகவும் உரத்தும் சிந்திக்கலானாள் ஆயிஷா.

❖

'இன்னும் சில காலடிகள்', 'இன்னும் சில காலடிகள்' என்று சொல்லிக்கொண்டே அவ்வாண்டின் பின்பனிக் கூதிரில் Herr. Bamberg காலகதியாகித் தன் கல்லறையை அடைந்தார்.

❖

குளிர்காலம் கழிந்து வசந்தம் பிறந்தது. Kerstin க்கு Alkim மேல் வெறுப்பு வளர்ந்திருந்தது. ஒரு சமரில் அவளுக்கு வந்த கோபத்தில் Kerstin அவன்மேல் பொரிக்கும் சட்டியை விட்டெறிந்ததில் அவனது முழங்கால் சிரட்டை பெயர்ந்து போனது. மருத்துவமனையில் சத்திரசிகிச்சைமூலம் சரிப்படுத்தப் பட்டு அங்கே ஒரு மாதத்துக்கும் மேலாக காலை உயர்த்தி வைத்துக்கொண்டு கிடந்தான். நட்பு, உறவு, தெரிந்தவர் வட்டங்களில் எவரும்போய் அவனைப் பார்க்கவில்லை. அது ஒரு விபத்தன்றி பிறரொருவரால் ஏற்படுத்தப்பட்ட காயம் என்பதால் மருத்துவமனை முறைப்பாட்டின்படி காவற்துறை Kerstin மீது குற்றவியல் வழக்குத் தொடுத்துள்ளது.

Alkim மருத்துவமனையிலிருந்து விடுதலையாகும் நாள். எங்கே போகலாம் என்ற சிந்தனையில் படுத்திருந்தவனுக்கு அதிகாலையில் கனவும் நனவும் போலவானதொரு 'பாவனை'யில் ஆயிஷாவின் பேச்சொலியும் குழந்தைகளின் கீச்சிடலும் கலந்து கேட்கவும் திடுக்கிட்டு எழுந்தான்.

மருத்துவமனையில் காலையுணவை முடித்துக்கொண்டு இவனிருந்த கூடத்தில் அனைவரிடமும் விடைபெற்றான். 'ஆயிஷா முகத்தில் காறியுமிழ்ந்தாலும் பரவாயில்லை அங்கேதான்

போகவேண்டுமெ’ன்று ஊன்றுகோலுடன் விந்திக்கொண்டு ஒரு சீருந்திற்போய் வீட்டின் அழைப்பானை அழுத்தினான். வெகு நேரமாகக் கதவுகளை யாரும் திறக்கவோ, உள்ளிணைக்கும் தொலைப்பன்னியில் ‘யார்’ ‘எவர்’ என்று விசாரிக்கவோ இல்லை. காத்திருந்தான். வெகுநேரம் காத்திருந்தபின் தொடர் வீட்டுக் குடியிருப்பின் உள்ளேயிருந்து வெளியே வந்த ஒருவர் இவனை ஏறவிறங்கப் பார்த்துவிட்டு வெளிக்கதவைத் திறந்து உள்ளே போக அனுமதித்தார். உள்ளே சென்று அடுக்ககத்தின் சுவரிலிருந்த அழைப்பானைத் தொடப்போனவன் அதில் எவரது பெயருமே இல்லாததைக் கண்டான். சரி... வீடுதான் மாறிவிட்டாள் போலிருக்கு... எங்கே போனாளென்று *Bamberg* கிழவரைத்தான் விசாரிப்போமே என்று மெல்ல நடந்து அவர் கதவருகே போனவனுக்கு உள்ளே கனவில் கேட்ட ஆயிஷாவின் பேச்சொலியும், குழந்தைகளின் கீச்சொலியும் கலந்து கேட்கவும் இதயத்துடிப்பு எகிற அந்தரப்பட்டான், தன்னை ஆசுவாசப்படுத்திக்கொண்டு அழைப்பானில் கையை வைக்கப்போனவன் கண்களில் அவரது கதவின் புதிய பித்தளைப் பெயர்த் தகட்டில் இருந்த புதிய பெயர் மின்னலின் பிரவாகத்துடன் தெறித்தது.

* Familie. Aysha Bamberg

காக்கைச் சிறகினிலே இலக்கிய அமைப்பு 2018வது ஆண்டு நடத்திய கவிஞர் கி.பி. அரவிந்தன் ஞாபகார்த்த குறுநாவல் போட்டியில் தெரிவுசெய்யப்பட்டது.

5

பிறகு மழை பெய்தது

விஷாகனின் பணியிடத்தில் ஒன்றாக பணிபுரிபவரும், நெடுநாள் நண்பருமான ஒருவரின் மகனது 18வது பிறந்தநாள். மெலிதான வாத்திய இசையொன்று அரங்கின் வெளியை நிரவ விருந்து ஆடம்பரமாக அந்த ஹொட்டலில் நடந்துகொண்டிருந்தது. அவ்விருந்துக்கு வருவான் என வசீகரன் எதிபார்த்திருந்தவன் மகிழுந்தை நிறுத்திடத்தில் வைத்துவிட்டு அரங்கினுள் நிதானமாக நுழைகிறான். வசீகரன் சற்றுத்தூரத்தில் நின்ற இன்னொருவனை 'உவன்தானா'வென்று உறுதிப்படுத்துமுகமாகச் சைகையால் கேட்டான். அவனும் 'ஆம்' என்பதாகத் தலை அசைக்கவும் புலியைப்போல், துல்லியமாய் விரைந்து அடியெடுத்துப்போய் அவனின் அருகில் நின்று பிளேசருக்குள் மறைத்து வைத்திருந்த றம்போ கத்தியை எடுத்துப் பலாப்பழத்திற் செருகுவதைப் போல் அவனது பளுவில் நிதானமாகச் செருகினான். குத்தை வாங்கியவனுக்கு நடந்தது என்னவென்றே தெரியவில்லை, அவனுக்குப் பளுவில் ஒரு தேனீ கொட்டியதைப் போலவும் பின் அதே இடத்தில் யாரோ பலமாக அடித்ததைப் போலவும் இருந்தது, மேலும் இரண்டு அடிகளை எடுத்துவைத்தவன் மூன்றாவது அடியைவைக்க முடியாதபடி உடலின் சமநிலை குலையவும் தடுமாறிக் குப்புறச் சொருகுப்பட்ட கத்தியுடன் விழுந்தான். விழுந்த பின்னாலேயே குத்துவாயிலிருந்து குருதி வந்தது. இதுகண்ட விருந்தினரில் பாதிப்பேர் வாயடைத்து உறைந்து போயிருந்தனர். சுதாகரித்துக்கொண்ட பெண்கள்போட்ட கூச்சலிலும், மீதிச்சனம்

பட்ட அம்முலோதியியிலும் அரங்கத்தின் பாதுகாப்பு ஊழியர்கள் ஓடிவந்தனர். அடுத்த ஐந்தாவது மணித்துளியில் காவல்துறையினரும் உயிரணிகத்தினரும் ஒருசேர வந்தனர். குத்தப்பட்டவரைத் தூக்கி வைத்துக்கொண்டு உயிரணிகம் மருத்துவமனையை நோக்கி விரைய காவல்துறை வசீகரனுக்கு விலங்குபோட்டு அழைத்துப்போனது.

முரண்நகை எதுவெனில் விருந்தை நடத்தியவர்களுக்கோ விருந்தினர்களுக்கோ குத்தினவன் யாரென்றோ, குத்தப்பட்டவன் எவனென்றோ, எதுக்கான குத்துப்பாடு, இங்கே ஏன் என்றெதுவுந் தெரியவில்லை. தமிழர்களின் பிறந்தநாள், திருமணம், பூப்புனித நீராட்டன்ன விழாக்களில் இக்கத்திக் குத்துபோன்ற வம்பு வல்லடிகள் பெர்லினில் இதுவரை நிகழாத அதிசயமாதலால் இச்சம்பவம் அனைத்துக் காட்சியூடகங்களிலும் பத்திரிகை களிலும் பரபரப்பாக இடத்தைப்பிடித்துக்கொண்டது. பல பத்திரிகைகள் கொலை முயற்சிக்கான காரணங் களைஅனுமானமாகவும் எதிர்வுகூறலாகவும் சலம்பலாயின. சில ஊடகங்கள் போதைவஸ்து வியாபாரத்தில் எழுந்த பிணக்கு என்றன, சில இருவருக்குமிடையே உள்ள 25 வயது வித்தியாசத்தைக்கூடக் கணக்கில் எடுக்காமல் ஒரு பெண்ணை அடைவதில் எழுந்த போட்டி என்றன. இது புலம்பெயர்ந்த வெளிநாட்டவர் சம்பந்தப்பட்ட நிகழ்வுதானே, ஊடகங்கள் விரைவில் அதை மறந்தும்போயின.

✤

80களில் இலங்கைத்தமிழ் இளைஞர்கள் ஐரோப்பிய நாடுகளுள் நுழைவதற்குப் பல வழிகளைத் தந்திரமாகக் கையாண்டனர். அப்போது கிழக்கு ஜெர்மனிக்கான விஸாவை இலங்கையிலேய எடுத்துக்கொண்டுவிடலாம். அதோடு நேரடியாகக் கிழக்கு பெர்லினில் வந்திறங்கி அங்கிருந்து டென்மார்க் அல்லது நோர்வே, சுவிடன் திசையில் போகும் தொடரிகளில் ஏறிக்கொண்டு அவை மேற்கு ஜெர்மனியின் நகரங்களில் நிறுத்தப்படும்போது அங்கங்கே பயணப்பொதியுடன் இறங்கிவிடுவது. இலகுவான இவ்வழியில் தினமும் இலங்கைத்தமிழர்கள், பாகிஸ்தானியர்கள், பங்களாதேஷிகள், நேப்பாளிகள், வியட்நாமியர்கள் நூற்றுக்கணக்கில் வந்திறங்கவும் இவர்களின் வரவுகள் கண்காணிக்கப்பட்டுக் கைதுசெய்யப்பட்டனர். கைதின்போது அரசியல்தஞ்சம் கோருபவர்களுக்குச் சிலவார வதிவு அனுமதிதந்து வெளியில் சுயாதீனமாக உலவவிடப்படுவர். 10. நொவெம்பர் 1989 இல் கிழக்கு/மேற்கு ஜெர்மனிகளுக்கிடையே யான பிரிசுவர் விழுந்ததும் கிழக்கு ஜெர்மனியென்று ஒன்று

இல்லாமலாக கிழக்கு ஜெர்மனிக்கென வழங்கப்பட்ட தனியான விஸாவும் இல்லாமற்போனது.

பயணமுகவர்கள் சும்மா இருப்பார்களா, வேறு உபாயங்களையும் தந்திரங்களையும் நுட்பமாகப் பரிசீலித்தனர். கடவுச்சீட்டுகளில் தலைகளை மாற்றி ஒட்டுவதைவிடவும் இவ்வழிக்கு அதிக தொழில்நுட்பம் வேண்டியிருந்தது. வார்ஷோ, கிரீமியா, ஷோபியா பல்கலைக்கழகங்களில் கல்விபயில அனுமதி கிடைத்ததுபோலப் பத்திரங்கள் தயாரித்துக் கொண்டு அவ்வந்நாடுகளின் விஸாக்களை இலங்கையிலேயே பெற்றுக்கொண்டு மாணவர்கள் பாவனையில் பயணிகள் வந்திறங்கியதும் அவர்களை பல்கேரியா, செக்கோஸ்லோவாகியா, போலந்தினூடாக ஜெர்மனிக்குள் *Dresden, Chemnitz* நகரங்களுக்குச் செல்லும் வாகனங்களில் ஜெர்மனிக்குட் தள்ளுவது. பாதை களில் எதுவும் விக்கினங்களென்றால் சிலருக்கு இரவு நேரங்களில் கால்நடையாக 40, 50 கி.மீட்டர்கள் நடந்துகூட ஜெர்மனிக்குள் நுழைய நேர்ந்திருக்கிறது. வேறும் சிலருக்கு ஒரு வாகனத்தில் ஒரு குறிப்பிட்ட எல்லைவரை பயணித்துப் பின் வாகனங்கள்மாறி வேறுவாகனங்களில் ஏறிக்கொண்டு காடுகளுக்குள் இறங்கி ஆற்றங்கரையோரமாகவும், மண்டிய புதர்களூடாகவும், சதுப்புச்நில சேறுகளூடாகவும் எல்லைகளை நடந்து கடந்தவர்களுமுண்டு. பனிக்காலத்தில் எல்லை கடக்க முயன்ற சிலர் பனிச்சேற்றில் புதையுண்டும், ஆற்றோடு அள்ளுப்பட்டும் காணாமற்போன சம்பவங்களும் நடந்துள்ளன. ஜெர்மனியில் குறிப்பாக, பெர்லின் ஹொட்டல்களின் சலவைத்துணி களைச் சலவைசெய்வது போலந்தின் சலவைக் குழுமங்களால் ஒப்பந்தம் செய்யப்பட்டுப் போலந்துக்கு எடுத்துவரப்பட்டு அவை சலவையானதும் தினமும் சுறுசுறுப்புடன் திருப்பியேற்றப் படுகின்றன. இவ்வாறு தினசரி சென்றுவரும் வாகனங்களில் எவருக்கும் சந்தேகமில்லாமல் ஆட்களைக் கடத்திவிடுவதும் ஒரு வழி.

✥

கம்பன் என்கிற இவ்விளம் முகவரினால் ஜெர்மனிக்குள் நுழைவதற்காக மொஸ்கோ தொட்டுவந்தவொரு விமானத்தில் ஒரு மாணவியாக வார்ஷோவில் வந்திறங்கினேன். அன்றைக்கே தொடரிமூலம் மூன்று ஆண்களும் இரண்டு பெண்களுமாக *Wroclaw* எனும் இடத்துக்கு வந்தோம். மேற்குப்போலந்தின் *Wroclaw*. இப்புராதன நகரத்தைக் காரணத்துடந்தான் முகவர்கள் தேர்வுசெய்தனர். இதிலிருந்து 270கிமீ, 300கிமீ தொலைவில்தான் *Dresden, Chemnitz* ஆகிய ஜெர்மனியின் நகரங்கள் இருக்கின்றன. இன்னும் *Wroclaw* கட்டடக்கலைகளுக்கு மிகவும் பெயர்போனது,

அங்குள்ள *St.Elezebeth's Church* உலகப்பிரசித்தம். நகரத்தின் அழகைத் தரிசிக்கவும் அங்கிருந்து உற்பத்தியாகும் *Oder* என்னும் ஆற்றின் அழகைக் காணவும் உலகெங்கிலுமிருந்து உல்லாசப்பயணிகள் வந்தவண்ணமிருப்பர், ஆதலால் கறுத்தத்தலைகள் காவல்த்துறையினதோ அல்லது மற்றவர்களின் கவனத்தையோ அத்தனை ஈர்க்காது.

இவ் *Wroclaw* விலிருந்தும் 10 கிமீவரையில் ஒதுக்குப்புறமாய் அமைந்திருந்தது நாமிருந்த அந்த *Krzyki* என்கிற கிராமம். அங்கே மொத்தமும் 15 / 20 வீடுகள்தான் இருக்கும். அந்தப் பழையவீடு பிரதான சாலையிலிருந்து *Krzyki* நோக்கிக் கிளைக்கும் ஒரு சிறுவீதியில் அமைந்திருந்தது. அவ்விடத்தை ஊடறுக்கும் பெருஞ்சாலையிலேயே எப்போதாவது சில பாரவுந்துகள் கடந்துபோகும், மற்றும்படி பேருந்து, சிற்றுந்து, மகிழூந்துகளையே காண நேருவது அரிது. அந்தவீட்டில் பெரியதும் சிறியதுமாய் இரண்டு அறைகளும் அவை இரண்டுக்கும் பொதுவான ஒரு ஒடுங்கலான ஓடி/இடைகழியும் இருந்தது. இந்நடையின் முடிவில் குளியலறை. பெரிய அறையில் இரண்டு இரும்புக்கட்டில் போடப்பட்டிருந்தன. சிறிய அறையில் ஒரு இரும்புக்கட்டிலும் ஆட்கள் மேலதிகமாகத் தங்க நேர்ந்தால் படுப்பதற்கு இரண்டு மெத்தைகளும் இருந்தன. தனியான சமையலறை கிடையாது, ஆகையால் பெரிய அறையிலேயே காஸ் அடுப்பு வைத்துச் சமைத்தோம். அவ்வறையுள்ளே கழுவுந்தொட்டியோ தண்ணீர்க்குழாயோ இல்லை. குளியலறையிலே பாத்திரங் களையெல்லாம் கழுவினோம். அவ்வீடு இரண்டாம் உலகமகாயுத்தத்தின்போது ரஷ்யச் சிப்பாய்களுக்காகக் கட்டப்பட்டவை என்றார்கள். சமூகவலைத்தளங்கள் எதுவு மில்லாத அக்காலத்தில் அங்கே யாரைப்பிடித்து எப்படித்தான் கம்பன் அவ்வீட்டைப் பிடித்தானோ தெரியவில்லை. ஆள் வலு சுழியன். அவனுக்கு அவ்வூரிலும் சிலரைப் பழக்கமிருந்தது, அப்பழக்கத்தால் அவர்களின் சிற்றுந்திலேயே வாரம் ஒரு முறை எங்கேயோ போய் கோதுமைமா, பால், தயிர், வெண்ணெய்க்கட்டிகள், பாண், ஜாம், உருளைக்கிழங்கு, மைசூர்ப்பருப்பு, வெங்காயம், போஞ்சி, அவரை, தக்காளி என்பனவற்றை வாங்கிவருவான். மிளகாய், நற்சீரகம், மல்லியன்ன வெஞ்சனங்கள்தான் அரிய பொருட்களாயிருக்க *Meerrettich (Horseradish)* ஐயும் மிளகையுமே காரத்துக்குப் பாவித்துச் சாப்பாடென்று ஏதேதோவெல்லாம் பண்ணியுண்டு உயிர் தரித்தோம்.

நான் அங்கே இருந்த நேரத்தில் கம்பனுட்பட மொத்த மாக எட்டுப்பேர் அவ்வீட்டில் தங்கினோம். அநாவசியமாக

வீட்டைவிட்டு எவரும் வெளியே திரிய வேண்டாமென்றும், அப்படி ஏதாவது தேவைக்காகப் போக நேர்ந்தால் மாணவர்களைப்போல இரண்டு புத்தகத்தையோ கோப்புக்களையோ கையில் எடுத்துப்போகும்படி கம்பன் கண்டிப்பாகச் சொல்லியிருந்தான். வீணாக வெளியேபோய் ஏதாவது கோக்குமாக்குகளில் மாட்டிக்கொண்டால் அது அவர்களின் தொழிலுக்குப் பின்னடைவென்றும் நாறடித்து விடும் என்றும் எச்சரிக்கையில் ஒருவேளை காவல்துறையினரோ வேறு அதிகாரிகளோ எம்மிடம் ஏதாவது விசாரிக்க நேர்ந்தால் எப்படிப் பதில்கள் தரவேண்டுமென்று பயிற்சிகளும் தரப்பட்டிருந்தன.

ஒருநாள் நாங்கள் சேர்ந்து அங்கிருக்கும் ஒரு அருவிக்கரையோரம் நடக்கப்போனபோது கம்பன் தன்னைப் பற்றியும் குடும்பம் பற்றியும் கொஞ்சம்போலத் தெரியப் படுத்தினான், தனக்குத் திருமணமாகாத மூத்த இளைய இரண்டு சகோதரிகளுக்கும் வாழ்க்கை வாங்க வேண்டுமென்றும் கச்சேரியில் அரச அதிபரின் அலுவலகத்தில் நேர்மையான சிற்றூழியராகப் பணியாற்றி ஓய்வுபெற்ற தங்கள் அப்பாவின் ஓய்வூதியத்தில்தான் குடும்பம் நெருக்கடியுடன் நகருவதாகவும் சொன்னான்.

அவனது அப்பா வீட்டின் வறுமைநிலை காரணமாகப் பத்தாவது படிக்கும்போதே கச்சேரியில் சிற்றூழியராகச் சேர்வதற்கு விண்ணப்பித்தாராம். போட்டியில்லாமல் அவ்வூழியம் கிடைத்து விடவே அதில் சேர்ந்துவிட்டாராம். பத்தாவது கணிதத்தில் சித்தியெய்தாமற் போனதில் 27 ஆண்டுகால அரசு ஊழியத்தின் பின்னரும் சிற்றூழியராகவே ஓய்வுபெற்றாராம்,

கம்பன் என்கிற அவன் பெயர் வித்தியாசமாயிருப்பதைக் கண்டு 'உங்கப்பா பெரிய இலக்கிய ரசிகரோ' என்றதுக்கு "எங்கப்பா பள்ளிநூலகத்தில் அமயகால நூலகராகவும் பணிசெய்திருக்கிறார். அப்போதெல்லாம் அங்கிருந்து நிறையப் புத்தகங்களை எடுத்துவந்து வாசிக்கும் பழக்கமும் அவருக்கு இருந்தது, ஆனால் தனக்கு இலக்கியரசனை இருக்கிறது அல்லது இல்லை, அதைப்பத்தியெல்லாம் எங்ககூடப் பேசமாட்டார்... அத்தோட எங்களுடன் என்றைக்குமே இலக்கியச் சண்டிகளும் பண்ணியதில்லை" என்றான்.

தனக்கு இயக்கமொன்றினால் ஏதோ இரண்டொரு ஆண்டுகளில் தமிழீழம் கிடைத்துவிடும் என்பதுபோல மதியூட்டப்பட்டதால் வலியப்போய் அதிலே தான் இணைந்த தாகவும், இணைந்த ஆண்டிலேயே பண வசூலிப்புபோன்ற

அதன் எல்லாக்கிரியைகளோடும் உடன்படமுடியாமல் விலக விரும்பிய போது அவ்வியக்கம் தனக்குத் தண்டனையாக ஒன்பது மாதங்கள் பங்கர்கள் வெட்டவைத்தே விடுதலை செய்ததாகவும் சொன்னான். மாணவர் விசாவில் மொஸ்கோ வந்தவன் அங்கிருந்து இடர்கழி (றிஸ்க்) நிறைந்த ஆனால் அறத்துக்கு முரண் இல்லை என்று நம்பிய ஒரு வழியில் பணம் சம்பாதிக்க விழைந்துகொண்டிருந்தான்.

❖

இரண்டு ஆண்டுகள் கஷ்டப்பட்டு உழைத்த பணத்தில் இராச வீதியில் வீடொன்றை வாங்கியதாகவும் செலுத்தவேண்டிய மீதிப்பணம் 25 இலட்சத்துக்கு விற்றவர்களிடமே அவ்வீட்டை ஈடு வைத்திருப்பதாகவும் விரைந்து அதை மீட்க வேண்டுமென்றும் சொன்னான். இயக்கத்தில் இருந்தபடியாலாக்கும் எந்தக் குளிர்நாளிலும் தூக்கத்திலிருந்து நேரத்துக்கு எழுவது, தேகப்பியாசம் செய்வதென்று அவன் செயற்பாடுகள், இயக்கத்தில் ஒரு ஒழுங்கும் ஆவர்த்தனமும் நேர்த்தியும் இருந்தன.

'எந்தளவுக்கு வேகமாகப் பயணிகளை ரஷ்யாவில் போலந்தில் தேங்கவிடாமல் குழல்பிட்டுமாதிரி தள்ளி வெளியே அனுப்பிவைக்கிறேனோ அந்தளவுக்கு நல்லது... ரொம்பநாள் பயணிகளைக் குறிப்பாகப் பெண்களை இடைத்தங்கல் நாடுகளில் தங்கவைத்தோமானால் எமது தொழிலும் பெயரும் கெட்டுப்போகும்' என்றான்.

"ஏன் பயணிகள் தங்கினால் உங்களுக்குச் சாப்பாட்டுச் செலவு எகிறிவிடுமோ..." என்றேன் புரியாதவள்போல. (அப்போ தெல்லாம் பேச்சு நீங்கள் நாங்கள்தான்).

"இல்லை... உங்கள் கோடெக்ஸ் செலவு எகிறிடும்" என்றான்.

நான் அவன் பளுவில் கிள்ளிக்கூச்சம் காட்டவும், அவனும் தெறிவினை போல் கட்டைவிரலால் அச்சொட்டாக என் மார்புக் காம்பை அமுக்கிக் 'ஹோர்ண்' அடித்தான். என் உடலின் குருதி மண்டலம் முழுவதும் குருதி சீறிப்பாய்ந்தது. அவனது அந்தத் துடுக்கும் துணிச்சலும் அவன்மேல் ஆகர்ஷத்தை வளர்த்தன. நான் சுதாகரிக்கையில்...

"அப்போதாம்மா கூடுதலான பயணிகளைக் கையாள முடியும். இலாபமும் கிடைக்கும்..." என்று உண்மை பேசினான்.

"...வேறொருவன்னா இத்தனைக்கு இதேசாக்கில் என்னைக் கட்டிப்பிடித்து லிப்ஸ் வரைக்கும் வந்திருப்பான்... நீ அநியாயத்துக்கு நல்லவன்பா..."

"நானு அத்தனை நல்லவன் கிடையாதும்மே. . . எங்க நீ தான் நான் கண்ணகி அகலிகை வம்சம்னு இந்தக் காட்டு நடுவில குதிப்பியோன்னு தான் பயந்தேன்."

பிறிதொருமுறை படிக்கட்டொன்றில் அவனோடு நாம் சேர்ந்து ஏறும்போது அனிச்சையாகத் தொடுவதைப் போல் முதன்முதலாக என் கைகளைத் தொட்டான், பின்னொருக்கால் இயல்பாகத் தொடுவதைப்போலத் தொட்டான். அதை விலக்காமலும் தடுக்காமலும் இருக்குமளவுக்குக் கண்ணியமான அந்த ஆணின் தொடுகையையும் வெம்மையையும் அது தந்த சிலிர்ப்பையும் விரும்பினேன். தொடுகைகள் தழுவல்களாகி அவை பிணித்துவரக்கூடிய கக்கிசங்களை நான் அறிந்திருந்தேன். கன்னியாக இருந்தேனா அந்தத் தொடுகையும் உறவும் சிகரெட்டின் முதல் சுகந்தத்தைப் போல சுகமாகவும் வேண்டுவதாயும் இருந்தன. சுகம் சுகம் சுகம் சுகத்தின் திசையில் யாம் இருந்தோம். அவனது தொடுகைகள் கோடி இன்பம் மேனியுள்ளே பாய்ச்சி என்னை வேறொரு உலகத்துள் இட்டுச்சென்றன.

அவனோ நானோ காதல் சொட்டும் பிரவசனங்கள் எதையும் ஒருவரிடம் ஒருவர் உதிர்க்கவில்லை. தமிழ்ப் படங்களினிடையே வந்த ஆங்கில / ஃப்ரெஞ்சுப்பட டிரெயிலர்களில் கண்ட முத்தங்கள் மொஸ்கோவில் நனவாயின. எம் மனங்களும் உடலமும் அதிர்ந்தன. அவனது அணுக்கமும் படர்தலும் எனக்கொரு காபந்தைத் தருவதைப்போலொரு பிரமையைத் தந்தன.

சில பயணி மடந்தையர் கெதியாய் இங்கிருந்து கிளம்பி விடுவதற்காக வலிந்துபோய் முகவர்களிடம் கொஞ்சுவதும் சல்லாபிப்பதும் மேவி மேற்செல்வதும் நான் கண்டதுதான். கம்பனுக்கும் எனக்குமிடையே நிபந்தனைகள் எதையும் நாம் வைத்துக்கொள்ளவில்லை.

நான் இயல்பில் விலை உயர்ந்த வாசனைத் திரவியங்கள் எதையும் பாவிப்பவளில்லை.

"உன்னிலிருந்து வரும் வாசம் என்னைக் கிறங்கடிக்குது. எத்தனையோபேர் இந்த வாசற்படியைக் கடந்து போயிருக் கிறாளவை, ஆனால் எவளும் இப்படி உன்னை மாதிரிப் படுத்தியதில்லடி."

கண்களைப் படபடவென அடித்து "இது வேறொருவருக்கோ படைக்கப்பட்ட மலராச்சே" என்றேன் சினிமாத்தனமாக.

"அப்போ சும்மா பார்த்து ஜொள்ளு விட்டிட்டுக் கடந்துபோக வேண்டிய பொம்மைக் கடையா இது..."

"..."

"எனக்கென்றால் பத்துப்பதினைஞ்சு வரியம் குளிர்நாட்டில விறைச்சுக் கிடந்து உழைச்சுப்போட்டு 40 வயதிலை ஒரு 25/30 இலட்சத்தை இடுக்கிக்கொண்டு மூலவருத்தத்தோடும் வழுக்கைத்தலை, வெள்ளெழுத்தோடும் நாட்டில வந்திறங்கிறதில இஷ்டமில்லை. இரண்டு வருஷத்தில எதுமுடியுமோ அதை உழைச்சுக்கொண்டு நம்மட நாட்டில சந்தோஷமாய்ப் போய் வாழ வேண்டும். அதுக்காண்டித் தூள் விக்கவெல்லாம் போகமாட்டன்,"

"அதென்ன தூள் விக்கிறது"

"அட தூள் தெரியாதா தூள் உனக்கு... விட்டா உலகத்தையே கவிழ்க்கிற மாதிரிக் கதைக்கிறீர் தூள் தெரியாதா தூள்..."

கலாச்சாரக் காவலர்களோடு கம்பு சுற்றாமல் இந்தக் கம்பன் எனும் இப்பாத்திரத்தைக் என் கதைக்குள்ள புகுத்த முடியாது, ஆனாலும் என் கதையின் மையமும் திருப்புமுனையும் அவன்தான்.

"இப்பதான் 2 பெக்ஸ் வொட்கா அடித்தேன்" என்பான், அவன் செயற்பாடுகள் அனைத்திலும் ஒரு வெளிப்படைத்தன்மை இருந்தன. நிறைய என்மேல் ஆசைப்பட்டான். பலரும் கீட்கண்ணால் பார்த்துக்கொண்டிருக்கவும் அவனது பெரிய நேசத்துக்கும் வாஞ்சைக்கும் செம்மனதுக்கும் தெரிந்தே அவனுடன் நிரம்பச் சுற்றினேன், இருபதுக்குட்பட்ட என் இளமைக்காலம் ஒரு குகைக்குள்ளேயே கழிந்துவிட்ட பிரமை. கட்டுப்பாடுகள் நிறைந்த யாழ் சமூகத்திலிருந்து வருபவள், *Wroclaw*வின் இந்தச் சுதந்திரச் சுவாசத்தில் பூலோகம் என்றொரு பொருளுள்ளதை இவ்வர்ஷி மறந்தாளடி. அவன் அனந்தவர்ஷிணி என்கிற என் பெயரைச் சுருக்கி 'வர்ஷி' 'வர்ஷி' என்று கிசுகிசுப்பாக அழைக்கும் போதெல்லாம் என் பெயருக்கு இன்னும் ஆயிரம் அர்த்தங்கள் இருப்பதைப்போல் என் பெயரே என்னைக் கிளர்த்திற்று.

"உன்னை பெயரை வர்ஷின்னு சொல்கிற ஒவ்வொரு தடவையும் எனக்குள்ள ஒரு பூந்தூவல் பனுக்குதம்மா"

"அப்புறம்..."

"நாங்கூட உன்னையைப் பார்த்தவுடனே மனசுக்குள்ள உனக்கு வேறயொரு பெயர் வைச்சுட்டேன்... தெரியுமோ ஆனா அதைச்சொன்னா கோவிச்சுப்பியோன்னுதான் பயந்திட்டிருந்தேன்."

"ம்ம்ம்..." இன்ரெறெஸ்டிங்... அதென்ன பெயர் சொல்லுங்க...

"கோவிச்சுக்கமாட்டேன்னு சொல்லு..."

"இல்லை கோவிச்சுக்கலை... சொல்லுங்க, ப்ளீஸ்"

"எதுக்கும் தள்ளிநின்றே சொல்லிடறேன்... 'தொதல்'"

"அதென்ன மாமே... புச்சா கீது, ஏதாச்சும் காரணப்பெயரோ."

"ம்ம்ம்... கொஞ்சம் காரணப்பெயர்தான்."

"அது இன்னா காரணம் நான் ப்றவுணா இருக்கிறதா..."

"இல்லை. எல்லாப்பக்கத்தாலும் கடிக்கலாம்போல... அதுக்குச் சொன்னேன்"

"ஏன் தொதல் மட்டுந்தான் அப்படியா..."

"இல்லை லட்டு ஜாங்கிரி அல்போன்ஸா மல்கோவாகூட அப்படித்தான்... ஆனால் எல்லாத்திலும் ஆசைப்பட்டு என்னாவப்போவுது..." என்றவனின் குத்திட்ட பார்வை என் மார்பில் நிலைத்து வருடிற்று.

ஈர்க்கு இடை போகா இள முலை மாதர்
கூர்த்த நயனக் கொள்ளையில் பிழைத்தும்
தேனடை லட்டு ஜாங்கிரி மல்கோவா
மாயம் என்றொதுக்கும் பக்குவம் வாய்த்திராப்
பேதையன் என்செயும்...

"ஏதேது சாரு குதம்பைச்சித்தர் றேஞ்சுக்குப் போயிட்டாப்பல"

"அல்ல... அல்ல... அப்படியாக முடியலை என்றிவன் ஆதங்கத்தைச் சொன்னேன்... அரிவையே...

"அரிவைன்னா..."

"வளரிளம் பருவத்தைக் கடந்துகொண்டிருக்கும் மாதர்கள் அரிவையர்..."

இப்படியெல்லாம் 'தொதல்' மாதிரி இருக்கேன்னு சொல்லிட்டதால அவனை அப்போ நீ என்னைக் கட்டிக்கிறியான்னே நான் கேட்கலை, அவன் எனக்கோ நான் அவனுக்கோ ஆசைகாட்டினோமில்லை. என் கையிலடித்துச் சினிமாப்பாணியில் "உன்னைக் கைவிடமாட்டேன் என் கண்மணி" என்று சத்தியங்களும் செய்யவில்லை. எமக்குள் நெருக்கம் அதிகமான பிறகுங்கூட நாம எப்போ எந்த நாட்டில் போய் நிலையாகக் குடியமர்வதென்றெல்லாம் கூட்டுக் கனவுகள் கண்டோமில்லை.

எங்களை ஜெர்மனிக்கு ஏற்றிவிட்டு மறுநாள் காட்மண்டூடாக லாவோஸ் போகவிருந்த கம்பனும் நானும் இருந்த அறைக்குள் ஜன்னலூடாக செம்புநிறத்தில் ஒரு நிலவு மினுக்கிச் சேர்ந்திசைத்தது.

குளிரும் உணர்ச்சிகளின் கொந்தளிப்பும் தீண்டலின் கதகதப்பும், லாகிரிக் களிப்பின் மாயக் கணங்களில் "வெல்வெட்தான் இப்போ எங்கும் கிடைக்காதே, இவ்வளவு அசல்ச்சீமை வெல்வெட் சிப்பத்தை எதுக்கடி இங்கே பதுக்கிவைத்திருக்கே..." என்றவன் என் இடையை மேலிருந்து கீழாகவும் கீழிருந்து மேலாகவும் வருடியபின் இரண்டு கைகளாலும் மத்துக் கடைந்தான். காமத்தின் உன்மத்த அவத்தை இது. அக்கடைதலிலேறிய போதையில் அவன் கைவிரல்கள் கட்டற்று அலையத்தொடங்கின.

என் பாதத்தை ஏந்தித் தன் கன்னங்களில் வைத்து அழுத்திவருடவும் அவனது இரண்டு நாட் தாடி உள்ளங் கால்களில் கூச்சங்காட்டியது. 'ஐஸ்கட்டி மாதிரி இருக்கு' என்றுவிட்டுஅதை மிருதுவாகத் தடவிக்கொடுத்தான். இருட்டு மிகவும் நல்லது, யாரென்று பாராமல் சுதந்திரத்தைப் பாரியைப்போல் அள்ளி வழங்கி எம்மைக் கொஞ்சவும் விஞ்சவும் செய்தது.

"இப்படி உன்மேல் ஆவியும் வருமென்று எனக்கு முன்னமே சொல்லலையே"

"உனக்கு மேலதான் மோகினி வந்ததென்று நான் நினைத்தேன்... போடி" என்று என்னை அணைத்து நெருக்கினான்.

புதிதான அந்த லாகிரி சுகமாயிருக்க அதை ஏன் மறுக்கணும் எனச் சிந்தை வளர்ந்தேன். அது மானுஷ நியமத்தின் வெள்ளையா கருப்பா சாம்பரா என்கிற விசாரங்கள் தினைத்தனையும் என்னிடம் இல்லை. கால்களிடையே போதையிலமைந்த கண மைதுனத்தைத் தொடரும் இத்தனை கக்கிசங்களையும் அப்போது யார் நினைத்தார்?

ஒருமுறை அவனே சொன்னான்:

"கெட்ட பெயர் வந்திட்டால் அது என் தொழிலுக்குப் பாதகம்."

"கெட்ட பெயர் எப்படி வரும்"

"தொடக்கூடாததைத் தொட்டால் வந்திடும்"

"அப்போ இதெல்லாம் எந்தவகையான தொடுதல் சாமி."

"அய்யய்யைய்ய... அதெல்லாம் சத்தியமா நானில்லை, உன் மேலவந்த மோகினி தான் என்னையைத் தொடவைச்சிச்சு..."

"ம்ம்ம்ம்... ஒரு காட்டேரியை ஒரு மோகினி மயக்கித் தொட வைத்துச்சாம் நம்பிட்டேன் சாமியோவ்..."

"சாமிக்கு மோகினிகள் ரொம்பப் பழக்கமோ..."

“காத்துக்கறுப்பு படியாத தங்கம் நானு... எல்லாப் பொண்ணுங்களுள்ளும் ஒரு மோகினியும் இருக்கும்... சிலது ஒண்ணும் பண்ணாது சாதுவாய்க் கடந்துபோயிடும், சிலது எந்தக் காட்டேரியையும் தூக்கி அடிச்சிட்டுத்தான் அப்பால போகும்”

“சாருக்கு அடி கொஞ்சம் பலமோ...”

“நோவு மட்டுமிருக்கு தாங்கிட்டேன், முறிவு நெரிவுகள் பிறகுதானே தெரியவரும்... ஏம்மா... உன் பாதங்கள் வெடிப்பு சிராய்ப்பு கீறலில்லாம இழுத்துப்போட்ட வத்தாளங் கிழங்கைப்போல ப்றெஷா இருக்கே... மாம் அதை மண்ணில வைச்சே நடந்திருக்க மாட்டீகளோ, வீட்ல ரொம்ப வசதிபோல...”

“அத்தனை வசதியின்னா எதுக்கு இளவரசி இந்த அத்துவானச் சீமைக்கு வாறாளாம்...”

அர்த்த சாமங்கடந்த பின்னிரவில் உபமுகவன் ஒருத்தன் சிற்றுந்தொன்றில் என்னையும் இன்னொரு பெண் பயணியையும் எவ்விடத்தும் நடக்கவைக்காமல் எப்படியோ நேராகக் கொண்டுவந்து ஜெர்மனியின் *Karl - Marx - Stadt* நகரிலேயே இறக்கி விட்டான்.

ஆட்டுக் குட்டிக்கு இலையைத் தின்னக் கொடுக்கும்போது அதன் நாவு விரல்களின் நுனியில் பட்டுப்பட்டுச் செல்லமாய்க் கூச்சங்காட்டுமே அப்படி அடிக்கடி அவன் நினைவுகள் மனதில் சிலகாலம் வந்துவந்து செல்லமாய்க் கவ்வியும் நன்னியும் கூச்சங்காட்டின. இனிய கனவுகளாலமைந்த அந்த அத்தியாயம் கடுகிக் காணாமற்போனது.

✥

கம்பன் தன் பயணமுகவர் ஊழிய நிமித்தம் லோவோ[illegible]க்குப் போவதாகப் போனான், திரும்பவில்லை. இரண்டு ஆண்டுகள் கழித்து நிலங்கீட்சிறையிலிருந்து விடுதலையாகி வந்த ஒருவன் அவனை அங்கே பார்த்ததாகச் சொன்னதைத் தவிர அவனைப் பற்றிய வேறு தகவல்கள் இதுவரை வரவில்லை.

மாதவிலக்கு இரண்டு மாதங்கள் தள்ளிப்போவதெல்லாம் எனக்கு வழமையானதுதான். அம்முறை நிஜமாகவே தள்ளிப்போயிற்று.

அதன் பிறகு எல்லாமும் மாறிப்போகுமென்பது என் அறிவில் உறைத்தது.

என்னை ஜெர்மனிக்கு வரவழைத்தவர் எனக்குச் சொந்தக்காரர்தான், சுற்றிக்கொண்டு பார்த்தால் என் சித்தப்பா

மணம் செய்தவகையில் வரும் சிற்றன்னையின் சகோதரர்களில் ஒருவர், ஆக எனக்கு மாமா முறையாக வேண்டும். என்னைவிடவும் பதின்மூன்று அகவைகள் மூத்தவரான அம்மாமா என்னைத்தானே மணம் செய்யும் நினைப்பில்தான் அழைப்பித்தாரோ இல்லை ஆண்கள் இல்லாத எம் குடும்பத்துக்கு உதவும் எண்ணத்தில் தான் அழைப்பித்தாரோ? உறுதியாகத் தெரியவில்லை. அவரிடம் நான் கர்ப்பமாக இருப்பதைச் சொன்னதும் என்னிடம் அவர் புலன்விசாரணைகள் எதுவும் செய்யவில்லை. ஆனால் விரைந்து எனக்கு மாப்பிள்ளைகள் பார்க்க ஆரம்பித்தார். அவ்வேலைகள் கனகதியில் முடுக்கிவிடப்பட்டன.

என் வாழ்வுக்கு எதிரே நான்கு தேர்வுகள் இருந்தன.

எவரையாவது திருமணஞ்செய்துகொண்டு வாழ்வைத் தொடர்வது.

கருச்சிதைவு செய்துகொண்டு மீளவும் கன்னியாகிவிடுவது.

நான் கர்ப்பமாக இருப்பதே தெரியாத கம்பன் மீண்டுவந்து என்னை அடையும்வரையில் காத்திருப்பது.

இல்லை... இனித் தனித்த அம்மாவாக என் குழந்தையுடன் வாழ்ந்துவிடுவது?

எங்கள் இன்பத்தில் கனிந்த எம் குழந்தை எனக்கு வேணும். எது எப்படியானாலும் கருவை அழிப்பதில்லை என்பதில் உறுதியாக இருந்தேன்.

❖

அப்போது ஜெர்மனி பூராவும் பரவலாக முப்பதைக் கடந்த இளைஞர்கள் நிறையப்பேர் திருமண வாய்ப்பின்றி இருந்தனர். ஆதலால் எனக்கான சுயம்வரத்தின் இறுதிச்சுற்று வரையில் ஐந்து ராஜகுமாரர்கள் பங்கெடுத்தனர். அவர்களில் ஐவரைத் தெரிவு செய்து அவர்களுடன் பேசினேன்.

அவர்களில் மூவருக்கு ஜெர்மன் பிரஜாவுரிமையும் அது ஒரு தனித்தகுதி என்ற எண்ணமும் பெருமையும் நிறைய இருந்தன. மற்றவருக்குத் தான் வகிக்கும் பதவிபற்றிய பெருமை இருந்தது, ஜெர்மனியின் பிரசித்தமான *BMW* மகிழுந்துகள் தயாரிப்புக் குழுமத்தில் தான் ஒரு பகுதிக்கு ஃபோர்மனாகவும் கண்காணிப்பாளராகவும் பணியாற்று கிறாராம். வெளிநாட்டவருக்கு அதுபோன்ற பணிகள் இலகுவில் கிடைத்துவிடாதாம், தனக்குங்கீழ் 30 பேர் பணிபுரிவதாக இரண்டாவது தடவையாகவும் பேச்சிடையே குறிப்பிட்டான்.

பிரஜாவுரிமை இருப்பதை ஒரு தனியான தகுதியாகக் கருதிக்கொண்டிருந்தவர்களையும் தன்கீழ் ஜெர்மன்காரர்கள் பணிபுரிகிறார்கள் என்பதில் புளகம் அடைந்திருந்தவரையும் முதற்கட்டத்திலேயே நிராகரித்தேன்.

ஐந்தாமவன் தான் விஷாகன், அவன் இங்குவந்து ஏழு ஆண்டுகள் தான் ஆகியிருந்தன. Duldung எனப்படும் (நிரந்த வதிவிட அனுமதி தருவதா இல்லையா என்று தீர்மானிக்கப்படாத) வகையிலான வதிவுட அனுமதியைத்தான் கொண்டிருந்தான். அவன் அதைப்பற்றி அலட்டிக்கொள்ளவில்லை. அவனது முன்கதை வேறுமாதிரியாகவும் நம்பும்படியாகவும் இருந்தது. ஆரம்பத்தில் ஒரு போராட்ட இயக்கத்தில் போராளியாக இணைந்தவன் இந்தியாவுக்குப் பயிற்சிக்காகப் போனவிடத்தில் அங்கே தன் பயிற்சி அணித்தலைவனுடனான கருத்துமோதாலால் இயக்கத்தை விட்டு வெளியேறி மும்பாய்க்குப்போய் அங்கிருந்து தயாரிக்கப்பட்ட இந்தியக்கடவுச்சீட்டுடன் வணிகக் கப்பலொன்றில் 10 மாதங்கள் பணியாற்றிவிட்டு Bremen துறையில் கப்பல் தரித்தபோது அதிலிருந்து நிரந்தரமாக இறங்கிக் கொண்டவன். எமக்கிடையே ஒரு புரிதலும் நெருக்கமும் வந்தபின்னால் என் முன் கதையைச் சொன்னபோது அவன் நம்பவில்லை. நான் சும்மா நூல்விட்டு ஆழம் பார்ப்பதாக நினைத்தான், இல்லை எல்லாம் நிஜம் என்றபோதும் அதிர்ச்சியடையவில்லை. இயல்பாக எடுத்துக்கொண்டான்.

மனத்தளவில் ஒரு ஸ்டெப்னியைப் (மாற்றீடு) போலத் தான் எவனுடனாவது வாழ அமையுமோவென எண்ணியிருந்தவளின் வாழ்வின் புதிய அத்தியாயமாக விஷாகன் வந்திணைந்தான். அவன் விரித்த வானத்தின் கீழே வாழ்வின் புதிய வெளிச்சங்களும்; உற்பாதங்களுக்கு விடுதலையும், வலிகளுக்குச் சுகமும் அளிக்கவல்ல செம்மனசின் மாயக்கரங்கள் அவனிடம் இருந்தன.

ஈழப்போராட்டத்தில் விமானத் தாக்குதல்களின்போது களத்தில் தன்னார்வ உதவியாளனாக இருந்து, சிதறிய மனுஷருடைய தேகங்களைத் தேடித்தேடி ஒன்றாகச் சேர்த்துவைத்தவனுக்கு இது லேசான சாங்கியமாக இருந்தது.

மிகமிக எளிமையான திருமணம். நாம் பந்தத்தில் இணைந்த ஏழாம் மாதம் மூணாவது வாரத்தில் ஹன்னா பிறந்தபோது எவரும் புருவத்தை உயர்த்தாமலிருக்க அதொரு முன்கூட்டிய பிரசவம் என்றும் சிசு அடைத்தொட்டிலில் (Incubator) வைக்கப்பட்டுள்ளதாகவும் பார்வையாளர்களை மருத்துவமனை தடை செய்துள்ளதாகவும் சொல்லி வருகையாளர்களைத் தவிர்த்தோம்.

பசளை மேட்டின் கீரைச் செடியெனக் கிசுகிசென்று ஹன்னா வளர்ந்தாள், தவழ்ந்தாள், புரண்டாள், குதித்தாள், படித்தாள், மிளிர்ந்தாள். யாரிடமும் விரைவில் கலந்துகொண்டுவிடும் சுபாவம் இயல்பாய் அவளுக்கு. அயலவர் வீட்டு நாய்களும் பூனைகளும் அவளையே சுற்றிநிற்கும். இன்னும் மரங்கள், செடிகள், பூக்கள், புற்றரைகளில் ஹன்னாவுக்குத் தீராத காதல். அவளது 13வது கல்வியாண்டுத் தேர்வுகள் முடியவும் அவளுக்கு மருத்துவம் சார்ந்த துறைகளில் ஈடுபாடு இருப்பது தெரிந்தது.

விஷாகன் அவளது உயிரியல் தந்தையல்ல என்பதை அவளிடம் இன்னமும் மறைத்துவைத்திருக்க வேணுமா என்பதில் எம்மிடையேயும் விசாரம் இருந்தது. சில உளவியல் மருத்துவர்களிடம் நிபுணத்துவ ஆலோசனைகள் பெற்றிருந்ததில் அவளாக ஒருநாள் நிஜத்தை அறிய முன்பதாக உண்மையை அவளுக்குத் தெரிவித்துவிட விரும்பினோம். கோடைகால விடுமுறையைக் கழிப்பதற்காக ஹன்னாவுடன் மலாக்கா (ஸ்பெயின்) தீவுகளுக்குச் சென்றிருந்த போது அங்கே அவளுக்குப் பிடித்த மீன் வெதுப்பும் *Chianti Classico* வைனுடனுமான ஒரு மாலைப்பொழுதில் முழுக்கதையையும் அவளுக்குச் சொன்னோம், கதை யாருடையதோ என்பதைப்போலச் சுவாரசியமாகக் கேட்டாள்.

ஹன்னாவுக்கு எம் தொன்மங்கள் எதுவும் தெரியாது. ஆனாலும் 'நீ சூரியனின் குழந்தையடி' என்றும் எனக்குச் சொல்லவேண்டியதில்லை. அறிவார்ந்த என் குழந்தை எனக்கும் கம்பனுக்குமிடையே இருந்த பரிந்திசைவையும் மென்மையான உறவையும் புரிந்துகொள்வாள்.

கதை நிறைவுற்றதும் நாலைந்து மணித்துளிகள் மூச்சைவிட மறந்தவள் போல் இருந்தாள். பின் மன்னையை இறக்கிவைத்து, பிரயத்தனப்பட்டு உதடுகளைப் பிதுக்கிக்கொண்டு அழுதாள். பெதும்பைப் பருவத்தின் பின் இபோதுதான் அழுகிறாள் ... அவளது அழுகை அழகாக இருந்தது.

"எதுக்குச் செல்லம் அழுவுறே..."

"எனக்கும் என்ன செய்றதுன்னு தெரியலம்மா ... அதுதான் கொஞ்சம் அழுது பார்த்தேன்... சுகமாக இருந்திச்சு" என்றவள் கண்கள் நிறைந்திருக்கச் சிரித்தாள்.

"அவன் உன்னையை ஒன்றும் ஏமாற்றவில்லையே?

எங்கூடப் படுத்தாத்தான் உன்னையை ஜேர்மனிக்கு அனுப்புவேன் அப்படியென்று கொள் மிரட்டல்[1] எதுவும் பண்ணலயே . . ?"

1. பிளாக்மெயில்

“இல்லம்மா... அவன் தொழிலில் என்னையை அனுப்பினாத் தான் அவனுக்கு அடுத்த பயணி கிடைக்குங்கிற நிலமையில் இருந்தான், பின் பயணிகளை அழைத்துவாற விஷயமாய் லாவோஸ் போன போது அவனது தொழில் எதிரிகள் வைத்த பொறியோ என்னமோ சரியாய்த் தெரியலை, அங்கே பயணிகளுடன் சேர்த்து பிடிபட்டதில் இரண்டு ஆண்டுகள் சிறையிலிருக்க நேர்ந்திருக்கு. அவன்கூடச் சிறையிருந்த வேறொரு முகவன் வெளியில் வந்து அங்கே கம்பனைப் பார்த்ததாகச் சொல்லித்தான் எமக்கும் விடயம் தெரியவந்துச்சு.”

பின் அன்றிரவே ஹன்னா எல்லாவற்றையும் புரிந்து ஏற்றுக்கொண்டு தன் இயல்பு நிலமைக்குத் திரும்பிவிட்டிருந்தது எமக்கும் மகிழ்ச்சியாயிருந்தது. எனக்கும் ஒரு மனச்சுமையை இறங்கிவிட்டதைப் போலிருந்தது.

என்றாவது ஒருநாள் ‘நான் கம்பனைப் பார்க்கணும்னு சொல்வாள்’ என நினைத்தேன், அப்படி எதுவும் நடக்கவில்லை. அப்படித் தான் கோருவது எங்களை ஒரு அந்தரத்துக்குள் இடுவதாயிருக்குமென அவள் நினைத்தும் மௌனமாக இருந்திருக்கலாம்.

ஹன்னாவுக்கு இப்போது மருத்துவக்கல்வி பயில இடம்கிடைத்து அவள் துறையில் பயிலும் ஒருவனுடன் சிநேகிதமாகியிருந்தது. அவனுடன் பேச விடயமில்லாதபோது தன் பிறப்பின் மூலத்தைச் சலம்பியிருப்பாள்போல. பிரச்சனையின் ஆரம்பப்புள்ளி அதுதான். வசீகரன் அதை அறியாமலிருந்தால் கம்பனுக்கு இந்நிலைமையேற்பட்டிருக்காது.

குத்துப்பட்டவனுக்காக ஒரு துளி கண்ணீர் உகுப்பதை எவரும் மறுத்தோ தடைபோட்டோ வைத்திருக்கவில்லை. சிசு வயிற்றில் துடித்த கணத்திலிருந்து ஹன்னா பிறந்தது வரையில் என் மனதில் உதித்து நின்றிருந்த பெயர் சகுந்தலாதான், ஆனால் ஒருவேளை எமக்கு இன்னொரு குழந்தை பிறந்தால் அப்பாவின் அரவணைப்பில் வாழக் கிடைக்காத ஹன்னாவுக்கோ விஷாகனுக்கோ அப்பெயர் உறுத்துமோவெனப் பயந்து அதை மறந்துவிட்டிருந்தேன்.

❖

‘டேய் எனக்கு அவனிலும் இஷ்டம்டா’ என்று பாஞ்சாலியைப் போல உட்கார்ந்து கூவவில்லை. இவனுக்கென்ன வந்தது? புலம்பெயர் சமூகத்திலும் தமிழ்ச் சினிமாக்களால் வளர்த்தெடுக்கப்பட்ட கற்பிதங்களாலும் என்னை யாரோ ஏமாற்றிவிட்டதாகத் தானாகவே ஒரு முடிவுக்கு வந்து தானாகவே அவனுக்குத் தண்டனையுந்தர முடிவெடுத்து ஒரு வாழ்வுழியின்

மீது கத்தியைச் சொருகுவது பைத்திய மனோபாவமன்றி வேறென்ன? அவனைத் தூக்கிப்போட்டு மிதிக்க வேண்டும் போலிருந்தது. இப்பிரகிருதிக்காக நான் கம்பனிடம் மன்னிப்புக் கேட்க வேண்டும். எதுக்கடா இப்போ பெர்லினுக்கு வந்தே... அநியாயமாய் இப்படிக் குத்துப்படவா?

நானே Wroclaw வுக்குப்பிறகு இதுவரையில் பார்த்திராத கம்பன் இந்தப் பிறந்த நாள் விழாவுக்கு வருகிறான் என்பதை Investigative Committee of Russia தான் புலனறிந்து இவர்களுக்குச் சொல்லிச்சோ என்னவோ?

❖

ஊரில சுபாங்கியின் புருஷன் மேகநாதன் துபாயில் பெற்றோலியச் சுத்திகரிப்பாலையொன்றில் இரசாயனியாகப் பணியேற்று ஐந்து ஆண்டுகள் ஒப்பந்தத்தில் சென்றிருந்தான். அந்நிறுவனத்துக்கு ஒரு இரசாயனி விடுப்பில் சென்றால் அப்பணியிடத்தில் பிறிதொருவரை நியமனம் பண்ண வேண்டியிருக்குமாம். அதனால் இவனை மேலிடம் விடுப்பு எதுவும் எடுக்காமல் பணிபுரிய வலியுறுத்தி அதுக்கு இரட்டிப்புச் சம்பளத்தைக் கொடுத்தது. மேகநாதனுக்கும் கொஞ்சம் பணவாஞ்சை, அதனால ஐந்து ஆண்டுகள் ஊருக்கு வராமலே துபாயில் தொடர்ந்து ஊழியம் செய்தான். வாரம் ஒரு தடவை சுபாங்கினிக்கு போன் செய்து பேசுவதோடு சரி. பரதேசிக்குக் குழந்தைமேல பிரியமும் மனைவிமேல மோகமுமிருந்தால் இப்படியா ஆண்டுக்கணக்கில் துபாயில் கிடப்பான்?

திருநெல்வேலி ஆடிய பாதம் வீதியில் மின்சார உபகரணங்கள் விற்பனை நிலையமொன்றில் பணிசெய்யும் சுபாங்கியின் உறவுக்காரப் பையன் ஒருவன் ஷியாமென்று மிதியுந்தொன்றில் வந்து அவளுக்கு மீன் காய்கறிகள் வாங்கித்தருவது, ரேஷன் அட்டைக்கு உணவுப் பங்கீட்டுப் பொருட்களை வாங்கித் தருவது, ஆகியவற்றில் உதவிகள் செய்துகொண்டிருந்தான். மேகநாதன் அனுப்பிவைக்கும் பணங்கள் வந்துகுவியத்தொடங்கவும் சுபாங்கி ஷியாமுக்கு ஒரு றோயல் என்ஃபீல்ட் விசையுந்து வாங்கிக்கொடுத்தாள். அது அவர்களுக்கு வங்கிகளுக்குப் போகவும், குழந்தைக்கோ அவளுக்கோ உடல் நலமில்லாத போது டாக்டரிடம் போகவும் வசதியாகவிருந்தது. அவள் விரும்பும்போது இடை சுகம் யாழ் முற்றவெளி, பூங்காவோடு நல்லூர்/செல்வச்சந்நிதிக் கோவில்களுக்கும் போய்வருவார்கள். மிகச்சில நாட்களில் சற்றுத்தொலைவிலுமாக வல்லிபுர ஆழ்வார் கோவில், நாகர்கோவில், கசுரைனா கடற்கரையெனக் குடா நாட்டில் மேகநாதன் அவளுக்கு ஒருபோதும் காட்டியிராத

பொ. கருணாகரமூர்த்தி

இடங்களையெல்லாம் அவளுக்குச் சுற்றிக் காண்பித்து அவளுக்கு எல்லாவகையிலும் ஒத்தாசையாக இருந்தான். ஷியாம் – சுபாங்கி பெயர்களைப் போலவே அவர்களுக்குள்ளும் ஒரு இணக்கமும் புரிந்துணர்வும் இருந்தன. அதனால் எவருக்கு வந்த கேடென்ன? ஆரம்பத்தில் அவர்கள் ஜோடியாக விசையுந்தில் கடப்பதைப் பார்த்ததும் தம் தோளையுயர்த்தித் தாடைகளில் இடித்துக் கொண்ட ஊர்ப் பெண்களுக்கு அப்படி இடிப்பதே நாளடைவில் அலுத்துப்போய் அதுவே இயல்பானது. சுபாங்கி ஷியாம்கூடச் சுற்றுவதால்தான் அவள் புருஷன் ஊருக்கு வராமலிருக்கிறான் என்றுமொரு பேச்சும் மறைவில் தூறச்செய்தது.

சுபாங்கியின் வீட்டுக்கும் எங்கள் வீட்டுக்கும் நடுவில் காவ்யா வீடிருக்கிறது. அவள் யாழில் ஒரு புகழ்பெற்ற கல்லூரியில் ஒன்பதாவதில் வாசிக்கும் சின்னப்பொண்ணு. சுற்றிப்பார்த்தால் எனக்கும் உறவுதான். ஊர் விடுப்பு விண்ணாணங்களில் விருப்பு அதிகம். ஒரு நாள் தன் சட்டையொன்றைச் சின்னதாகப் பிடித்துத் தைப்பதற்காக எங்கள் வீட்டுக்கு வந்தபோது விசையுந்தில் வந்த ஷியாமில் எதிர்ப்பட்டிருக்கிறாள். “வர்ஷியக்கா . . . வர்ஷியக்கா” என்றபடி ஓடி வந்தவள் வந்ததும்வராததுமாக பெரிய அம்மாமிமாதிரி ஒரு நொடிப்புடன் முக்கிய செய்தியைப்போலச் சொன்னாள்:

“ம்ம்ம் . . . கண்டிட்டுத்தான் வாறங்கா . . . தையற்காரர் சுபாங்கியக்கா வீட்டை உருவிக்கொண்டுபோறார்.”

“யாரடி தையற்காரர் ... எங்கடிபோறார் ...”

“உங்களுக்குத் தெரியாதா சுபாங்கி அக்காவின் தையற்காரரை ...”

“என்னடி சொல்றாய்... உன்னளவுக்கு எனக்கு பொது அறிவு இல்லைத் தாயே”

“யக்கோவ்... அந்த ஷியாம்தான், அங்கே தைக்கிறது ...”

என்றவள் விரல்களிடையே விரலைக் கோர்த்து அபிநயத்து எனக்குத் தையற்சமிக்ஞை காட்டினாள். அந்த டவுண்ஸ்கூல் வஞ்சிகள் கொஞ்சம் காரமென்று தெரியும், ஆனால் என்னிடமே இப்படிப் பச்சையாகக் கக்குவாள் என்று எதிர்பார்க்கவில்லை.

ஆனால் நடந்தது வேறு, ஐந்தரை ஆண்டுகள் கழித்து மேகநாதன் *Blender*இலிருந்து கணினிகள், குளிரூட்டிகளென்று ஏராளம் வீட்டுபகரணங்களுடன் வந்திறங்கினான். காத்திருந்த நூற்றுவர் எண்திசைகளிலிருந்தும் தத்தம் கொள்ளிகளுடன் அவனிடம் ஓடிவந்தனர். அனைவருக்கும் குளிர்ச்சியாக

எலுமிச்சைச் சாதமும் மோர்ச் சாதமும் அல்வாவும் கொடுத்துத் திருப்பி அனுப்பிவைத்துவிட்டுச் சுபாங்கியுடன் தொடர்ந்து சந்தோஷமாக வாழ்ந்தான்.

✥

வ. ஐ. ச. ஜெயபாலன் தன் கவிதையில் சொன்னமாதிரி விதிக்குரங்கு கிழித்துப்போட்ட தலையணையின் பஞ்சுகளாய் காற்றோடு வாழ்வில் அடிபட்டு அலைந்து கரையொதுங்கி அமைதியாகவாழத்தொடங்கியிருக்கும்வேளையிலும்எதிர்பாராத புதுச்சுனாமிகள் திடீரெனக் கிளம்பிச் சுழற்றியடித்தால் செய்வது என்ன?

அமைதியாகவும் நிதானமாகவும் என் பிரச்சனைகளை எடுத்துவைத்துச் சிந்திக்க ஆரம்பித்தேன்.

வசீகரனைக் கைதுசெய்த காவல்துறைக்கு அவனொரு விலைக் கொலையாளியாக *(Paid-killer)* இருப்பானோவென்ற சந்தேகம் இருந்தது. அவனது ஊடாட்டங்கள், கல்வி, நண்பர்கள் இவர்கள் வட்டத்தில் ஆய்ந்தபோது அவனுக்குப் போதை வஸ்து கடத்தல்காரர்களுடனோ, வேறுவகையான மாஃபியாக் கும்பல்களுடனோ எவ்விதத் தொடர்புமில்லை என்பது உறுதியாயின. பின்னும் அவனைத் தொடர்ந்த உளவியல் ஆய்வுக்கும் பகுப்புக்கும் உட்படுத்தினர். 'என் காதலி ஹன்னாவின் உயிரியல் தந்தை கம்பன் என்றும் ஹன்னாவின் தாய் திருமணமாகாதவராயிருந்தபோது அவளது கர்ப்பத்துக்குக் காரணமாகவிருந்தவன் என்பதால் கம்பனைக் கண்டவுடன் எழுந்த மனக் கொதிப்பினால் விளைந்த கட்டுமீறிய செயல் அது' என்றும் வாக்குமூலம் கொடுத்தான். ஒரு மாதம் வரையில் குடும்பப் பிரச்சனைகளுக்கு மட்டுமான தீர்ப்பாயத்தில் தீவிர விசாரணைகள் பல்வேறு கோணங்களில் நடந்தன. வல்லுறவின் விளைவாக ஒரு பெண் கர்ப்பமானாலேயன்றி பரஸ்பர உறவில் கர்ப்பம் ஏற்பட்டால் அதற்காக ஆண்களைத் தண்டிக்க எந்த நாட்டின் சட்டத்திலும் இடமில்லை.

✥

காவல்நிலையத்துக்குப் போய் அத்தேதியில் கத்திக்குத்துக்காளானவர் அனுமதிக்கப்பட்டிருக்கும் மருத்துவமனை விபரங்களை உசாவினோம். 'இது தான் முகவரி. . .

ஆனால் அவர்கள் உங்களைப்பார்வையிட அனுமதிப்பார்கள் என்பதற்குத் நாங்கள் உத்தரவாதம் தரமுடியாது' என்றனர்.

சீருந்தொன்றில் அங்கே விரைந்தோம். மருத்துவமனையின் வரவேற்பில் 'எங்களை யார்' என உசாவினார்கள். விஷாகன் 'நாம் காயம்பட்டவரின் உறவினர்கள்' என்றான். அவர்கள் 'எந்தவகையில்...' எனவும் நான் உடனே *'Der Patient ist mein Ex-Freund'* என்றேன், புரிந்துகொண்டு மேலிடத்திலும் தொலைபேசி உறுதி பெற்றானபின் எம்மைப் பார்வையிட அனுமதித்தார்கள்.

வார்ட்டில் கம்பன் சுற்றமும் நட்பும் புடைசூழப் படுத்திருப்பான் என எதிர்பார்த்திருந்தேன். தட்டந்தனியே நாலைந்து விநியோகக் குழாய்கள் பொருத்தியபடி தானுண்டு தன்கட்டிலுண்டென்று படுத்திருந்தான்,

ஹன்னாவை முதலில் அறைக்குள் அனுப்பிவிட்டு நாங்கள் வெளியிலிருந்தோம். இருவரும் ஒருவரையொருவர் அதிசயித்துப் பார்த்தபடியிருக்கையில் மேலும் எம்மைக் கட்டுப்படுத்தமுடியாமல் அறைக்குள் நுழைந்தோம். என்னைப் பார்த்ததும் ஒரு வேற்றுலகக்காரிகையைப் பார்ப்பதுப்போலப் பார்த்தவன் முகம் விகசித்தது, அழகாயிருந்தது. நெற்றி சற்றே மேலேறியும் வெளித்துமிருந்தது. தாடையில் அங்கங்கே மினுங்கிய வெள்ளைமுடியுடன் இளைஞன் கோலம் மாறி 40 அகவைகள்கொண்ட மனிதனாகிவிட்டிருந்தான்.

அந்நேரம்பார்த்து விடுதி வலம்வந்த மருத்துவர்கள் 'பாய்ந்த றம்போக்கத்தி நல்வாய்ப்பாக அவனது உள்ளுறுப்புகள் எதையும் சிதைக்கவில்லைஅதனால் உயிராபத்து எதுவுமில்லை' என்று முறுவலித்தனர்.

"உன் மருமகனின் கைங்கரியம் என்கிறார்களே" என்றான் கம்பன்.

நான் "இல்லை... உங்கள் மருமகனின் கைங்கரியம என்று சொல்லு" எனத் திருத்தவும் கம்பன் கட்டிலை விட்டுயரப் பறப்பதாக உணர்ந்தான். விஷாகன் விருட்டென, "பேசிக் கொண்டிருங்கள் ஐஸ்கிறீம் வாங்கியாறேன்" என்று விட்டு மாறவும் மகளை வாஞ்சையோடு அணைத்து உச்சிமோந்து முத்தமிட்டான்.

நாம் வகைதெரியாத உணர்ச்சிகளால் பின்னிச் சிக்குண்டோம்.

பத்திரிகைகள், பார்வையாளர்கள் இன்றி குடும்பவிவகார வழக்குகளை மட்டும் விசாரிக்கும் விசாரணைமன்றில் 'வசீகரனுக்கேற்பட்ட தவறுதலான புரிதலினால் எழுந்த உணர்ச்சிக் கொந்தளிப்பில் சுயகட்டுப்பாட்டை இழந்து தாக்க முயற்சித்ததின் விளைவு' என்பதை ஒத்துக்கொண்டு, கம்பனின் ஒப்புதலில் அவனை விடுதலை செய்தது.

சுபாங்கிக்கு யாழில் அழகான வீடும், 50 பரப்புக்கும் மேற்பட்டதுமான ஆதனங்கள், போதாததுக்கு மேகநாதன் சவுதியில் திரட்டிவந்த டொலர்கள் எல்லாமிருந்தும் இந்திய அமைதிகாக்கும் படை இலங்கையில் கால்பதித்ததும் அவர்களுக்கும் விடுதலைப் புலிகளுக்கும் இடையேயான போர் உக்கிரம் பெறவும் உயிரைக் கையில் பிடித்துக்கொண்டு அவ்விணையும் ஜெர்மனிக்கே வந்துசேர்ந்துவிட்டது. அவர்கள் இன்னும் இரண்டு குழந்தைகள் பெற்றுக்கொண்டு சந்தோஷமாக வாழ வேண்டும்.

காவ்யாவும் ஷியாமை 'தையற்காரன்' 'தையற்காரன்' என்று பழிப்பும் வலிச்சமும் காட்டிவிட்டுக் கடைசியாக அவனையே மணந்துகொண்டு ஏதோவொரு நாட்டில் புலம்பெயர்ந்திருக்கிறாளாம். எங்கேயென்றாலும் அகதி முகாங்களில் அடைந்துகிடந்து வாடாமல் அவர்களும் நல்லபடி வாழவேண்டுமென்று மனது விரும்புகின்றது.

வாழ்க்கை ஒவ்வொருவருக்கும் போட்டுத் தரும் பாட்டைகள் தான் எத்தனை புதிரானவை...

❖ ❖ ❖

அம்ருதா **156 ஜூலை, 2019.**

6

கொட்டுத்தனை

புத்தூர்ச் சந்தியிலிருந்து கிழக்கு முகமாகச் சாவகச்சேரி போகும் வீதி, முதல் ஒரு கி.மீட்டர் தொலைவும் இருமருங்கிலும் செறிந்த குடிமனைகளால் நிரம்பியது. அக்குடிமனைகளின் அடர்த்தி பாரிய ஆலவிருட்சத்தோடானதொரு அண்ணமார் கோவிலுடன் முடிகிறது. கோவிலைத் தாண்டியதும் அடுத்த ஒரு கி.மீட்டர் தொலைவுக்கு இரண்டு பக்கமும் வயல்வெளிகள். மழைக்காலத்தில் வடக்குப்பக்க வயல்களில் தேங்கும் வெள்ளம் வீதியை மேவித் தெற்குப்பக்க வயல்களுக்குள்ளும் புகுந்துவிடாதிருக்க, வீதி நீளத்துக்கு வடக்குப் பக்கத்தில் ஒரு மீட்டர் உயரத்தில் கல்லாலான மதிலொன்று வீதியைத் தொடர்கிறது. அதனால் அவ்வீதியை அவ்விடத்தில் 'சுவர்க்கட்டு வழி' என்பர். அச் சுவர்க்கட்டு வழி முடியுமிடத்தில் வீதிக்கு வடக்கில் ஒரு கிணறும், எதிராகத் தெற்கில் ஒரு கள்ளுக்கடையும் இருந்தன. கள்ளை இறக்கிய இடத்திலேயே தனியார் நிலங்களில் கொட்டில் அமைத்து விற்கும் முறைமை மாறி, அரசு தெங்கு பனம்பொருள் உற்பத்திச் சங்கங்களை உருவாக்கி அவை அனுமதிக்கப்பட்ட இடங்களில் மட்டுமே விற்பனை செய்யும் முறைமையும் வந்தபோது கள்ளுக்கடைகள் செல்லமாக 'கோப்பறேசன்' என அழைக்கப்படலாயின. கிடுகுகள், மூரிமட்டைகள், கங்குமட்டைகளை ஏற்றிவந்து விற்றுவிட்டுக் கிழக்கூர்களுக்குத் திரும்பும் மாட்டுவண்டிகள் அவ்விடத்தில் இளைப்பாறிச்

செல்லும். கோப்பறேசனுக்கு அப்பாலும் தொடர்கின்ற வயல்களின் முடிவிடத்தில் பிரதான வீதியிலிருந்து வடக்கு முகமாகப் பிரிந்துபோகும் தனியார் கையொழுங்கையொன்று வடக்கில் வயல்களின் பின்தொடர்ச்சியாயமைந்த பனங்கூடலுக்கு இட்டுச்செல்லும். செறிவான அப்பனங்கூடலே கொட்டுத்தனையென அழைக்கப்பட்டது. அப்பனங்கூடலுக்குள் பர்ணசாலை[1]யைப்போல சுண்ணாம்பாலும் கல்லாலுமான பெரிய பழையவீடு ஒன்றிருந்தது.

இரண்டு நூற்றாண்டுகளுக்குமுன் அமெரிக்க மிஷனொன்று புத்தூரில் பரி. லுக்காஸ் தேவாலயத்தையும், மருத்துவமனையொன்றையும், கிறிஸ்தவப் பாட்சாலையொன்றையும் நிறுவியிருந்தது. எனினும் அவர்கள் எதிர்பார்த்த அளவுக்கு மக்களை அங்கே மதமாற்றம் செய்ய முடியவில்லை.

பின்நாட்களில் ஊரைவிட்டு விலகியதைப் போலிருந்த அவ்வீட்டில் புத்தூரின் பத்து கிறிஸ்தவக் குடும்பங்களில் பெரிய குடும்பம் ஒன்று வாழ்ந்துவந்தது. அவர்கள் அங்கே முதலில் கிறிஸ்தவத்தைத் தழுவியவர்களின் இரண்டாம் தலைமுறையினர். அக்காலத்தில் மதம் மாறியவர்களுக்கு அரச உத்தியோகங்களும், புறம்போக்காகவிருந்த காணிகளைப் பங்கீடு செய்து குடியிருக்கக் காணிநிலங்களும், வதிவதற்கான மனைகள்கூட மிஷன்களால் வழங்கப்பட்டனவாம். அம்மிஷன்களுக்குப் போட்டியாக நிலப்பிரபுக்களாக இருந்த மேட்டுக்குடி வேளாளர்கள் தம்மிடம் புறம்போக்காக இருந்த தரிசுநிலங்களில் தமது வாரக்குடிகளைக் குடிசைகள்போட்டு வாழ அனுமதித்ததினால் மிஷன்களால் கிறிஸ்தவம் பரவும் வேகத்தைத் தணித்துக்கொண்டதாகவும் வரலாறு.

மிஷன்சார்ந்த வெள்ளைக்காரர்கள் எவராவது கிழக்கு நோக்கிவந்தால் அது கொட்டுத்தனைப் பனைக்கூடலுக்காகத் தானிருக்கும். அவ்வீட்டில் வாழ்ந்த குடும்பத்தின் தலைவருக்கு இராசதுரையென்று பெயர். அவர்களுக்கு ஒரேயொரு பெண்குழந்தையும், அவளைத் தொடர்ந்து ஒன்றரையிலிருந்து இரண்டாண்டு இடைவெளிகளில் அடுத்தடுத்துப் பிறந்த நான்கு பையன்களும் இருந்தார்கள். குடும்பத்தின் மூத்தவளான பெண்ணுக்கு சோதிமலர் என்று பெயர், அவள் எனது அக்காவுடன் பத்தாவதுவரையில் படித்தாள். சொர்க்கத்தின் பாதி தங்கள் வீட்டுக்குள் இருப்பதாக வர்ணிப்பாளாம். கொட்டாரங்கள் அமைக்காமல் திகில்ப்படம் எடுக்கவிரும்பும் ஒரு இயக்குனருக்கு கொட்டுத்தனை உகந்தவொரு அமைவிடமாக இருக்கும்.

---

1. குடில்

178 பொ. கருணாகரமூர்த்தி

அவர்களின் முதலாவது பையன் சோதிராஜா, எங்கள் இரண்டாவது அக்காவுடன் எட்டாவது படித்தான். இரண்டாவது பையன் ராஜசோதி என்னுடன் ஐந்தாவது படித்தான். அவன் எப்போதும் வகுப்பில் கடைசிவாங்குப் பையனாக இருக்கவே பிரியப்பட்டான். படிப்பைவிடவும் பள்ளிக்கூடத்தில் மோட்டரைப்போட்டு வாழைகளுக்கு நீர்ப்பாய்ச்சுவதிலும், பூக்கன்றுகளுக்கு அடி கிளறிவிடுவதிலும், தண்ணீர் விசிறுவதிலும் அவனது கவனங்கள் மிகுதியாக இருக்கும். அவர்களின் குடும்பத்திலுள்ளவர்களில் எல்லோருக்கும் பெயர்களில் இராஜ அல்லது சோதி என்கிற ஒட்டு இருக்கும். இராஜமலர், சோதிராஜா, ராஜசோதி, ஜெகசோதி, குணசோதி. இவர்கள் எவருக்கும் வீட்டில் வந்து புழங்குமளவுக்கு உள்ளூரிலேயோ அயலூர்களிலேயோ நண்பர்கள் எவருங் கிடையாது.

கொட்டுத்தனையின் அவ்வீடும் சினிமாக்களில் வரும் பண்ணைவீடுகள்போல உள்ளே நாற்சாராக/செவ்வக அமைப்பில் இருந்திருக்கலாம். முன்பக்க நீளத்துக்குப் பெரிய விறாந்தை யிருந்தது. அதற்குச் சமாந்தரமாகப் பந்தலிட்டதுபோல் இன்னொரு நீண்ட தலைவாசல் இருந்தது. கிராமங்களில் அவ்வமைப்பை ‘மால்’ என்பார்கள். வளவு முழுக்கத் தென்னை மரங்களும் மா, பலா, தோடை, மாதுளை, ஜம்பு, வாழை, அன்னமுன்னா, கொய்யாவன்ன பழமரங்களுமாகச் சோலையாக இருக்கும். வெய்யிலே விழாத அவ்வளவிலமைந்த வீட்டின் உட்பக்கம் எப்படியிருக்கும், படுக்கையறைகள் எங்கே, சமையற்கட்டு எங்கே, களஞ்சியம் எங்கே இருக்கும் என்பது அவர்களைத்தவிர ஊரவர்கள் எவருக்கும் தெரியாது. ஒரு ஆண்டில் புத்தூர் கிறிஸ்தவ மிஷன் பரிபாலன சபையினர்களில் எவராவது ஓரிருவர் அங்கே ஏதும் அலுவலாகப் போனால் சரி, நட்பென்றோ, உறவென்றோ, விருந்தென்றொ, ஊரவர்களோ வேறெவரும் அவர்கள் வீட்டுக்குப் போவதில்லை, போனவர்களை அவர்கள் உள்ளே அழைத்து உபசரிப்பதுவுமில்லை. தபாற்காரரைப்போல வாசலிலேயே வைத்து அனுப்பிவிடுவார்கள். போதாக்குறைக்கு அவர்களிடம் வெள்ளையிலும் கபிலத்திலும் இடுப்பு ஒடுங்கி உடல் நெடுத்த இராஜபாளையம் வகையிலான இரண்டு வேட்டைநாய்களும் இருந்தன.

சாதிய மேலாதிக்க வெள்ளாள சமூகத்தினரான ஊரவர் களுடன் இராசதுரையர் குடும்பம் ஒட்டுறவில்லாமல் புளியம்பழம்போல் தனித்து இருப்பதற்கு அவர்களின் தாயார் எமிலி அக்காலத்திலேயே திருகோணமலையில் மேலாண்மை வேளாளரல்லாத பிறிதொரு சாதியைச்சேர்ந்த ஒருவரைக் கடிமணம் செய்துகொண்டதனால் அவர்களைச் சாதிநிரையில்

எங்கே வைப்பதென்பதில் புத்தூரின் ஆதிக்கச்சாதியினருக்குக் குழப்பமாகவும் பிரச்சனையாகவும் இருந்திருக்கலாம்.

பிரதான வீதியிலிருந்து கொட்டுத்தனைக்குக் கிளைக்கும் சிறு ஒழுங்கை வளர்ந்த பூவரசம் கதியால்களால் இரண்டுபக்கமும் அடைக்கப்பட்டிருக்கும். அதனைக் கடந்து பிரதான வீதியின் கிழக்கே ஒரு கிமீட்டருக்கும் அப்பாலான குடியிருப்பில் எங்கள் வீடும், சுற்றுவட்டத்தில் மேலும் பத்து வீடுகளும் இருந்தன. அச் சிறுகுடியிருப்புக்கு 'அந்திரானை' என்று பெயர். எங்கள் வீட்டுக்கும் கொட்டுத்தனைக்குமிடையில் அமைந்த சிறிய கடலேரியை ஊரணியில் கண்மாய் ஒன்று வடக்கு–தெற்காகப் பிரிக்கிறது. வடக்குக் கடலேரிக்கு 'தனது' என்றும் தெற்குக் கடலேரிக்கு 'நாவாங்களி' என்றும் பெயர். 'தனது' கடலுக்கும் அந்திரானைத் திடலுக்குமிடையில் சிறிய தில்லைக்காடு[2] ஒன்றிருந்தது. எம்முன்னோர் விடத்தலும், பிரண்டையும், எருக்கலையும் தானாக விளையக்கூடிய அந்திரானையில் நிலம் மலிவாகக் கிடைத்ததென்று வாங்கிப் போட்டு வீட்டைக் கட்டினார்களே தவிர, அங்கிருந்து பிள்ளைகள் பள்ளிக்கூடம் போவதற்கு சிரமப்படுமே என்கிற முன்நோக்குச் சிந்தனை, கவலையெல்லாம் அவர்களுக்கு இருந்ததேயில்லை. சுன்னாகத்திலிருந்து சாவகச்சேரிக்குப் போகும் அவ்வீதியால் பேருந்துகள் ஒரு நாளைக்கு நாலைந்துதான் வரும், ஒன்று வரவில்லையாயின் அடுத்து வருவதற்குத்தான் காத்திருக்க வேண்டும். அது வராமலும் போகலாம். அதையிட்டு இலங்கைப் போக்குவரத்துச் சபைக்கும் கவலை ஏதுமில்லை. எங்கள் சிறுகுடியிருப்புக்கு இடுகாட்டைத்தவிர சங்க/பலசரக்குக் கடைகள், தபாலகம், மருத்துவமனை, பள்ளிக்கூடமென மற்றதெல்லாம் தொலைவிலேயே இருந்தன.

இளமைக்காலத்தில் இராணுவத்தில் பணியாற்றிய இராசதுரையர் சூரியகாந்தித் தலையோடு நல்ல கட்டிறுக்க மான உடம்புடன் இருப்பார். சான்டோவான அவர் ஐம்பது வயதுகளிலும் தினமும் கரலாக்கட்டையைச் சுற்றி உடற்பயிற்சிகள் செய்து உடலைப் புளியம்வைரம்போல் வைத்திருந்தார். குடாநாட்டில் எங்கே போவதானாலும் மிதியுந்தைத்தான் மிதிப்பார், அதில் அவர் ஆரோகணித்துவிட்டால் ஏதோ பந்தயத்துக்கு ஓட்டுவதைப்போலிருக்கும் அவரது வேகம். ஒருமுறை எங்கேயோ போய்விட்டு வேகமாக வீடு திரும்பிக் கொண்டிருந்தவரைத் தூரத்திலிருந்து அவிழ்த்துவிட்டிருந்த அவர்களது நாய் கண்டுவிட்டு குதூகலத்தில் குறுக்காகப் பாய்ந்து அவரையே விழுத்தாட்டிவிடவும் அதில் அவரது தோளெலும்பு

---

2. தில்லை – கண்டல்/சதுப்புநிலத்தாவரம்

பிசகிப் படுக்கையிலிருந்தார். அன்று வீட்டைவிட்டு ஓடிய அந்நாய் குற்றவுணர்வால் பிறகு வீடு திரும்பவேயில்லை.

எங்களுடைய வீடுகளுக்கும் அப்பால் கிழக்கில் இராசதுரையர் குடும்பத்துக்குச் சொந்தமான தோட்டங்களும் துரவுகளுமிருந்தன. அதில் அப்பாவும் பிள்ளைகளுமாகச் சேர்ந்து நல்ல பிரயாசையுடன் வெங்காயம், கத்திரி, மிளகாய், பயற்றை, தக்காளியெனப் பயிரிடுவார்கள். இராசதுரையரும் சோதிகளுமாக பள்ளிப்பிள்ளைகளைப்போலக் காக்கித்துணியிலான கட்டைக்களிசான்களை அணிந்துகொண்டு தோட்டத்துக்குப் போவதும் வருவதும் நமக்கு வேடிக்கையாக இருக்கும். இவர்களைத் தூரத்தில் கண்டால் சங்கேதமாய் 'இராஜதுரைஸ் சோதி மிஷன் ஒன் மூவ்' என்போம். புத்தூரில் எவரிடமும் இல்லாதபடி அவர்களிடம் இரண்டு குதிரைகளும் இருந்தன. இராசதுரையரோ, சோதிகளிலொன்றோ எப்போதாவது அதிலேறிக்கொண்டு தோட்டத்தில் விளையும் காய்கறிகளைச் சந்தைகளுக்கு எடுத்துப்போவார்கள்.

இராசதுரையருக்கும் மூன்று ஆண் சகோதரங்கள், ஆக மூத்தவர் அருட்சோதி. 30களில் லண்டனுக்குப்போய் அங்கேயேவொரு வெள்ளைக்கார மாதை மணந்துகொண்டிருந்தவருக்குப் பிள்ளைகள் இல்லை. இரண்டாவது சகோதரர் அருமைத்துரை, வீட்டிலிருந்தாலும் எப்போதும் மொரமொரப்பான ஸ்திரிபோட்ட ஷேர்ட்டுடன் கட்டம்போட்ட சாரமணிந்து இடுப்பில் பட்டியும் கட்டித் தோரணையாகத் தோற்றமளிப்பார். இருந்தும் அவருக்கு ஏனோ பெண்களின் வாசமும், சகவாசமும் பிடிக்காமல் போனதில் அவர் திருமணம் செய்துகொள்ளவே இல்லை. திருகோணமலை, கொழும்பு, கண்டி, யாழ்ப்பாணமென்று வாழ்க்கை முழுவதும் சுற்றுப்பவனிகள் செய்தபடியிருந்த அவர்தான் எங்கிருந்தோ அந்தக் குதிரைகளைக் கொட்டுத்தனைக்குக் கொண்டுவந்து சேர்த்தார். பிற்காலத்தில் அவரும் இலேசாக மனவளம் குன்றியிருந்தார்.

நான் உயர்தரம் படித்துக்கொண்டிருந்த நேரம் ஒரு காலையில் மிதியுந்தில் வந்துகொண்டிருந்தேன், அவர் கொட்டுத்தனை ஒழுங்கை பிரியுமிடத்தில் வேம்போ பூவரசங்குச்சியொன்றினால் பல்விளக்கிக்கொண்டு நின்றவர் எனக்கு 'ஸ்தோத்திரம்' என்று சொல்லிச் 'சலூட்'டும் ஒன்று வைத்தார். பெரியவருக்கான மரியாதையின் நிமித்தம் நானும் மிதியுந்தை நிறுத்தினேன். அக்காலத்தில் அரச/தனியார் ஊழியர்களும், மாணவர்களுந்தான் நீளக்காற்சட்டை அணிவார்கள். அதனாலோ என் வளர்ச்சியினாலோ இருக்கலாம் அவர் மிதியுந்தின் கைப்பிடியைப் பிடித்தபடி ஆங்கிலத்தில் பிரிட்டிஷ்காரரின் பலுக்கலுடன்,

“ப்றதர் எங்கே வேலை பார்க்கிறீங்க” என்றார் ஒரு உத்தியோகத்தருக்கான மரியாதையுடன்.

“இல்லை… சேர், இன்னும் படித்துக்கொண்டிருக்கிறேன்…” என்றேன்.

“படியும் . . . நன்கு படியும் . . . நீர் படித்து முடித்தவுடன் உமது படிப்புக்குகந்தபடி நல்லதொரு ஊழியம் கிடைக்க ஆசீர்வதிக்கும்படி நான் ஆண்டவனிடம் மன்றாடுகிறேன்” என்றவர் பல்தீட்டிய குச்சியைத் தூரவீசிவிட்டு வானத்தைநோக்கி இரண்டுகைகளையும் விரித்து உயர்த்திப் பிடித்துக்கொண்டு ஸ்தோத்தரிக்கலானார்.

“பரலோகத்திலிருக்கும் எங்கள் பரமபிதாவே . . .

நின் நாமம் எல்லா உலோகங்களிலும் அர்ச்சிக்கப்படுவதாக,

உம்முடை ராஜ்யம் வருக, உம் வல்லமையும் மகிமையும் பெருகுக

உம்முடைய சித்தம் அப்பாவியான இச்சிறுவன் படிப்பை முடித்ததும் அவனுக்குத் தகுந்தவொரு ஊழியம் கிடைக்கவும், அவன் குடும்பம் செழித்து வாழவும் நின் கருணையின் கதிர்களை அவன்மேல் பாய்ச்சி ஆசீர்வதியும் எம் பிதாவே . . .” என்றார்.

நான் “ஆமென்” என்று முடிக்கவும் மீண்டும் எனக்கு மீண்டுமொரு ‘சலூட்’ வைத்தார், நான் மிதியுந்தைக் கிளப்பினேன். காலவோட்டத்தில் அவரையும் பின்னர் ஊர்ப்பக்கத்தில் காணவில்லை, எங்காவது ஓர் ஊரிலிருந்து நித்தியசுவனத்தில் கலந்திருப்பார் என்பது ஊகம்.

மூன்றாவது இளைய சகோதர் இரத்தினதுரையும் இராணுவக்காரர்தான், அவர் மனைவியும் பறங்கியர்[3], பணி ஓய்வுபெற்றபின் திருமலை சீனன்குடாவில் தன் குடும்பத்துடன் வாழ்ந்துகொண்டிருந்தார். என்னதான் வெள்ளைக்காரன்போல் வாழ்ந்தாலும் அவர் குடும்பம் சம்பளமோ ஓய்வூதியமோ வந்தால் முதல்வாரத்திலேயே முழுவதையும் பிறண்டி, சாராயம், பியர், மாட்டிறைச்சி, துணிமணி, விருந்துகள் என்று விட்டுவிட்டு அடுத்தவாரம் பக்கத்துவீட்டுக்காரரின் கதவைத்தட்டி “*Dear Comrade . . . if you don’t mind . . . Can we have a few loafs of Bread or One Rupee*” என்று யாசிக்குமாம்.

இன்னுமொரு வாழும் அதிசயமாக இந்த சோதி, துரைகள் அனைவரினதும் தாயார் எமிலியா 100 வயது தாண்டியும்

3. போர்த்துக்கீஸ்

கொஞ்சம்கூடக் கண்பார்வை, செவிப்புலன் குன்றாமல், கூன்விழாமல் பஞ்சுத் தலையுடன் வெள்ளைச்சேலை அல்லது கவுண் உடுத்தி அவர்களுடன் இன்னும் வாழ்ந்துகொண்டிருந்தார். கோதுமைப்பயிர் நிறத்தில் பார்வைக்குப் பறங்கியரைப்போலவே இருக்கும் அம்மனுஷி வீட்டுக்கு வெளியே ஒருபோதும் வராவிட்டாலும் வலிகாமம் கிழக்குப் பிரதேசத்திலுள்ள அத்தனை பிரஜைகளையும் தெரிந்துவைத்திருந்தார்.

கொட்டுத்தனை வளவில் ஏராளம் தென்னை மரங்கள் இருந்ததால் அவர்கள் பறிக்கும் தேங்காய்களைக் கடைவிலைக்கும் சற்றே குறைவாக அயலவர்களுக்கு விற்பார்கள், ஆதலால் எங்களுக்கும் வாரம் ஒரு தடவையாவது இராசதுரையர் வீட்டுக்குப் போகவேண்டிய தேவையேற்படும். அவர்கள் வீட்டுக்குப் போவதாயின் பள்ளிக்கூடத்திலேயே சோதிகளில் ஒருவரிடம் முதலில் சொல்லிவைக்க வேண்டும், அல்லது ஒழுங்கையில் போய்நின்று மிதியுந்தின் மணியை நாலைந்துதரம் ஒலித்தால் புரிந்துகொண்டு நாய்களைக் கட்டிவைத்துவிட்டு வெளியே வந்து விசாரிப்பார்கள். அப்போதெல்லாம் ஒரு தேங்காய் 20 சதந்தான், ஒரு ரூபாய்க்கு கடையில் 5 வாங்கலாமென்றால் இவர்களிடம் 6 கிடைக்கும், அவ்வளவுதான். நாம் செல்லும் வேளைகளில் உரித்த தேங்காய்கள் தயாராக இல்லாதிருந்தால் மின்னல்வேகத்தில் தேங்காய்களைப் பொறுக்கிவந்து பாரையில் உரித்துத்தருவார்கள். தேங்காய் வியாபாரத்தை எப்போதும் மிஸிஸ். இராசதுரையே கவனித்துக்கொண்டார்.

எனக்கு கொட்டுத்தனைக்குப் போவதெனில் அந்த மனுஷியையிட்டுத்தான் பயம். ட்றெஸ்ஸிங் கவுண் அல்லது சோட்டி அணிந்துகொண்டு வாரத்தில் ஒருமுறைதான் சாப்பிடுபவரைபோல ஒல்லியாயிருக்கும் அந்த மனுஷியை வீட்டுக்கு வெளியில், ஒழுங்கையில் தெருவில், கடையில், சந்தையில், புத்தூர் பரி. லூக்காஸ் தேவாலயத்தில்கூட யாரும் ஒரு நாளும் பார்த்திருக்கமுடியாது. ஆனால் இப்படி எங்களைப்போல யாரேனும் போய் மாட்டிவிட்டால், ஆரங்களில் பிறவுண் வரிகளுள்ள பூனைக் கண்களால் ஊடுருவி எமது கண்ணுக்குள்ளே பார்த்துக்கொண்டு ஊரிலுள்ள 3,421 பேரைப் பற்றியும் துருவித்துருவி விசாரித்துவிட்டுத்தான் போகவிடும். அந்த வயதில் அவரது பார்வை எனக்குப் பயமூட்டுவதாயிருக்கும்.

“(சாதியையும் சேர்த்து) சிவசம்பு பெண்சாதி முழுகாமல் இருந்தாளே பெத்திட்டாளோ?”

“ஹற்றனுக்கு படிப்பிக்கப்போன சபாபதியற்ற மகன் அங்கயிருந்தும் ஒருத்தியைச் சாய்ச்சுக் கொண்ணந்திருக்கிறானாம், கண்டனியோ . . . எப்பிடிக் குட்டி வடிவோ?”

“உன்ர சித்தப்பா இப்பவும் சாராயம் குடிக்கிறவரோ?”

சித்தப்பா சாராயம் குடிக்கும் சமாச்சாரம் அவர் சொல்லித்தான் எனக்குத் தெரியும்.

“சாய் . . . இல்லை இப்ப சாராயம் குடிகிறேல்ல.”

“அப்ப சாராயத்தை விட்டிட்டுக் கள்ளுக்கு மாறிட்டாராமோ?”

“சரியாய்த் தெரியேல்ல அடுத்தமுறை வரும்போது கேட்டுச் சொல்லட்டே?”

என் மூத்த அண்ணன் அப்போது கொழும்பில் நிலஅளவைத் திணைக்களத்தில் படவரைஞராகப் பணிசெய்துகொண்டிருந்தார்.

“அப்ப . . . கொண்ணைக்கு எப்பவாம் கலியாணம் . . . அவன் மாதா மாதம் காசு அனுப்பிறவனோ?”

“அனுப்பிறவர் . . .”

“எத்தனை காசு அனுப்பிறவன் . . . அது காணுமோ உங்களுக்கு?”

“சமாளிக்கிறம்.”

“கொப்பர் இப்ப வன்னிக்குப்போறேல்லையே . . . அங்கத்தைக் காணியை என்ன கைவிட்டிட்டியளோ . . . இல்லை இப்பவும் விதைப்புகள் விளைச்சலுகள் உண்டோ?”

“உண்டு . . .”

“அவர் என்ன இப்பவும் கூத்துப் பாட்டென்றுதான் சுத்துறாரோ . . . இல்லை அப்பப்ப ஏதும் புனண்டுறவரோ[4]?”

“கொம்மா . . . பெட்டையளுக்கு ஏதும் நகையை நட்டைத் தேடி வைச்சிருக்கிறாளோ . . . இல்ல அன்றன்டாடு சீவியத்தோட போகுதோ . . .?”

ஒருநாள் எனக்குப் பதிலாகத் தேங்காய் வாங்கப்போன அம்மா எமிலிக்கிழவியிடமும், மருமகளிடமும் சேர்ந்தாப்போல வகையாக மாட்டிக்கொண்டார். அவர்கள் கேட்ட 3000 கேள்விகளுக்கும் பதில் சொல்லிவிட்டுப் புறப்படும்போது அம்மா தெரியாத்தனமாய் எமிலியிடம் கேட்டாவாம்,

---

4. சம்பாதித்தல்

“ஏனணை உங்கட லண்டனில இருக்கிற மகன் அப்பப்ப ஏதும் உங்களுக்கும் சிலவு சித்தாயத்துக்கும் அனுப்பிறவரோ ...?”

எமிலிக்கிழவிக்கு உடனே காது கேட்காமல் போய்விட்டது. அம்மாவும் விகற்பமில்லாமல் கொஞ்சம் சத்தமாகக் கேள்வியைத் திருப்பிக் கேட்டிருக்கிறார்.

“என்னவோ தெரியாதம்மா... அதுகள் உவன் இராசதுரையைத்தான் கேக்கோணும் ...” என்று மெழுகினாவாம். ஊர்த் தொளவாரங்கள் இத்தனை கேட்டாலும், பதிலுக்கு அவர்கள் வீட்டுவிஷயம் ஒன்றுகூட வெளியில் கசியாதபடிக்குக் கதையைக் கச்சிதமாக முடித்துவிடுவார்கள்.

“அடடா ... தெரியாமப்போச்சே ... அதை நான் முதல்லயே கேட்டு நேரத்துக்கு வீட்டை வந்திருப்பனே ...” என்று அங்கலாய்த்தார் அம்மா.

அவர்கள் வீட்டில் இன்னுமொரு அதிசய ஜீவனும் ஜீவித்திருந்தது. ஒல்லித்தேகமும், குச்சிக்குச்சிக் கைகால்களுடனும் விகாரமான தோற்றத்துடன் ஒரு பையனும் அவர்களுக்கு இருந்தான். ஒல்லித் தேங்காய்போல முகம். அதிலிருந்து கண்கள் பிதுங்கி வெளித்தொங்கும், சூப்பிப்போட்ட பனங்காய்போலத் தலையில் கொஞ்சம் முடி. செவிப்புலனைப்பற்றித் தெரியாது, ஆனால் வாய் பேசவராது, எப்போதும் வாணீர் ஊற்றிக் கொண்டிருப்பான். அவன் அவர்களுக்கு எத்தனையாவது பிள்ளையென்றோ, அவனுக்கு என்ன பெயரென்றோ, என்ன வயதென்றோ, யாருக்கும் சரியாகத் தெரியாது. அநேகமான வேளைகளில் அவனுக்கும் இப்போதைய பேர்மூடா களிசான் மாதிரி முழங்காலுக்குக் கீழேவரும் ஒரு களிசானைப் போட்டு இடுப்பில் தோற்பட்டி கட்டி அதிலொரு கண்ணியில் நாய்ச்சங்கிலியைப்போட்டு அவனைத் தூணோடு பிணைத்துவைத்திருப்பார்கள். அவனை அவிழ்த்துவைத்தால் சோற்றுப்பானைக்குள் மண்ணைக் கொண்டுபோய்க்கொட்டுவது,கொடியில்தூங்கும்துணிமணிகளை இழுத்து நிலத்தில் வீசுவது, சாளரங்களைப்பிடித்து உத்தரத்திலேறி முகட்டுக்குப்போவது போன்ற தறுதுறும்புகள் செய்வானாம்.

கொட்டுத்தனைக்கு முன்னறிவிப்பில்லாமல் போன ஒரு நாளில் அவனை மாலிற்குள் கட்டிவைத்திருந்தார்கள், என்னைக் கண்டவுடன் பயத்திலோ சந்தோஷத்திலோ சிறு குரங்கைப்போலக் கையை ஆட்டிக்கொண்டு கிறீச்சிட்டுக் கத்தினான். யாரோ ஓடிவந்து அவனை அவிழ்த்துக் சங்கிலியில் குரங்கைப்போலவே பிடித்துப் வீட்டின் பின்கட்டில் கொண்டுபோய்க் கட்டினார்கள். அவனைப்பற்றி எதுவும்

கேட்பது அவர்களுக்குப் பிடிக்காதென்பதால் நானும் ஏதொன்றும் கேட்கவில்லை.

◆

40 வருடங்களுக்குமுன் லண்டன் சீமைக்குச் சென்றிருந்த அருட்சோதி திடீரென்று ஒருநாள் ஒரு புதிய கரும்பச்சை மொறிஸ் மைனர் காரில் வெள்ளைக்கார மனைவியுடன் வந்து இறங்கினார். அக்காரின் இலக்கத் தகட்டில் 128 KME என்றிருந்தது எமக்கெல்லாம் அதிசயம். அருட்சோதிக்குத் தமிழ் சுத்தமாக மறந்துபோய்விட்டிருந்தது. மனைவி ஆசிரியையாம், இருவரும் ஓய்வுபெற்றதும் இலங்கைக்கு வந்திருக்கிறார்கள். அவர்களின் வசதிக்காக இராசதுரை குடும்பத்தினர் முதலிலேயே தலைவாசலுக்கும் மாலின் தரைக்கும் கொங்கிறீட் போட்டு, தண்ணீர்த்தாங்கி கட்டித் தூவல்த்தாரை[5]யுடன்கூடிய குளியலறைகள், கழிப்பறைகள் எல்லாம் அமைத்து வீட்டை நவீனப்படுத்தி வைத்திருந்தனர். நல்ல பெரியப்பா, அவர் எல்லாப் பையன்களுக்கும் கொண்டுவந்த முதுகில் போடும் வகையிலான புத்தகப்பைகளுடன்[6] பையன்கள் பள்ளிக்கூடம் வந்தனர். இன்னும் முதல்வாரத்திலேயே எல்லாச் சோதிகளுக்கும் மிதியுந்துகளும் வாங்கிக்கொடுத்தார். அவர்கள் சிவப்பு, பச்சை, மஞ்சள்நிற *'Raleigh'* றேஸிங் வகையிலான மிதியுந்துகளில் குறுக்கும் மறுக்குமாகச் சுற்றிக்கொண்டு திரிவதைப் பார்க்கும் வேளைகளிலெல்லாம் எந்நெஞ்சுக்குள்ளும் ஒருவகையறியாத பொருமல் வந்து முட்டத்தான் செய்தது.

கிராமத்துக்கு வந்திருக்கும் வெள்ளைக்காரியைப் பார்க்க நாம் நண்பர்களுடன் கூட்டமாகச் செல்வோம். *Mrs.* அருட்சோதி ஆசிரியையாக இருந்ததால் நிறைய பென்சில்கள், கொப்பி, வர்ணத்தாள்கள், வர்ண / ஓயில் சோக்கட்டிகளை எங்களுக்குத் தருவார். எம்மைப் பிடித்துவைத்துத் தலையைத் தடவியபடி ஏதேதோவெல்லாம் கேட்பார். அவர் பேசும் 100 ஆங்கில வார்த்தைகளில் எங்களுக்குத் தெரிந்தவையாக ஐந்தாறுதான் இருக்கும். இருந்தும் எல்லாம் புரிந்ததைப்போலத் தலைகளை ஆட்டிவைப்போம்.

ஒரு மழைபெய்த நாளில் சென்றிருந்த எம்மைப் பார்த்து,

"What brought you here between the Storm?" என்று கேட்டார்.

மழையை *Storm* என்றும் சொல்லலாமென்று அன்றுதான் தெரிந்துகொண்டதுடன் ஏதோ புரிந்துபோலச் சும்மா சிரித்து

---

5. Shower
6. Rucksack

வைத்தோம். அன்று மழை நிற்காமலே சூரியன் மினுங்கவும் ஆனந்த மிகுதியால் ஒரு பாட்டைப் பாடிக்கொண்டு எங்கள் கைகளையும் பிடித்துக்கொண்டு குதித்து மழையில் ஆடத்தொடங்கிவிட்டார்.

ஊரிலுள்ள தோட்டக்காரர்கள் அவர்களுக்கு இளநீர்க்குலைகள், காய்கறிகள், மாம்பழங்கள், கோழிக்குஞ்சுகள், முட்டை, கெக்கரிக்காய்[7], வத்தகைப்பழம்[8] என்பவற்றைக் கொண்டுபோய் அன்பளிப்புச் செய்தனர்.

Mrs. அருட்சோதி எங்களை அடிக்கடி அங்கே வரச்சொல்லிக் கேட்பார். அதைச்சாட்டாக வைத்து அங்கே அடிக்கடி போகும் எங்களுக்கு பியேர்ஸ், திராட்சை, அன்னாசிப்பழங்கள், சொக்கலேற்றுக்கள் கைநிறையத் தந்து அசத்துவார்கள். நாங்கள் அங்கே போவது எமிலிக்கிழவிக்கோ, *Mrs.* இராசதுரைக்கோ பிடிக்காது, ஏதோ தங்கள் வீட்டுப்பண்டங்களை எடுத்து *Mrs.* அருட்சோதி இறைப்பதைப்போல வருந்துவார்கள்.

கை நிறையப் பழங்கள் சொக்கலேற்றுக்கள், கிடைத்ததும் சங்கிலியில் கட்டிவைக்கப்பட்டிருக்கும் அந்தப் பையன் வந்தது பிடுங்கிக்கொள்வானோ என்கிற பயத்தில் கண்களைச் சுழற்றுவேன். அவன் இருந்ததுக்கான தடயங்கள் எதுவும் அங்கிருக்கவில்லை. தமையன் குடும்பம் வரமுதலே அவன் எப்படியோ அங்கிருந்து நிரந்தரமாக மறைக்கப்பட்டிருந்தான். அவனை வைத்தியம் செய்வதற்காகத் திருகோணமலைக்குத் தம்பி இரத்தினதுரை வீட்டுக்கு அனுப்பியிருப்பதாக முதலில் யாருக்கோ கதைவிட்ட இராசதுரையர், நாட்கள் செல்ல அவன் அங்கேயே இறந்துவிட்டதாகவும் சொன்னாராம், அவனுக்கு என்ன நடந்தது, அங்கிருந்து எப்படி மறைந்தான் என்பது அவர்களைத் தவிர ஊரில் உலகில் எவருக்கும் இன்னும் தெரியவராத மர்மம்.

◆

இலங்கை வந்து ஐந்தாறு மாதங்களின் பின் ஒருநாள் அருட்சோதியருக்கு அயலவர் கொடுத்த கெக்கரிக்காய், வத்தகைப்பழத்தின் நினைவு வந்துவிட ஊரிலுள்ள பலசரக்குக் கடையொன்றுக்கு வந்து *"Get me please some* வத்தாக்கா *and* வத்திரிக்கா" என்று கேட்டார். அச்சமயம் தற்செயலாக அக்கடையில் நின்றிருந்த நான் "அவர் வத்தகைப்பழமும் கெக்கரிக்காயும் கேட்கிறார்" என்று மொழிபெயர்த்தேன். பின் அவரிடம் 'அதுபோன்ற பழங்கள் இங்கே கிடைக்காது, ஒருவேளை சந்தைக்குப் போனால்த்தான் கிடைக்கும்' என்றும்

---

7. கெக்கரிக்காய் – Cucumbers
8. வத்தகைப்பழம் – Watermelon

சொன்னேன். நாங்கள் பொடிநடையாகப் பள்ளிக்கூடம் போகும்போது அவர்களது கார் வந்தால் நிறுத்தி எம்மையும் ஏற்றிச்செல்வார்கள். புதுக்காரில் ஏறும் குதூகலம் சொல்லிமாளாது. அக்காரினுள்ளேயிருந்து புறப்படும் புதுமையான சுகந்தம் இன்னும் நினைவிலிருக்கிறது.

அருட்சோதி குடும்பம் இலங்கைக்கு வந்து இரண்டு வருடங்களாயிற்று. தாயார் எமிலிக்கிழவி இறக்கும்வரையில் அவர்கள் இங்குதான் இருப்பார்கள் என்றொரு எதிர்பார்ப்பு எமக்கு இருந்தது. இடைக்கிடை கண்டி, கொழும்பு நுவர – எலியாவுக்குப் போய்வருவார்கள், அடுத்த மாதம் திருகோணமலைக்குச் சகோதரர் இரத்தினதுரையைப் பார்க்கப் போய்வருவார்கள். இவ்வாறாக இரண்டு வருடங்கள் ஜாலியாக இலங்கையில் கழித்தவர்கள் மெல்ல சோதிராஜாவுக்கும் காரோட்டக் கற்றுக்கொடுத்தார்கள். எமிலியோ பூரண ஆரோக்கியத்துடன் இருந்தார். பிறகு என்ன நினைத்தார்களோ அவர்கள் திடீரெனச் சோதிமலரைத் தம்முடன் அழைத்துக்கொண்டு சீமைக்குத் திரும்பினர். அடுத்த நாலைந்து மாதங்களில் பத்தாவதே தேறாத சோதிராஜாவையும் சீமைக்கு அழைத்துவிட்டிருந்தனர்.

◆

மழையோடு மரணம் வரும் என்பார்கள். மழைநாளொன்றில் தன்பாட்டுக்கு நடமாடிக்கொண்டிருந்த எமிலிக்கிழவி காய்ச்சல் கண்டு திடீரெனச் செத்துப்போனார். ஞாயிற்றுக்கிழமைகளில் பரி. லூக்காஸ் தேவாலயத்துக்கு திருப்பலிப்பூசைக்கு வரும் வெள்ளைக்காரப் பாதிரியார் ஒருவர் வந்ததும் ஏனோ உடலைத் தேவாலயத்துக்கு எடுத்துப்போகாமல் வீட்டிலேயே வைத்து

டேவபிடா (தேவபிதா) எங்கள் மேய்ப்பரல்லோ
சிறுமை டாய்ச்சி (தாழ்ச்சி) அடைகிலனே...
ஆவலதாய் எமைப் பசும்புல்மீதே
மேய்ப்பவர் நீரும் அருளுகின்றார்!

ஆத்துமம் தன்னைக் குளிரப் பண்ணி
அடியோம் கால்களை நீதியென்னும்
நோ்த்தியாம் பாதையில் அவர் நிமித்தம்
நிதமும் சுகமாய் நடத்துகின்றார்!

பகைவர்க் கெதிரே ஒரு பந்தி
பாங்காய் எமக்கென்றேற்படுத்தி
சுகதைலம் கொண்டேயெம் தலையை
சுகமாய் அபிஷேகம் செய்வாரே! (தேவபிதா)

என்று பாதிரியார் குத்துமதிப்பான தமிழ்ப் பலுக்கலில் தகரக் குரலிற் பாடி இறுதிச்சடங்குகள் செய்ததும் பரந்த கொட்டுத்தனை

வளவுக்குள்ளேயே பின்பக்கமாக ஒரு மூலையில் எமிலியை அடக்கம் செய்ததும் ஞாபகத்திலிருக்கிறது. சரித்திரத்தில் பாண்டு வாத்தியக்காரர்கள் உட்பட அவர்கள் வீட்டில் நாற்பது, ஐம்பதுபேர் அன்றைக்குத்தான் ஒன்றாகக் கூடியிருந்திருப்பார்கள்.

◆

இப்போது சோதிராஜாவுக்கு இலங்கைக்கு அருட்சோதியர் வரும்போது அவருக்கிருந்த (70) அகவைகளிருக்கும். அவர்கள் சீமைக்குத் திரும்பி 20 வருடங்களின் பின் 1986இல் போர் நடந்துகொண்டிருக்கையில் நான் ஜெர்மனியிலிருந்து இலங்கை சென்றபோது எமது வீடிருந்த இடத்தில் அதன் அத்திவாரம் மட்டும் மீந்திருந்தது. குண்டுவீச்சிலோ, அல்லது ஒரு எறிகணைக்கு இலக்காகி எம் வீடு சிதிலமாகியிருந்தால் ஏற்பட்டிருக்கக்கூடிய வருத்தம் கொஞ்சமாகத்தான் இருக்கும். போர்க்காலத்திலும், போர்நிறுத்த காலத்திலுமாக அந்த வீட்டின் கூரையிலிருந்து அத்திவாரம் வரையில் அனைத்தையும் கல்லுக்கல்லாக நம்ப சனமே பெயர்த்துக்கொண்டு போய்விட்டது. வீட்டில் களவு போவதுண்டு, வீட்டையே களவு கொடுத்தவர்கள் தமிழராகத்தானிருக்கும்! முன்னர் எம் வீட்டின் கோடியில் ஒரு சிறிய மருதாணிச்செடி நின்றது. இன்று அதுவே வளவு முழுவதும் காடாக விரவி அத்திவாரம் இருந்த இடத்தையே என்னால் தூர்ந்துபோயிருந்த கிணற்றை வைத்துத்தான் கணிக்கமுடிந்தது. எம் வீட்டின் ஞாபகமாக அதன் நிக்கல்முலாம் பூசிய பித்தளைத் திறப்புக்கள் மட்டும் பத்திரமாக இன்னும் எம்மிடம் இருக்கின்றன.

கொட்டுத்தனை வளவில் இன்னும் யார்யாரெல்லாம் இருக்கிறார்கள் என்று அறிவதற்காகப் போயிருந்தேன். அவர்களது வளவுக்குள் இராணுவமுகாம் ஒன்றிருந்தது, அவர்களுக்கும் அங்கிருந்தவர்களைப்பற்றி எதுவும் தெரியவில்லை. ஊரில் எஞ்சியிருந்த சிறிய கிறிஸ்தவச் சமூகத்தில் விசாரித்தபோது 'இராசதுரை, அவரது சகோதரர்கள், திருமதி. இராசதுரை எவருமே இப்போது உயிருடன் இல்லை, இரண்டாவது பையன் ராஜசோதியையும் இயக்கமொன்று கடத்திவிட்டது, மூன்றாவது பையன் ஜெகசோதியின் இருப்பைப்பற்றி எவருக்குந் தெரியாது. ஆக இளையபையன் குணசோதியும் இங்கிலாந்துக்கே போய்விட்டான் என்று கேள்வி' என்றனர்.

மீண்டுமொருமுறை 22 வருடங்களின் பின் 2008இல் சமாதானக் காலத்தின்போது இலங்கைக்குப்போக நேரவும் கொட்டுத்தனைக்கும் போனேன். கொட்டுத்தனையில் கூடலாயிருந்த பனைகள், தென்னைகள், மா, பலா மரங்கள் உட்பட எதனையும் காணவில்லை. அங்கே பனைகள் கூடலாயிருந்தபோது

இலேசாகக் காற்றடித்தாலே பனைகள் அசைவதும் அதன் காவோலைகள், கங்குமட்டைகள் ஒன்றுடனொன்று உரசி எழுப்பும் ஓசையும் பயங்கரமாக இருக்கும். இராணுவமுகாம் இருந்த இடத்தில் யாரோ சிலர் கல்லுடைக்கும் இயந்திரங்களைப் பொருத்திவைத்துக் கல்லுகளை உடைத்துக்கொண்டிருந்தனர். அந்தப் பழைய வீடிருந்த இடத்துக்கும் பின்னால் மரங்களின் வெறுமைதந்த வெளியினூடாக வல்லை வெளிவரை தெரிந்தது. அந்தப் பெரும் வளவுக்குள் ஐந்தாறு பாரவுந்துகளும், டிப்பர் உந்துகளும் அங்கங்கு இஷ்டத்துக்கு நிறுத்திவைக்கப்பட்டிருந்தன. கல்லுடைக்கும் இயந்திரங்கள் கிளம்பிய தூசி மட்டும் நிலத்தில் அரை அடி உயரத்துக்குப் பிரதான வீதியையும் தாண்டிக் கோப்பறேசன் வரை பரவியிருந்தது.

◆

கனவு **இதழ் (திருப்பூர்) ஜூலை 2020.**
ஜீவநதி **டிசம்பர் 2020.**

காலச்சுவடு வெளியீடுகள்

வனம் திரும்புதல்
(சிறுகதைகள்)
ரூ. 225

அனந்தியின் டயறி
(நாவல்)
ரூ. 325

பெர்லின் நினைவுகள்
(நினைவலைகள்)
ரூ. 475